தொல்லிசைச் சுவடுகள்

(இழை இழையாய் இசைத்தமிழாய்)

நா.மம்மது

தொல்லிசைச் சுவடுகள்	:	கட்டுரைகள்
ஆசிரியர்	:	நா.மம்மது
	:	© ஆசிரியருக்கு
முதல் பதிப்பு	:	மே 2008
		(இழை இழையாய் இசைத்தமிழாய்)
		தென்திசை பதிப்பகம்
இரண்டாம் பதிப்பு	:	மே 2016
வெளியீடு	:	வம்சி புக்ஸ்
		19, டி.எம்.சாரோன்,
		திருவண்ணாமலை - 606 601
		செல்: 9445870995, 04175-235806
அச்சாக்கம்	:	மணி ஆப்செட், சென்னை-600 077
விலை	:	₹ 200/-
ISBN	:	978-93-84598-10-5

Thol Isai Chuvadukal	:	Articles
Author	:	Naa. Mammathu
	:	© Author
First Edition	:	May 2008
		(Izhai Izhaiyai Isai Thamizhai)
		Thendhisai Pathippagam
Second Edition	:	May 2016
Published by	:	Vamsi books
		19.D.M.Saron,
		Tiruvannamalai-606 601.
		9445870995, 04175-235806
Printed by	:	Mani Offset, Chennai-600 077
	:	₹ 200/-
ISBN	:	978-93-84598-10-5

www.vamsibooks.com - e-mail: vamsibooks@yahoo.com

நண்பனாய் நல்லவனாய் நல்லாசிரியனுமாய்
பண்பிலே தெய்வமாய்ப் பார்வையிலே சேவகனாய்
பேராசிரியர் **தொ. பரமசிவன்** அவர்களுக்கு

இரண்டாம் பதிப்பிற்கான முன்னுரை

வேர் எது? விழுது எது? என்று பிரித்து அறிய முடியாத 5000 ஆண்டுகள் பழமையான தமிழர் இசை, தமிழர் ஆடல் என்ற விண்ணளாவி மண்ணளாவிய, பெரும் ஆலமரத்திற்கு வேர் வடநாட்டிலும் காசுமீரத்திலும் இருப்பதாக ஆய்வு (!) செய்து நம்மை மயக்கும் நிலை இன்றும் தொடர்கிறது.

கடந்த நூற்றாண்டுமுதல் நாம் நம் வேர்களைத் தேடி அடியாழம் வரை செல்ல முயற்சிக்கிறோம். ஒரு நூற்றாண்டில் 5000 ஆண்டுகளை அளந்து ஆராய்ந்துவிட மேற்கொண்ட அற்ப ஆசையாகக்கூட இது இருக்கலாம்.

வெற்றியின் இலக்கு மிகத் தொலைவில் இருக்கிறது. தூரம் கொஞ்சமல்ல. ஆயினும் கலைஞர் ஒரு முறை கூறியது நினைவுக்கு வருகிறது:

"இது தொடர் ஓட்டம்"

வெற்றி இலக்கை நோக்கி, கையில் சுடர் ஏந்தி முதலில் ஓடிய அந்த கௌதமசித்தார்த்தனைத் தொடர்ந்து நாமும் ஓடிக் கொண்டிருக்கிறோம். அந்தத் தொடர் ஓட்டத்தில் ஆங்காங்கு துளிர்த்தவைதான் இந்நூலின் கட்டுரைகள்.

பலகாலம் பலப்பல உரத்த சிந்தனைச் சிற்றிதழ்கள் இக்கட்டுரைகளை வெளியிட்டு அந்தத் தொடர் ஓட்டத்தில் பங்கு கொண்டிருக்கின்றன. என் நன்றி அந்த இதழ்களுக்கு.

நூலை முழுக்க வாசிப்பவர்களுக்குக் கூறியது கூறலாகச் சில செய்திகள் அமையலாம். தனித்தனிக் கட்டுரையாக வாசிப்போருக்கு அது உதவியாக இருக்கும். நூலின் பல கட்டுரைகள் திருத்தம் பெற்றுள்ளன. நூலின் தலைப்பும் கூட.

தமிழ் இசை பற்றிப் பேசும்போதெல்லாம் இதைக் கட்டுரையாக்கி விடுங்கள் என்று அவ்வப்போது என்னைத் தூண்டிவந்த என் அன்புப் பேராசிரியர் கு. ஞானசம்பந்தன் அவர்கள் நன்றிக்குரியவர்.

மேலும் நன்றிக்குரியோர் :

மறு பதிப்பு கொண்டுவரும் வம்சி பதிப்பகத்தார்.

அழகிய அணிந்துரை தந்த மூத்த இசையாளர் புதுவை இரா. திருமுருகன் அவர்கள்.

என் இனிய நண்பர் நல்லாசிரியர் தொ. பரமசிவன் அவர்களின் பண்பாட்டு அசைவைப் போல், இந்நூல் இசை அசைவை உங்களிடம் பேசினால் அது என் பேறு அல்ல தமிழ் இசையின் பேறு.

என்றும் தங்கள்

நா. மம்மது

இன்னிசை இல்லம்,
7-12/28, பனையடியான் கோவில் தெரு,
மகாத்மா காந்தி நகர்,
மதுரை - 625 014
0452-2640689, 9442984589
மின் அஞ்சல் : tamilinnisai@gmall.com
nmammathu.blogspot.in

அணிந்துரை

உலகில் தோன்றிய முதல் மாந்தன் தமிழன்; அவன் தோன்றிய இடம் தமிழ் நிலம்; முதல் மொழி தமிழ்; முதல் இசை தமிழன் கண்ட தமிழ் இசை. இந்த உண்மைகள் உலக ஆய்வாளர்களால் கண்டறிந்து வெளியிடப்பட்டுவரும் இக்காலத்திலும், சிலர் அறியாமையாலோ வேண்டுமென்றோ, 18, 19ஆம் நூற்றாண்டுகளில் இருந்த "சங்கீத மும்மூர்த்திகளால்தான் கர்நாடக சங்கீதம் கண்டுபிடிக்கப்பட்டது" என்று சொல்லிக்கொண்டும், "இந்தச் சங்கீதம் வேறு; ஓதுவார்கள் பாடும் தமிழிசை வேறு" என்றும், "அந்த சங்கீதம் சாஸ்த்ரீய சங்கீதம்; இந்தத் தமிழிசை மெல்லிசை" என்றும் கூறி மக்களைக் குழப்பிக் கொண்டும் திரிகிறார்கள்.

இக்கருத்துகளில் உள்ள போலிமையை எடுத்துக்காட்டி, நமது தமிழ்ச் செவ்விசையின் முன்மை, தொன்மை, நுண்மை முதலிய மேன்மைகளைச் சான்று காட்டி நிறுவி வருகிறார் இந்நூலாசிரியர் திரு. நா. மம்மது.

தொல்காப்பியம், சங்க இலக்கியங்கள். சிலப்பதிகாரம், தேவாரம், நாலாயிரப் பனுவல் முதலிய பழந்தமிழ் நூல்களில் ஆங்கு ஈங்காகவும், இலை மறை காய்கள் போலவும் காணப்படும் அரிய இசைக் குறிப்புகளையெல்லாம், ஆழ்கடலில் மூழ்கி முத்தெடுப்பது போல் எஞ்சாமல் எடுத்துவந்து இசையுலகம் வியக்குமாறு அள்ளி அள்ளித் தருகின்றார், இசைப் பேரறிஞர் வீ.ப.கா. சுந்தரனார் நெறி நின்று ஆய்வு நிகழ்த்தி வரும் அறிஞர் மம்மது.

"எழுபத்திரண்டு மேளகர்த்தாக்கள், சட்சுருதிரிடபம், சுத்த காந்தாரம், திரிசுருதி மத்திமம், அச்சுத பஞ்சமம், சட்சுருதி தைவதம், சுத்த நிடாதம் என்ற கற்பனைக் கோட்பாடுகளை எழுதி வைத்துக் கொள்ளலாம்; ஆனால் பாட முடியாது. காரணம் இசை ஒரு நிகழ்கலை" என்கிறார்.

'இளையராசாவின் திருவாசகச் சிம்பொனி மாயாமாளவ கௌளையில் தொடங்கி வகுளாபரணத்துக்கு மாறும் இடம், இசை அழகியல் வெளிப்படும் இடம். இங்கேதான் அரேபிய இசை மரபு தொடங்குகிறது' என்று இவரைப் போல் அளந்தறிந்து கூறுவதற்கு, எஃகு செவியும், இசை நுண்ணுணர்வும் வேண்டும்.

அடிப்படையான ஏழ்பெரும் பண்களும், ஐஞ்சிறு பண்களும், சிலப்பதிகாரத்தில் எங்கெங்கு எவ்வாறு குறிப்பிடப்படுகின்றன என்பதை வியக்கத்தக்க வகையில் இவர் எடுத்துக்காட்டும் பாங்கு இவரை ஓர் ஆழ்ந்த இசையாய்வாளர் என்று இனங்காட்டுகிறது.

குறுந்தொகை கூறும் விளரிப்பண் மிக மென்மையான மென்நரம்புகளை உடைய இன்றைய தோடி ராகமே என்பதை இவர் மிக நுட்பமாக நிறுவுவது இசையறிந்தோரை இன்புறுத்துவதாகும்.

எந்தச் சார்பும் இல்லாத நடுநிலையான இசையாய்வு இது. பழந்தமிழ் நூல்களில் இசைக் குறிப்புகளைத் துருவத் துருவத் தேடுவோர் இனி வருந்த வேண்டாம். இதோ இசை ஆய்வறிஞர் மம்மது, அவற்றை ஒருங்கு திரட்டி, 'இழை இழையாய் இசைத்தமிழாய்' என்ற பெயரில் வழங்குகிறார். எளிதாகப் பெற்றுக்கொள்ளலாம்!

இரா. திருமுருகன்
24.11.2007
'ஏழிசைச் சூழல்'
62, மறைமலை அடிகள் சாலை,
புதுச்சேரி - 605 001

உள்ளே...

இழை இழையாய் இசைத்தமிழாய்	9
நாட்டார் பாடலும் புலவர் செய்யுளும்	18
இதயத்தின் முகவரி சொன்னவர்	31
இசையும் இசுலாமும்	39
தமிழில் இசை இயல் நூல்கள்	44
எது தமிழ் இசை?	52
தொல்காப்பியத் திணைப் பண்கள்	58
வெளிச்சம்	76
ஆடலுடன் பாடல்	82
தாளம் வரும் முன்னே; பண்வரும் பின்னே	88
குறுந்தொகை விளரியும் சிலம்பு விளரியும்	94
சூஃபி நடனம்	104
சூஃபி தத்துவமும் இசையும்	113
சங்க இலக்கியம் காட்டும் தமிழ் இசை வரலாறு	132
உ.வே.சா. சிலப்பதிகாரப் பதிப்பு குறித்து	149
அமைதி ஆக்கத்தில் இசையின் பங்களிப்பு	166
நேர்காணல்	186

இழை இழையாய் இசைத்தமிழாய்

வெளியே இருக்கும்போது பாடாத ஒருவர் குளியல் அறைக்குள் சென்று குழாயைத் திறந்து தண்ணீர் கொட்டியவுடன் பாடத் தொடங்கிவிடுகிறார். குழாயிலிருந்து தண்ணீர் ஒரு சீரான வேகத்தில் வெளியே வரும்போது, வெளிக்காற்றுடன் மோதி 'ஸ்ஸ்ஸ் ...' என்ற தொடர்ச்சியான ஒலியை ஏற்படுத்துகிறது. இவ்வாறு சீராகத் தொடர்ந்துவரும் ஒலி, குளியல் அறையில் குளிப்பவருக்கு ஒரு 'சுருதி' ஆகிவிடுகின்றது.

பேருந்தில் பயணம் செய்யும்போது நமக்கு நன்றாகப் பாட வருகின்றது. பேருந்துப் பொறியின் சுழற்சியின் போது காற்றுடன் அது மோதி, ஒரு சீரான, தொடர்ச்சியான ஒலியை ஏற்படுத்துகிறது. அந்த ஒலி பேருந்துப் 'பாடகருக்கு' ஒரு சுருதியாகி விடுகின்றது.

அரங்கிசையில் தொடர்ந்து ஒலித்துவரும் சுருதிப்பெட்டி அல்லது தம்புராவை, பாடகர் பாடும்போது உடன் வைத்துக்கொள்கிறார்.

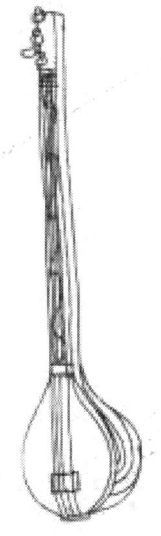

அவர் பாடுவதற்கு ஒரு சுருதி தேவைப்படுகிறது. அவர் பாடுவது சரியான சுருதியில் தானா என்பதை சுருதிப்பெட்டி அவருக்குத் தெரிவிக்கிறது. பாடகரும் சுருதிப்பெட்டி தரும் சுருதிக்கு நின்று பாடுகிறார்.

சரி சுருதி என்றால் என்ன?

யாழ் (வீணை), கின்னரம் (வயலின்) முதலிய கருவிகளில் இழுத்துக் கட்டப்பட்ட கம்பிகளை வில்லால் உராயும்போது அல்லது கையால் மீட்டும்போது கம்பி அசைந்து காற்றுடன் மோதுகிறது. கம்பியின் குறிப்பிட்ட அதிர்வு *(Vibration)* காற்றில் குறிப்பிட்ட துடிப்புகளை உருவாக்குகிறது. அந்தக் குறிப்பிட்ட அதிர்வு கொண்ட எண் ஒலியே சுதி *(Pitch)* அல்லது சுருதி என்று இசை மொழியில் அறியப்படுகிறது.

கம்பியின் துடிப்புக் கூடுவது, குறைவது, அதனால் ஏற்படும் ஒலி, அதாவது சுருதி கூடுவது குறைவதற்கு மூன்று காரணங்கள் உள்ளன:

1. கம்பியின் (அசைகின்ற) நீளம்

2. கம்பியின் பருமன்

3. கம்பி (கட்டப்பட்டுள்ள) விறைப்பு

இவ்வாறு வினாடிக்கு எத்தனை முறை கம்பி துடிக்கிறதோ அதை அதிர்வு எண் என்கிறோம். இந்த அதிர்வு எண்ணே ஒரு சுருதியின் (சுரத்தின்) துடிப்பு எண் ஆகும்.

வேறுபட்ட அதிர்வு எண்களைக் கொண்ட ஒலிகள் வேறுபட்ட சுரங்கள் ஆகின்றன. சுரங்கள் பண் ஆகின்றன. பண் இசை ஆகின்றது. எனவே, இசையின் அடிப்படை அலகு *(Fundamental Unit)* இந்தச் சுருதியே. எனவே, சுருதிக்கு 'அலகு' என்ற தமிழ்ச்சொல் உண்டு.

சுருதிப்பெட்டியிலிருந்து இடைவிடாது வெளிவரும், ஒரு குறிப்பிட்ட அதிர்வு எண் உடைய இந்த 'ச ச ச ச ...' என்ற ஒலியே அடிப்படைக்குரல் - ஆதார சுருதி - ஆதார சட்சம் *Pitch - Key note -*

Drone என்றெல்லாம் அழைக்கப் படுகிறது. நம் இசையின் அடிப்படையே இந்த 'ச' ஒலியில்தான் அமைந்துள்ளது.

பாடத் தொடங்குமுன் சுருதிப்பெட்டியின் இந்த 'ச' வுக்கு இணையாகவே, பாடகர் தம் குரலை சரி செய்து கொள்கிறார். அதாவது, தனது குரலின் துடிப்பும், சுருதிப் பெட்டியின் சுருதி ஒலித்துடிப்பும் ஒன்றாக இருக்கும்படியாக. இதையே பாடகர் சுருதி சேர்த்துக்கொள்கிறார் என்கிறோம்.

முதலில் 'ம் ம் ம் ...' என்று ஒலியை மெதுவாக எழுப்புகிறார். பிறகு 'ஆஆஆஆ ...' என்று தொடர்ந்து செல்கிறார். இதற்கு சுருதி சேர்த்தல், கேள்வி கூட்டல், ஒத்துச் சேர்த்தல், வீக்குதல் என்று பெயர்.

''மகரத்தின் ஒற்றால் சுருதி விரவும்''

சிலப்பதிகாரம் – அரங்கேற்று காதை, அடி 26–36.

என்று தமது உரையில் மேற்கோளாக இதையே அடியார்க்கு நல்லார் குறிப்பிடுகிறார்.

ஈராயிரத்துக்கும் மேற்பட்ட ஆண்டுகள் தொன்மையுடைய நம் இலக்கியங்கள் இந்தச் சுருதி பற்றி நிறையவே பேசுகின்றன.

கேள்வி, நரம்பு, குரல், தாது, தொடை, இமிர்வு, ஆர்ப்பு, ஒற்று, அலகு, பயிர், பண், வீக்கம், இனி, தன்னம், தன், மாத்திரை, ஒத்து, பற்று என்றும் நம் இசை மரபில் பலவாறாக, இசையின் அடிப்படை அலகு அறியப்பட்டு வந்திருக்கின்றது.

காதால் கேட்டு அறியப்படுவதால் கேள்வி என்று இதற்கோர் பெயருண்டு. வடமொழியில் சுருதி என்று அழைக்கப்படுகிறது. எழுதப்படாத காலத்தில் பாராயணம் *(Chanting)* மூலம் மட்டுமே காதால் கேட்கப்பட்ட வேதம் சுருதி என்றே அழைக்கப்படுகிறது.

''கற்றிலனாயினும் கேட்க'' - குறள் - 414

''கேட்பினுங் கேளாத் தகையவே கேள்வியால் ...'' - குறள் - 418

என்பார் வள்ளுவர்.

கற்றல் என்பது நாமே கற்றுக்கொள்வது. கேள்வி என்பது பிறர் கற்பிப்பதைக் காதால் கேட்டு நம்மைச் சான்றோர் ஆக்கிக்கொள்வது.

''பாடுதுறை முற்றிய பயன்தெரி கேள்வி'' - சிறுபாணாற்றுப்படை - 228 என்று சுருதியானது, கேள்வி என்ற சொல்லால் கட்டப்படுகிறது.

''பொன்வார்ந்தன்ன புரியடங்கு நரம்பின்

தொடையமை கேள்வி'' - பெரும்பாணாற்றுப்படை - 15,16

தொடுக்கப்படுவதால், அதாவது நிர்ணயமான சுருதி (அமைந்த சுர வரிசையுடையது) கேள்வியாகும். அது யாழின் புரி நரம்புகளால் (மெட்டுக்களால்) கட்டப்பட்டுள்ளதால், யாழ் தானே கேள்வி என்றொரு பெயர் பெறுகிறது.

''நரம்பின் தீங்குரல் நிறுக்கும் குழல்போல்'' - கலித்தொகை, பாலைக்கலி, பாடல் 33.

இது பாலை பாடிய பெருங்கடுங்கோ தரும் நுட்பமான செய்தி.

வெப்பத்தாலும் குளிராலும் யாழ் நரம்புகள் *(Strings)* விறைப்பும் தொய்வும் அடையும். அவ்வாறான நரம்பை மீட்டும்போது அதன் ஒலி அளவு (சுருதி) மாறி இருக்கும். ஆனால் புல்லாங்குழலின் துளைகள் நிலையானவை. எனவே, அது தரும் ஒலி அளவு (சுருதி) மாறாதது. ஆகவே, புல்லாங்குழலின் மாறாத சுருதியால், யாழ் நரம்புகளின் சுருதிகள் சரி பார்க்கப்பட்ட நம் பண்டை மரபு இங்கு கண்ணாடிபோல் புலவரால் காட்டப்பட்டுள்ளது. இவ்வாறு சுருதிக்கு ''குரல்'' என்று ஒரு பெயர் வழங்கியுள்ளது என்பதை அறிகிறோம்.

நாகசுரத்துடன் ஒத்து வாசிக்கப்படுவதைப் பார்க்கிறோம். நாகசுரக்காரரின் குரலுக்கு, ஒத்து நாகசுரம் ''ச'' என்ற சீரான சுருதியைத்

தரும் துணை வாத்தியமாகிறது. ஒத்துநாகசுரத்தில் பாட்டு எதுவும் வராததால், கிராமப்புறங்களில் ஊமைக்குழல் என்பார்கள் (ஒத்துநாகசுரம் படிப்படியாக இன்று மறைந்து வருகிறது. அந்த இடத்தை மின்சுருதிப்பெட்டி ஆக்கிரமித்துள்ளது.) வடநாட்டில் ஷெனாய் வாத்தியத்திற்கு ஒத்துஷெனாய் உடன் வாசிக்கப்படுகிறது. அதுவே அலகு-சுருதிக் கருவியாக விளங்குகிறது.

சிலப்பதிகார வேனில் காதையின் (அடி 44) "புறத்தொரு பாணியில் பூங்கொடி மயங்கி" என்ற பகுதிக்கு அரும்பத உரைகாரர் "மாத்திரை குறைத்து" ப் பாடுகின்ற முறைமை கூறுகிறார். அதாவது சுரங்களின், சுருதியைக் குறைத்து வேறு பண்ணாக ஆக்குதல் இது. எனவே, இன்று நாம் வழங்கும் சுருதி என்பதற்குப் பண்டை நாளில் மாத்திரை என்ற பெயர் வழங்கியுள்ளதை அறியலாம்.

"ஒற்றுறுப் புடைமையின் பற்றுவழிச் சேர்த்து" (புறஞ்சேரி இருத்த காதை, அடி 108) என்பார் இளங்கோஅடிகள்.

வீணை என்று பெயர் மாறிய யாழின் ஒற்று உறுப்பு இன்று தாளத்தந்தி என்று அழைக்கப்படுகிறது. யாழில் பாடுகின்றவர் என்ன தாளத்திற்குப் பாடுகிறார் என்பதைத் தெரிவிக்க இந்தத் தாளத் தந்தியை மீட்டிக் காட்டுவார். தாளத் தந்தி என்ற ஒற்று உறுப்பு, பற்று என்ற சுருதியை யாழ் வாசிப்பவருக்குத் தருகிறது. சுருதி, தாளம், சுரம் என்று அனைத்தையும் உள்ளடக்கிய ஒப்புயர்வற்ற இசைக் கருவி நம் யாழ்.

சுருதி பிடிப்பதை, தாது பிடித்தல் என்று "தாது" என்ற சொல்லாலும் நமது முன்னோர் குறிப்பிட்டுள்ளனர்.

"தாழுமலர் வரிவண்டு தாதுபிடிப்பன போல"

-பெ.புராணம், ஆனாய. புரா, பா.23.

ஆனாய நாயனாரின் புல்லாங்குழல் இசைக்கு வண்டு சுருதி பிடித்ததாக சேக்கிழார் கூறுகிறார்.

வண்டு மலர்களில் தேன் உண்ணும் போதும், பறக்கும்போதும் அதன் சிறகு வேகமாகக் காற்றில் மோதி ஒரு சீரான ஒலி ஏற்படும். அதை வண்டின் ரீங்காரம் என்று இக்காலத்தில் நாம் கூறுகின்றோம்.

சரிகமபதநி என்ற இசையின் ஏழு சுரங்களில் தொடக்கச் சுரமான 'ச' என்ற குரல், சுரம், ஆதார சட்சம், ஆதார சுருதி-அடிப்படைக் குரல் என்று கூறப்படுவதை நாம் பார்க்கிறோம். அந்த ஆதார சுருதியை 'ஸ்ஸ்....' என்று வண்டுகள் ஆர்ப்பரிப்பதாக நம் இலக்கியங்கள் காட்டுகின்றன.

"வண்டு ஆர்ப்ப" -பாலைக்கலி, பாடல் 34, அடி 6

"சுரும்பு ஆர்க்கும் குரலினொடு" -நெய்தல் கலி, பாடல் 6, அடி 2.

குரல் என்ற ஆதார சட்சத்தை வண்டு ஆர்ப்பரிப்பதாகப் புலவர் தெரிவிக்கின்றார்.

பாடகர் "இம் ம் ம் ம்....." என்று கேள்வி கூட்டுகிறார் (சுருதி சேர்க்கிறார்).

இதை "இமிர்பு" என்ற சொல்லால் நம் இலக்கியங்கள் பேசுகின்றன.

"சுரும்பு இமிர்ந்து" - பாலைக்கலி, பாடல் 34, அடி 6

"சுரும்பு இமிர் அடுக்கத்து" - குறிஞ்சிக்கலி, பா.9, அடி 16.

"இன்மலர் இமிர்பு ஊதும்" - மருதக்கலி, பா.13, அடி 2.

"வண்டு இமிர்பு ஊதும்" - குறிஞ்சிக்கலி, பா.7, அடி 2.

"சுரும்பு இமிர்ந்து இம்மென" - நெய்தல் கலி, பா.2, அடி 8.

"இம் என இமிரும் வண்டு" - குறிஞ்சிப்பாட்டு, அடி 147.

"அரும்பொதி அவிழ்ந்த சுரும்பு இமிர் தாமரை" - சிலம்பு, மனையறம் ப. காதை, 2:15

என்றெல்லாம் இவ்வாறாக, மகரத்தின் ஒற்றால், "இம் ம் ம் ம் ..." என்று இமிர்பு கூட்டியதை (சுருதி சேர்த்ததை) நம் சான்றோர் இலக்கியங்கள் பல இடங்களில் தெரிவிக்கின்றன.

''ம்'' என்று மகரத்தின் ஒற்றால் சுருதி சேர்ப்பது ஆதார சுருதி - ஆதார சட்சத்திற்குச் சேர்த்தலேயாகும். அது தமிழில் ''குரல்'' என்று அழைக்கப்படுகிறது.

''கரும்பு ஆர்க்கும் குரலினொடு'' - நெய்தல் கலி, பா.6, வ.2.

''வண்டுகதுப்பின் குரல் ஊத'' -பரிபாடல் 10:116

''குரல்குரல் தம்பி அவிழ்மலர் ஊத'' -பரிபாடல், 21:34.

என்பதால் சுருதி கூட்டும் ஆதார சுரத்தைக் குரல் என்று நம் முன்னோர் வழங்கிய மரபு தெரிய வருகிறது.

குரல் என்ற ஆதார-அடிப்படை ஒலியை (சமன் இயக்குக்குரல்-மத்திய ஸ்தாயி சட்சம்) மந்தக்குரல், தாழ்குரல் என்ற அடைமொழிகளால் நம் இலக்கியங்கள் பெயர் தந்துள்ளன.

''குரல் மந்தமாக இளி சமனாக'' -சிலம்பு-ஆய்ச். குரவை. வெண்பா.

குரல் மந்தமாக என்பதை, மந்தக் குரல் என்று பொருள் கொள்ள வேண்டும். நம் முழவுகளை, மந்த முழவு என்றும், தண்ணுமையைத் தாழ்குரல் தண்ணுமை (அரங்கேற்று காதை, 3:27) என்றும் நம் இலக்கியங்கள் சுட்டுகின்றன. இன்றும் நமது முழக்குக்கருவிகளின், குறிப்பாகத் தண்ணுமையின் (மதங்கம்- மிருதங்கம்) வலப்பக்கம், ''ச'' என்ற ஆதார சுருதிக்கே சுருதி சேர்க்கப்பட்டு வருகிறது.

''இடக்கண் இளியாக, வலக்கண் குரலாக'' என்று இந்த உண்மையை நச்சினார்க்கினியர், சீவகசிந்தாமணி பாடல் 675 உரை மேற்கோளாகக் காட்டுகிறார். அதாவது தோல் கருவிகளின் வலப்புறம் ''ச'' வுக்கும் இடப்புறம் ''ப'' என்ற இளிக்கும் (பஞ்சமம்) சுருதி சேர்க்கப்படுகின்றன.

மந்தக்குரல் என்பதுபோல தாழ்குரல் என்பது சமன்இயக்கு *(Middle octave)* குரல் (சட்சம்) ஆகும். எனவே தாழ் என்பது சமன் இயக்கைக் குறிப்பிடுகிறது. நமது பாடல்கள், நாட்டார் பாடல்கள்

பெரும்பாலும் சமன் இயக்கிலேயே (மத்திம ஸ்தாயி) அமைந்துள்ளன. ஆகவேதான் "தாழிசை" என்ற பெயர் இசைப்பாடல்களுக்கு வழங்கி வந்துள்ளது. இன்று நாம் அதை "சரணம்" என்கிறோம். சமன் இயக்குக் குரல்-அடிப்படைக் குரல்-ஆதார சுருதி-ஆதார சட்சம்-*Key Note* என்றே ஆங்கிலத்தில் வழங்கப்படுகிறது. அதனை *Key Tone* என்றும் அழைக்கிறார்கள். *Tone* என்பது குரல் என்றே தமிழிலும் பொருள்படுகின்றது.

இந்த ஆதார சட்சத்தைத்தான் பாடகர் தமது ஆதார சுருதியாக அமைத்துக் கொள்கிறார். எனவே, இது அடிப்படைக் குரல் என்று பெயர் பெறுகிறது.

அரங்கிசை தொடங்கும் முன்பு சுருதி *(Pitch)* என்ன என்று தமக்குள் தண்ணுமை (மிருதங்கம்), கின்னரம் (வயலின்), யாழ் (வீணை) வாசிப்போர் கேட்டுக் கொள்கின்றனர்.

சமன் இயக்குக் குரலில் (மத்திம ஸ்தாயி சட்சம்) ஆதார சுருதியைப் பாடகர் அமைத்துக் கொண்டால், அதற்கு ஒரு கட்டைச் சுருதி என்கிறோம். அதாவது, அவருடைய குரல் நாண் ஏற்படுத்தும் ஒலித்துடிப்பின் அளவு வினாடிக்கு 264 மற்றும் 256 என்று நம் இசையியலாளர்கள் கூறியுள்ளனர். (மத்திம ஸ்தாயி சட்சம்) சமன் இயக்கு குரல் சுரத்தின் துடிப்பு அளவாகும்.

இந்தத் துடிப்பு அளவு *(Pitch)* கூடும்போது, ஒலி அதிர்வும் *(Vibration)* கூடும். இவ்வாறு சரிகமபதநி என்று ஒவ்வொரு சுரத்திற்கும் சரியான அதிர்வு-துடிப்பு அளவுகள் உள்ளன. இந்த சரியான அதிர்வு எண்ணிக்கையில் பிறந்த ஒலி அளவே சுருதி என்பதாகும்.

மத்திமஸ்தாயி சட்சத்தின் துடிப்பு அளவான 264 ற்குப் பதில், சிலருக்கு இயற்கையாகவே குரல் நாண் துடிப்பு (சமன் இயக்கில்) -282 ஆக இருக்கலாம். அதாவது கொஞ்சம் கனத்த தொண்டை. இது மென்துத்தம் என்ற 'ரி' (சுத்த ரிசபம்) என்ற சுரத்தின் துடிப்பு அளவு.

அப்போது பாடகரின் சுருதி *1½* கட்டையாகிறது. இவ்வாறு இயற்கையிலேயே ஒவ்வொருவரின் குரல் வலிமையும் மாறுபடும். ஆனால் 1 அல்லது *1½* அல்லது 2 என்று ஒவ்வொருவருக்கும் ஒரு நிலையான குரல் அமைந்திருக்கும். அதை அவருடைய ''சுருதி'' அளவு *(Pitch Scale)* என்கிறோம்.

அடிப்படைக்குரல் என்பதைக் கேள்வி, குரல், தாது, மாத்திரை, நரம்பு, ஒத்து, பற்று முதலிய சொற்களால் நம் சான்றோர்கள் குறிப்பிட்டிருந்தும், வழக்கம்போல் இசைத்துறையிலும் ''சுருதி'' என்ற வடசொல்லை வலிந்து வழக்குக்குக் கொண்டு வந்துவிட்டனர்.

''மகரத்தின் ஒற்றால் சுருதி விரவும்'' -அடியார்க்கு நல்லார் உரை மேற்கோள்,

''தானநிறைச் சுருதிகளில் தகும் அலங்காரத் தன்மை'' -அப்பர்.

''தொடுத்தமுறை ஏழிசையின் சுருதி பெற வாசித்து'' -சேக்கிழார், ஆனாய்.பு.14.

''யாழ் நரம்பு ஓசைகளில் எஃகுச் செவியாலே சுருதி அளந்து'' -திருமுருகாற்றுப்படை.நச்.உரை 140, 141

''சொற்றமிழ் மாலையின் இசைகள் சுருதியாழ்முறை தொகுத்து'' -சேக்கிழார் சம்பந்தர் புராணம் - 141.

என்று இவ்வாறு நம் இசையில் சுருதி என்ற சொல் வழக்கிற்கு வந்துவிட்டது.

நன்றி கவிதாச்சரண்

ஜூலை செப். 2005

நாட்டார் பாடலும் புலவர் செய்யுளும்

கேம்பிரிட்ஜ் பல்கலைப் பேராசிரியராயிருந்த எம்.எம். சாடுவிக் *(Chadwik)* 1911இல் செருமானிய, கிரேக்கக் காப்பியங்களை ஒப்பிட்டு இரண்டும் பண்டைய கதைப்பாடல் *(Ballad)*களிலிருந்து தோன்றியவை என்று நிரூபித்துள்ளார்.

கிரிச் சகோதரர்கள். ரிமாக், பெர்னார்டு போன்றவர்களையும் இதே ஒப்பாய்வு செய்த முக்கியமானவர்களாகக் கொள்ளலாம்.

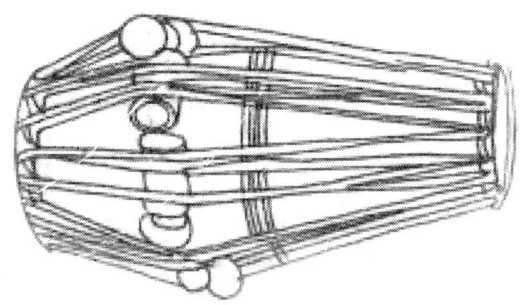

மில்மான்பேரி *(Millman Parry)* என்ற ஆய்வாளர் ஹோமரின் காப்பியங்கள் (இலியட், ஒடிசி ஆகியவை) வாய்மொழிப் பாடல்களாக முதலில் வழங்கி, பின் எழுத்து வடிவம் பெற்றுக் காப்பியங்களாக உருவானவை என்று கூறியுள்ளார். இதிகாசங்கள், புராணங்கள், காப்பியங்கள் யாவும் பண்டைக் கதைப்பாடல்களிலிருந்து எழுந்தவையே. மகாபாரதமும், இராமாயணமும் முதலில் நாட்டார் பாடல்களாகவே வழங்கி வந்தவை. சிலப்பதிகாரம் நாட்டார் கதைப் பாடலிலிருந்து எழுந்ததே.

தமிழ் மொழியின் முதல் நூலான தொல்காப்பியம் பல்வேறு பண்டைப் பாடல் வடிவங்களைப் பதிவு செய்துள்ளது. ''வேலன் வெறியாட்டு அயர்ந்த காந்தளும்'' -நூற்பா 1006 என வெறியாட்டுப் பாடலையும்

வாடாவள்ளி என்ற கொற்ற வள்ளைப் பாடலான வளமைப் பாடலையும் ''வாளோர் ஆடும் அமலையும் (நூற்பா 1018) (வாள் கூத்து) முன்தேர்க் குரவையும் ஒன்றிய மரபின் பின்தேர்க் குரவையும்'' (நூற்பா 1022) எனக் குரவைப் பாடலையும்

''கண் படை கண்ணிய கண்படை நிலையும்'' -நூற்பா 1036 எனத் தாலாட்டுப் பாடலையும்.

கொடிநிலை (கொடிச் சிறப்புப் பாடல்), கந்தழி (வெற்றிப் பாடல்), வள்ளி (வள்ளன்மைப் பாடல்) நூற்பா 1034 ஆகிய பாடல்களையும் ''சூதர் ஏத்திய துயிலெடை நிலையும்'' நூற்பா 1037 எனத் திருப்பள்ளி எழுச்சிப் பாடலையும் பெருமங்கலம், வாள்மங்கலம், மண்மங்கலம், நீராட்டு மங்கலம் எனப் பல்வேறு மங்கலப் பாடல்களையும், பண்ணத்தி என்ற நாட்டார் பாடல்களையும் இன்னும் இருபது வகை வண்ணப் பாடல்களையும் தொல்காப்பியா விரிவாகக் கூறுகிறார்.

பண்ணத்தியைப் பாட்டும் மடையும், மோதிரப்பாட்டும், கடகண்டும் ஆகிய கூத்துப்பாடல்கள் (நாடகச் செய்யுள்) என்றே உரையாசிரியர் பேராசிரியர்குறிப்பிடுகிறார்.

தாழிசை, துறை, விருத்தம் (மண்டிலயாப்பு) என்ற பாவினங்களை இளம் பூரணர் பண்ணத்தியில் அடக்கியுள்ளார். இதனால் பாவினங்கள் இசைப் பாடல்களே என்றும் அறிய முடிகிறது. இதன் மூலம் ஆசிரியம், வெண்பா என்ற பாக்களிலிருந்து பாவினங்களாக இசை நகர்வு பெற்றதை அறியமுடிகிறது. எளிய மக்கள் வடிவான, உலக்கைப் பாட்டு என்ற வள்ளைப் பாட்டு சங்க இலக்கியமான கலித்தொகையில் இடம்பெறக் காண்கிறோம்.

''அகவினம் பாடுவாம் தோழி ...

வகைசால் உலக்கை வயின் வயின் ஒச்சி''

கலித்தொகை 40

''பாடுகம், வா, வாழி, தோழி வயக்களிற்றுக்

கோடு உலக்கையாக நற் சேம்பின் இலைசுளகா

ஆடுகழை நெல்லை அறை உரலுள் பெய்து இடுவாம்''

மேலது 41

''வள்ளை அகவுவம் வா''

மேலது 42

அடுத்து நாட்டார் பாடல்களை முதன் முதலில் பேரளவும் பதிவு செய்தவர் இளங்கோ அடிகளே. குரவைப்பாட்டு. வள்ளைப்பாட்டு. ஆற்றுவரி, சாற்றுவரி, முகமுடைவரி, முகமில்வரி, முரிவரி, கந்துகவரி, அம்மானைவரி எனப் பல்வேறு நாட்டார் பாடல்கள் சிலம்பில் பதிவு பெறுகின்றன. மாணிக்கவாசகரில் திருச்சாழல், திருத்தெள்ளேணம், திருத்தோள் நோக்கம் என்றும் பள்ளுப்பாட்டாக, கண்ணிகளாக, கும்மிச்சிந்து, நொண்டிச்சிந்து எனச் சிந்துப் பாடல்களாக, தெம்மாங்காக, சித்தர்கள், தாயுமானவர், வள்ளலார், பாரதி, பாரதிதாசனிடம் பதிவு பெறுகின்றன. கீர்த்தனைகளாக மலர்ந்துள்ளன. புதுக்கவிதைகளாகப் பூத்துள்ளன.

தாலாட்டு: 'வேலன் வெறியாட்டு' என்பது போன்ற சடங்குகளிலிருந்தே இசையும் ஆடலும் தோன்றுவதாக ஆய்வாளர்கள் கூறுகின்றனர். மேலும் குரவை, பாணர் இசைப்பாடல்கள் மற்றும் கதைப்பாடல்களும் ஆதி இசை வடிவங்களே. ஆயினும் இவை எல்லாவற்றிலும் முந்திய வடிவம் தாலாட்டு வடிவமே. தொல்காப்பியர் 'இதை கண்படை' என்று பதிவு செய்துள்ளார். தாலாட்டு மானிடத் தொடர்ச்சிக்கான தொப்பூழ்க் கொடி உறவைத் தன்னகத்தே கொண்டது.

குழந்தையைச் 'சீராட்டுதல்' என்பதிலிருந்து பிறந்தது தாலாட்டு. விலங்குகள், பறவைகளிடமிருந்து முதல் முதலாக சீராட்டுதலை ஒரு தாய் கற்றுக் கொள்கிறாள்.

குழந்தைகளுக்கான புதிய கல்விமுறையான *(Kinder Garten)* என்பது விளையாட்டு, ஆடல் பாடல்களைக் *(Rhymes)* கொண்டது. 'மாண்டிசோரி' கல்விமுறை இவ்வாறானதே.

தால் + ஆட்டு = தாலாட்டு. ஆட்டு என்பது ஆடலைக் குறித்தது. தாலாட்டிலே ஓர் ஆடலும் உண்டு (தால் = நாக்கு; ஆட்டு = அசைப்பது)

பண்டைய நாட்டார் பாடல்களில், ஓரடி, ஈரடிக் கண்ணிகளாக அமைந்த பாடல்களே முதலில் தோன்றிய பாவடிவங்கள். தாலாட்டு கண்ணிகளாகவே அமைந்துள்ளது. மேலும் ஒப்பாரி, சிந்து, தெம்மாங்கு, கும்மி போன்ற நாட்டார் வடிவங்களும் கண்ணிகளாகவே அமைந்துள்ளன. பாரசீகக் கசல்கள் கண்ணிகளே. கண்ணிகள்- *Couplet* என்று மேலை நாடுகளில் அழைக்கப் படுகின்றன. திருமுறைகள் 'தமிழ் மாலைகள்' என்றே கூறப்பட்டுள்ளன.

விறலி விடுதூது முழுவதும் கண்ணிகளே; சூஃபி ஞானியர் தக்கலை பீர் முகமதப்பாவின் ஞானரத்தினக் குறவஞ்சி முழுமையும் கண்ணிகளே. சிலம்பின், கனாத்திறம் உரைத்த காதை மற்றும் வஞ்சினமாலை, கண்ணி களாகவே பாடப்பட்டுள்ளன.

நாட்டார் பாடல்களில் அமைந்த கண்ணிகள் சரம் சரமாக வருவதால் ‘சரம்’ என்றும், கொத்துக் கொத்தாக அமைவதால், ‘கொத்து’ என்றும், பத்தி பத்தியாக அமைவதால் ‘பத்தி’ என்றும் (உரைநடையில் பத்தி பிரித்து எழுதுவது இவ்வாறு வந்ததே), இதுவே ‘தாழிசை’யாகி, பின்னாளில் கீர்த்தனை என்ற உருப்படியில் ‘சரணங்கள்’ என்றும் பெயர் பெறுகின்றன; பல்லவியாகவும் அமைகின்றன.

‘‘கொல்லத்திலே யாவாரம் - என் கண்ணே

கொத்தமல்லி யாவாரம்

கொத்தமல்லி வித்துப்போட்டு - உன் மாமன்

கொலுசு பண்ணி வாராக’’

இது இரண்டு கண்ணிகளைக் கொண்ட ஒரு சரம். இவ்வாறு ‘மதுரையிலே யாவாரம்’, ‘சேலத்திலே யாவாரம்’ என்று ஆக மூன்று சரங்களாக வருகிறது.

‘கொன்றையந்தீங்குழல் கேளாமோ தோழி, ‘ஆம்பலந் தீங்குழல் கேளாமோ தோழி’, ‘முல்லையந்தீங்குழல் கேளாமோ தோழி’ என்று மூன்று சரங்கள் ஆய்ச்சியர் குரவையில் வருகிறது. ஒரு பொருள் மேல் மூன்றடுக்கி வந்தது என்று இதை அழைக்கின்றோம். மூன்று தாழிசை பெற்று வந்தது’ என்று கலிப்பா மரபில் கூறும் வழமையும் உண்டு.

‘ஒத்து மூன்றாகும் ஒத்தாழிசையே’ -(நூற்பா 1399) என்பார் தொல்காப்பியர்.

தாலாட்டில், தனிச்சொல் குழந்தையை விளிப்பதற்காக வருகிறது

‘‘ஆராரோ ஆரிரரோ - எங்கண்ணே

ஆரிரரோ ஆராரோ’’

எங்கண்ணே என்ற தனிச்சொல் பின்வந்த கண்ணிகளில் கிளியே, குதம்பாய், பராபரமே, மனோன்மணியே என்று வரக்காண்கிறோம். திருப்புகழில் ‘பெருமாளே அருளாளா’ என்று தொங்கலாக வருகிறது.

‘மாலைப்பொழுதின் மயக்கத்திலே கனவு கண்டேன் - தோழி’ என்பது தோழியை அழைத்துப் பாடும் பாடல். கிளிக்கண்ணி போன்ற பாடல் வடிவங்களே, கிள்ளைவிடுதூது போன்ற தூது இலக்கியங்கள் மலர்வதற்கு அடிப்படையாகின்றன. யாரையாவது தூது அனுப்புதல்.

‘தூது செல்ல ஒரு தோழி இல்லை என்று துயர் கொண்டாயோ - தலைவி’

ஆசிரியப்பா : இசைப்பா என்ற அளவில் ஆதிப்பா தாலாட்டுதான். இயற்பா என்ற அளவில் ஆதிப்பா ஆசிரியம் என்ற அகவல்பா. கூவி அழைத்து, விளித்துப் பாடுவதால் அகவல் பா ஆயிற்று. தோழி கூற்று, தலைவி கூற்று என்பதையும் நாம் ஒப்பு நோக்கலாம். இசைப்பாடலிலிருந்து இயற்பாவாக புலவர் மரபில் மாறுவதைக் காணலாம். ஆசிரியப்பா இவ்வாறு தோற்றம் கொள்கிறது. நாட்டாரின் அகவல்பா, புலவர் (தொல்காப்பியர்) மரபில் ஆசிரியப்பா ஆகிவிட்டது.

சங்க இலக்கியங்களில் பெரும்பாலானவை அகத்துறை சார்ந்தவை. எனவே அத்துறைக்குப் பொருத்தமான உரையாடல் மொழியில் அமைந்த அகவல் பாவிலே சங்க இலக்கியங்கள் அமைந்துள்ளன. அகவன் மகளிர், அகவர், அகவலர் என்ற கூற்றுகளையும் நாம் ஒப்புநோக்க வேண்டும்.

தாலாட்டை இரண்டு வகைகளாகப் பிரிக்கலாம். 1. குறுந்தாலாட்டு 2. நெடுந்தாலாட்டு. குறுந்தாலாட்டு சில கண்ணிகளாகச் சில சரணங்களாக (மேலே குறிப்பிட்ட கொல்லத்திலே யாவாரம் போன்று) அமைந்தது. இவ்வகைக் குறுந்தாலாட்டு-நாட்டார் பாடல்களே, குறுந்தொகை முதலிய சங்கத்தொகை இலக்கியங்கள் மலர மூலமாக இருந்துள்ளன.

நெடுந்தாலாட்டு என்பது ‘மாடப்புறாவே மாடப்புறாவே மழைக்கெல்லாம் எங்கிருந்தே’ என்பது போன்று கதை கூறும் நீண்ட

கதைப்பாடலாக வருவது. சங்கநெடும் பாடல்களான பத்துப்பாட்டு போன்ற புலவர் மரபு இலக்கியங்களுக்கு இந்த நெடுந்தாலாட்டு-கதைத் தாலாட்டு என்ற நாட்டார் நெடும் பாடல்களே மூலமாக இருந்துள்ளன.

ஆசிரியப்பாவின் அடையாளம் அகவல் உரிச்சீர், மாச்சீரும், விளச்சீருமான ஈரசைச்சீர் ஏந்தி வரும். வஞ்சியும், வெள்ளையும் விரவி வரலாம். மற்றொரு முக்கியமான அடையாளம் ஈற்றயலடி முச்சீராய் வரவேண்டும். (முச்சீரடி நடுவிலோ வேறு எங்கோ கூட வரலாம்)

பண்டைய இசைப்பாடலிலிருந்து நேரிசை ஆசிரியம் என்ற இயல்பாவுக்கு நகர்ந்த புலவர் மரபு பின்பு மெல்ல மெல்ல இசைப்பாடலுக்கு மீண்டும் நகர்வு பெறத் தொடங்குகின்றது. அதன் அடையாளமே தாளத்திற்குப் பொருந்தி வரும் மண்டில யாப்பு முறை; முதன் முதலில் ஆசிரியப்பாவின் வகையான நிலைமண்டில ஆசிரியத்தில் இதை நாம் பார்க்கிறோம். இயற்பா வடிவான நேரிசை ஆசிரியத்திலிருந்து இவ்வாறாக இசைப்பாடலாக, நிலைமண்டில ஆசிரியமாகப் புலவர் மரபு நகர்வு பெறுவதை நாம் அவதானிக்க முடிகிறது.

'அகவன் மகளே பாடுக பாட்டே' என்ற பாடினி ஔவையின் குறுந்தொகைப் (23) பாட்டில் நிலைமண்டில ஆசிரியம் கால்கொள்ளத் தொடங்கியதைப் பார்க்கிறோம்.

தேவராயரின் கந்த சஷ்டி கவசத்தை எடுத்துக் கொண்டால், காப்புச் செய்யுளாக, 'துதிப்போர்க்கு' என்று நேரிசை வெண்பா மற்றும் 'அமரர் இடர்' என்ற குறள் வெண்பாவுடன் தொடங்கும் தேவராயர் 'சஷ்டியை நோக்கச் சரவண பவனார்' என்று தம் இசைப்பாடலை நிலைமண்டில ஆசிரியத்திலேயே அமைத்துக் கொள்கிறார்.

வள்ளலாரின் ஐந்து திருமுறைப் பொழிவுகளின் பிழிவாக ஆறாம் திருமுறையைக் கூறலாம். ஆறாம் திருமுறையின் முழுச் சாரமாக

அருட்பெருஞ்சோதி அகவலைக் கருதலாம். இந்த அருட்பெருஞ்சோதி அகவலை இசைப்பாடலாக நிலைமண்டில ஆசிரியத்தில் வள்ளலார் அமைத்துள்ளார். கொங்குவேளிரின் பெருங்கதை, பாரதியின் 'வாழிய செந்தமிழ்', கண்ணன் என் சீடன் ஆகியவை நிலை மண்டிலங்களே.

30 காதைகளில் சிலம்பின் 19 காதைகளை நிலைமண்டில ஆசிரியப்பாவில் இளங்கோ அடிகள் இசைப்பாடலாகவே பாடுகின்றார். மாணிக்கவாசகரின் கீர்த்தித்திரு அகவலும், போற்றித்திரு அகவலும் நிலைமண்டில ஆசிரிய யாப்பிலேயே உள்ளன. இவையெல்லாம் இயற்பாவிலிருந்து புலவர் மரபு இசை நோக்கி நகர்ந்ததின் அடையாளங்களே.

வெண்பா : வெண்பாவின் அடையாளம் வேற்றுத்தளை விரவாமல் வருவது மற்றும் ஈற்றடி முச்சீரால் அமைவது, ஆணையாக, சட்டமாக, உத்தரவாக, அறம், நீதி கூறும் நீதிமொழி வெண்பாவின் அடையாளம். எனவே அகத்துறை சார்ந்த பெரும்பாலான சங்கப்பாடல்கள் புறப்பொருள் சார்ந்த வெண்பா யாப்பில் அமையவில்லை. பதிணென் கீழ்க்கணக்கு நூல்கள் பெரும்பகுதி நீதி இலக்கியங்கள்; ஆதலால் அவை பெரும்பாலும் வெண்பா யாப்பில் அமைந்துள்ளன.

ஒரு நாலடி வெண்பா என்பது இரண்டு கண்ணிகள் கொண்டது. முதல் இரண்டடி ஒரு கண்ணியாகவும் (இரண்டாம் அடி தனிச்சொல் என்ற ஈற்றுச் சீரும் கொண்டது) மீதி இரண்டடி ஒரு குறள் வெண்பாவாகவும் வருவது. இந்த நேரிசை வெண்பாவானது, இசை நோக்கி நகரும்போது புதிய இன்னிசை வெண்பாத் தோற்றம் கொள்கிறது. அதாவது தனிச்சொல் இன்றி நாலடி நாற்சீர்' என அளவடியாகித் தாளத்திற்குப் பொருந்திவர இன்னிசை வெண்பா என்ற யாப்பாகிறது. இந்த இன்னிசை வெண்பா யாப்பே மண்டில யாப்பு எனும் விருத்த யாப்பிற்கு மூலமாகியுள்ளது.

இருகுறள் வெண்பா என்ற சவலை வெண்பா வகை நம்மிடம் உண்டு.

அட்டாலும் பால் சுவையிற் குன்றா தளவாய்

நட்டாலும் நண்பல்லார் நண்பல்லர்

கெட்டாலும் மேன்மக்கள் மேன்மக்களே சங்கு

சுட்டாலும் வெண்மை தரும் - மூதுரை 4

போன்ற சவலை வெண்பா யாப்பு நிலை பெறவில்லை. ஏனெனில் புலவர் மரபு இசையை நோக்கி நகர்வு பெறும் காலகட்டத்தில் இரண்டாம் அடியும் ஈற்றடியும் முச்சீர் பெற்று தாளத்திற்குப் பொருந்தாத யாப்பில் உள்ளதால் சவலை வெண்பா யாப்பு வெற்றி பெறவில்லை. இசைப்பாடல்கள் நோக்கி நகர்வு பெற்ற புலவர் மரபு தாள இசைக்கு இடம் தராத இவ்வகை யாப்புகளை உதறிவிடுகின்றது. கண்ணிகளால் அமைந்த பாடல்களுக்கு கலிவெண்பா என்று புலவர் மரபு பெயர் சூட்டுகின்றது. கலிவெண்பாவானது தனிச்சொல் பெற்றுப் பல அடிகளால் அமைவது. கலி என்பது இங்கு மிகுதியைக் குறிப்பது. கலிவெண்பாவில் கலித்தளை வருவதில்லை. ஆகக் கலிவெண்பா என்பது பண்டைய கண்ணிகளால் அமைந்த இசைப்பாடல்களுக்குப் புலவர் மரபு சூட்டிய புதிய பெயரே. இவ்வாறே முத்து வீரியமும், வீரசோழியமும் கூறுகின்றன. இதைத் தனது செய்யுள் இலக்கணத்தில் முதன் முதலில் பூவை கலியாண சுந்தர முதலியார் குறிப்பிடுகின்றார்.

கலிவெண்பாட்டு என்ற இசைக்கண்ணிகளை கனாத்திறம் உரைத்த காதை மற்றும் வஞ்சின மாலை ஆகிய காதைகளில் இளங்கோ அடிகள் பயன்படுத்துகின்றார்.

"முற்பகல் செய்தான் பிறன்கேடு தன்கேடு

பிற்பகல் காண்குறூஉம் பெற்றியகாண்-நற்பகலே"

"வன்னி மரமும் மடைப்பளியும் சான்றாக

முன்னிறுத்திக் காட்டிய மொய்குழலாள்-பொன்னிக்''

''கரையின் மணற்பாவை நின்கணவ னாமென்று

உரை செய்த மாதரொடும் போகாள்-திரைவந்து''

எடுத்துக்காட்டாக மேலே காட்டிய மூன்று முதல் ஏனைய கண்ணிகளும் ஆசிடை இட்டுத் தனிச் சொல்லாகவும் கண்ணிகளாகவும் பதிப்பிக்காத குறை உ.வே.சா. பதிப்பு முதல் இன்றுவரை தொடர்கிறது.

கலிப்பா : வஞ்சிப்பாவையும், கலிப்பாவையும், வெண்பாவிலும் ஆசிரியத்திலும் தொல்காப்பியர் அடக்கிக் காட்டியுள்ளார்.

''பாவிரி மருங் கினைப் பண்புறத் தொகுப்பின்

ஆசிரியப்பா வெண்பா என்றாங்கு

ஆயிரு பாவினுள் அடங்கும் என்ப'' - நூற்பா 1364

''வெண்பா நடைத்தே கலி என மொழிப'' - நூற்பா 1365

கலிப்பாவும் பரிபாடலும் இசைப்பாக்கள்.

கலிப்பாவின் தாழிசை, தனிச்சொல், அந்தாதி அமைப்பு, கண்ணிகள், உரையாடல் (உரையாடல்-குழுப் பாடலின் அடையாளம்) முதலியன கலிப்பாவானது இசைப்பா என்பதன் அடையாளங்கள்.

மருட்பா என்பது முதல் பகுதி வெண்பாவிலும் மீதி ஆசிரியத்தாலும் ஆனது. தாளத்திற்கு ஏற்புடையது அல்லாததால் மருட்பா வெற்றி பெறவில்லை. புலவர் மரபும் மருட்பாவைக் கைக்கொள்ளவில்லை. அகவல், வஞ்சி, வெண்பாவை விட இசைப்பாடலான கலிப்பாவின் வகைமைகளை மிக விரிவாகத் தொல்காப்பியர் குறிப்பிடுகிறார். தொல்காப்பியர் காலத்திற்கு முன்பே புலவர் மரபு இசைப்பாடல் நோக்கி நகர்வு பெற்றதின் அடையாளமிது. ஒத்தாழிசைக்கலி, கொச்சகக்கலி, உறழ்கலி, வண்ணக ஒத்தாழிசை, கொச்சக ஒரு போகு,

அம்போதரங்க ஒருபோகு என்று பல்வேறு கலிப்பா வகைகளைக் கூறுகிறார்.

இது இன்னும் விரிவு பெற்று மேலும் இசையை நோக்கி நகர்ந்து மயங்கிசைக் கொச்சகக் கலியாகவும், அயல் மயங்கிசைக் கொச்சகமாகவும், பல்தாழிசைக் கொச்சகக் கலியாகவும் சிலப்பதிகாரத்தில் இடம் பெறுகின்றது. கலிப்பாவுடன் சேர்ந்து இசை நோக்கிய நகர்வில் புதிததாய் மலர்ந்த பா இனங்களான தாழிசை, துறை, விருத்தத்துடன் கலித்தாழிசையாக, கலித்துறையாக, கலிவிருத்தமாக இசைப்பாடல்களாகவே மலர்ச்சி பெறுவதைப் பார்க்கிறோம்.

இசைக்கு அதாவது தாளக்கணக்கிற்கு ஏற்ற மண்டில யாப்பு என்ற விருத்த யாப்பைக் கைக்கொண்டு திருத்தக்க தேவர் வெற்றி பெறுகிறார். கம்பன் அதே விருத்தத்தைச் சந்த விருத்தமாக்கி மேலும் இசைபட வளர்ந்து வாகை சூடுகின்றான். அது அருணகிரிநாதரிடம் வண்ணவிருத்தமாக, இசைப்பாடலாக வெற்றியின் சிகரத்தை அடைகின்றது.

இசைப்பாடலான கலித்துறையும், தாளத்திற்குப் பொருந்தி வரும் மண்டிலயாப்பான ஆசிரியவிருத்தமும் நிறைந்து வருவதை ஆழ்வார்களின் பாசுரங்களிலும், நாயன்மார்களின் திருமுறைகளிலும் பார்க்கிறோம்.

ஒப்பாரி : ஒப்பு, மாரடிப்பு, பிலாக்கணம் (பிணக்கானம்) என்றெல்லாம் அழைக்கப்பெறும் நாட்டார் இசை வடிவான ஒப்பாரி, கண்ணிகளால் அமைந்த இரங்கற் பாடல்களே.

"வெறகு மேலே வெறகடுக்கி-என்னோட

வேதனய உள்ளடக்கி

வெறவு சுருண்டெரியும்-நீங்க வச்ச

வெசனமும் நின்னெரியும்"

-முனைவர் த. கனகசபை, சந்தனத்தீ. பக்.10

மேற்கண்ட ஒப்பாரி இரண்டு கண்ணிகளால் ஆனது.

''செந்தமிழ் நாடெனும் போதினிலே இன்பத்

தேன்வந்து பாயுது காதினிலே-எங்கள்

தந்தையர் நாடென்ற பேச்சினிலே யொரு

சக்தி பிறக்குது மூச்சினிலே''

என்ற பாரதியின் கும்மிப்பாடல் கண்ணிகளால் ஆனது. இத்தகைய நாட்டார் பாடல்களின் தாய் வடிவான தாலாட்டு கண்ணிகளால் ஆனது.

''மாதா மணியடிக்க-என் கண்ணே

மாரியம்மன் காவருக்கோ

சாமி மணியடிக்க-என் கண்ணே

சம்மனசு பூசை வைக்கோ''

-முனைவர் த. கனகசபை, சந்தனத்தீ

இந்தக் கண்ணிகளே செவ்வியல் இசை வடிவில் சிறப்பானதாகப் போற்றப்படும் உருப்படி என்ற கீர்த்தனைகளில் பல்லவி அடிகளாகிறது.

''மாயவித்தை செய்கிறானே-அம்பலவாணன்

மாயவித்தை செய்கிறானே

ஓங்காரமாய் விளங்கும் நாதம் - அந்த

ரீங்காரமே இன்பகீதம்''

''பார்த்த முதல் நாளே - உன்னைப்

பார்த்த முதல் நாளே''

என தற்காலக் கவிஞர் தாமரையின் பாடலில், கண்ணியே பாடலின் முதல் அடியாய் வருகின்றது.

"கண் விழித்துச் சொப்பனம் கண்டேன் - உன்னாலே

கண் விழித்துச் சொப்பனம் கண்டேன்"

என்பதுவும் ஒரு கண்ணியே. இவ்வாறு பண்டைப் பாணர் இசை, வெறியாட்டு, குரவை, முதன்மையாகத் தாலாட்டு என்று இசைப்பாடல்களாகப் பிறந்த 'கண்ணிகள்' என்ற நாட்டார் வடிவ இசையிலிருந்து இயல்பாக்களாகப் புலவர் மரபு ஆக்கிக்கொண்ட வெண்பாவும் ஆசிரியமும் மீண்டும் இசைப்பாடல்களாகத் தமிழ் மரபில் நகர்ச்சி பெற்றதைப் பார்க்கிறோம்.

நன்றி - புதிய பார்வை

ஜனவரி 16-32007

இதயத்தின் முகவரி சொன்னவர்

1916 மார்ச் இருபத்தி ஒன்றாம் நாள்; தும்ரான் கிராமம் (தும்ரான் என்ற வட்டாரம் இன்றைய பீகார்; பௌத்த விகாரங்கள் நிறைந்த மாநிலம் பீகார் (விகார்-பிகார்-பீகார்) திராவிட மொழியமைப்பில் வகரம் பகரமாவது இயல்பு (வங்காளதேசம்-பங்களாதேஷ்).

இனி செய்திக்கு வருவோம். தும்ரான் கிராமத்தில் மேற்சொன்ன நாளில், ஒரு சின்னஞ்சிறிய வீட்டில் ஒரே அமைதி. "ஆண் குழந்தை"

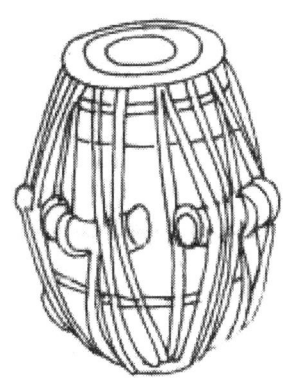

என்றொரு குரல் உள் வீட்டிலிருந்து; பிஸ்மில்லாஹ் (இறைவனின் திருப்பெயரால்) என்று மற்றொரு குரல் ஆசுவாசப்படுகிறது. பின்னாளில், பிஸ்மில்லாகான் என்ற பெயரே நின்று நிலைத்து விடுகிறது. சிறுவயதில் கமருதீன் என்றும் அழைத்துள்ளர்கள்.

பிஸ்மில்லாகானின் முன்னோர்கள் அரண்மனை இசைக்காரர்கள், குறிப்பாக தும்ரான் இராஜதானிக்கு. பிஸ்மில்லாகான் இருபதாவது வயதில் கங்கைக்கரைக் காசிக்குச் செல்கிறார். காசி விஸ்வநாதர் ஆலயத்தில் அவருடைய மாமா அலிபக்ஸ் (விலாயத்து) இசைச் சேவையில் ஈடுபட்டிருந்தார். அவரே பிஸ்மில்லாகானிற்கு செனாய் ஆசானாகிறார்.

எழுபது ஆண்டுகள் காசியிலும், கங்கைக்கரையிலும் ஏன் உலகமெல்லாம் சுழன்றடித்த அந்த இசைத்தென்றல் 2006 ஆகஸ்ட் 22ஆம் நாள் செனாய் இசையில் இரண்டறக் கலந்துவிடுகின்றது.

1947 ஆகஸ்ட் 15, முதல் இந்தியச் சுதந்திரதின விழாவில் பிஸ்மில்லாகானின் இசைக் கருவியிலிருந்து எழுந்த காஃபிதாட், கேட்ட செவிகளையும் அது சங்கமமான இதயங்களையும் கிறுகிறுக்க வைத்துவிட்டது.

காஃபி - தொல்காப்பிய உரைகூறும் மருதம்மருதயாழ்; சிலம்பு சுட்டும் கோடிப்பாலை, இன்றைய கரகரப்பிரியா, ஏழெழுத்து இசை மொழிக்குக் காலமேது? வட்டாரமேது? நாடேது? மதமேது? சாதியேது?

இசைக் கருவிகளால் புகழ் பெற்றவர்கள் பலர். வீணை தனம்மாள், வயலின் குன்னக்குடி, தவுல் வலையப்பட்டி, தபலா சாகிர் உசேன்; கலைஞர்களால் உன்னதமடைந்த வாத்தியங்களும் உண்டு. இராசரத்தினம் பிள்ளையால் நாகசுரம் புகழடைந்தது. இரவிசங்கரால் சிதார் சிறப்பு பெற்றது. சிவ்குமார் சர்மாவால் சந்தூர் பெருமை கொண்டது.

அதைப் போலவே பிஸ்மில்லாகானால் செனாய் உன்னதமடைந்தது.

முகவீணை என்ற கட்டைக் குழலை விட நீளம் அதிகமானதும், நாகசுரத்தைவிட நீளம் குறைந்ததுமான ஒரு நடுத்தர வாத்தியம் செனாய். இராசரத்தினம் பிள்ளை தொடக்க நாளில் வாசித்தது திமிரி நாயனம் என்ற சுருதி அதிகமுள்ள நாகசுர வாத்தியம். திமிரியும் செனாயும் சுருதி கூடியவை. ஓரளவு ஒத்த நாதம் கொண்டவை என்று கூறலாம். (இராசரத்தினம் பிள்ளை, பிஸ்மில்லாகான் இருவரும் சந்தித்துக் கொண்டபோது பிஸ்மில்லாகானிடமிருந்து செனாய் கருவியை வாங்கி அற்புதமாக இராசரத்தினம் பிள்ளை வாசித்ததைக் கேட்டு பிஸ்மில்லாகான் புகழ்ந்திருக்கிறார்)

திமிரியை நீளம் கூட்டிச் சுருதி குறைத்து இடைப்பாரி நாயனமாக்கிய பெருமை இராசரத்தினம் பிள்ளைக்கும், மதுரை எம்.கே.எம். பொன்னுசாமிப் பிள்ளைக்கும் உரியது. செனாய் நாதத்தோடு இராசரத்தினம் பிள்ளை தொடக்கக்காலத்தில் வாசித்தது திமிரி நாயனம். மதுரை எம்.கே.எம். பொன்னுசாமிப் பிள்ளை வாசித்தது இடைப்பாரி நாயனம். சேக் சின்ன மவுலானா சாகிப் வாசித்தது நீண்ட இன்னும் சுருதி குறைந்த பாரி நாயனம். (இசைக்கருவிகளின் நீளம் அதிகரிக்க அதிகரிக்கச் சுருதி குறைந்துவிடும்)

நம் நாகசுரத்திற்கும் செனாய் கருவிக்கும் பல ஒற்றுமைகள் உண்டு. நாக சுரத்தைப் போல செனாய் இரட்டையாகவே (துணை செனாயுடன்) இசைக் கப்படுகிறது. நாகசுரத்திற்கு சுருதிக் கருவியாக ஒத்து இருப்பது போல செனாய்க்கு ஒத்து செனாய் இசைக்கப்படுகிறது.

மணவிழாவிலும் உள்ளூர் விழாக்களிலும் வழங்கிவந்த செனாய் வாத்தியத்தை அரங்க இசைக் கருவியாக உலக மன்ற அளவில் உயர்த்திய பெருமைக்குரியவர் பிஸ்மில்லாகான்.

பிஸ்மில்லாகான் வாங்கிய விருதுகள் :

1956 சங்கீத நாடக அகாடமி விருது.

1961 பத்மஸ்ரீ விருது, தேசியப் பண்பாட்டு நிறுவனம் வழங்கிய பாரத செனாய் சக்கரவர்த்தி விருது.

1968 பத்மபூஷண் விருது. பத்மவிபூஷண் விருது.

1980 மத்தியபிரதேச அரசின் தான்சேன் விருது.

1981 காசி இந்து பல்கலைக்கழகம், சாந்திநிகேதன் பல்கலைக்கழகம், மராத்வாடா பல்கலைக்கழகம் எனப்பல பல்கலைக்கழகங்கள் வழங்கிய டாக்டர் பட்டங்கள்.

பிஸ்மில்லாகான் பிறந்த 1916இல் பிறந்தவர்கள் தான் எம்.எஸ். சுப்புலட்சுமி, ரவிசங்கர், லதாமங்கேஷ்கர். இந்த நால்வருக்கிடையிலும் உள்ள ஒற்றுமை, நால்வருக்கும் பாரத ரத்னா விருது வழங்கப்பட்டுள்ளது.

முதன்முதலில் இந்துஸ்தானி இசையில் ஆலாபனை கேட்டால் குமட்டிக் கொண்டு வரும். இசையின் சுரங்களை எழுத்தெழுத்தாக மெதுவான முதல் நடையில் *(Slow tempo)* கேட்கும்போது ஒலிம்பிக் தரத்திற்கு எழுந்து ஓடத் தோன்றும். மெதுவான நடையில் இசை கேட்டு நமக்குப் பழக்கமில்லை. நம் பாடல்கள் பக்தி, மெல்லிசை, திரைப்படப் பாடல் யாவும் இரண்டாம் காலத்தில் (மத்திம காலம் வாரநடை) அமைந்தவை. மத்திம காலச் சாகித்தியங்கள் என்ற சொல்லாடலும் உண்டு. முதல் நடையில் பாடல் கேட்கும் நம் பழக்கத்தை மழுங்கடித்துவிட்டார்கள் ஒட்டுமொத்த நம் இசையாளர்கள். இதற்கு முதல் சுழி போட்டது போல் ''முதல் நடை தாழ்ந்த செலவுடையது'' என்பார் அடியார்க்கு நல்லார். அதாவது அது இசைக்கு ஏற்ற நடையல்ல என்ற தொனியில்.

தேவாரம் என்பதிலுள்ள வாரம் என்பதற்கு நெடுநாளாகவே நம் அறிஞர்கள் சரியான பொருள் கூறவில்லை என்று வீ.ப.கா. சுந்தரம்

(தமிழிசைக் கலைக் களஞ்சியம் / பக். 147 / III) கூறுகிறார். தெய்வத்திற்குச் சூடிய பாமாலை - ஆரம்; எனவே தே+ஆரம் = தேவாரம் என்றே கூறிவந்தார்கள். ஆனால் வாரம் என்பது நடையை (இசை வேகம்) குறிப்பது. வார நடை என்பது முதல் நடை, இரண்டாம் நடையில் பாடுவது. இவ்வாறுதான் நாம் தேவாரத்தைப் பாடி வந்தோம். ''பொன்னார் மேனியனே'', ''தோடுடைய செவியன்'' பாடல்களை ஓதுவார்கள் முதல் நடையில்தான் பாடுகிறார்கள். நம் கிராமத்துத் தாய்மார்கள் மாரடித்து ஒப்பாரி பாடுவது, ஓடப்பாட்டு ஆகியவை முதல் நடையில்தான் அமைந்திருக்கும். தாலாட்டும் அப்படியே, முதல் நடையில் ஓரெழுத்தாகப் பாடினால் வார நடையில் (இரண்டாம் காலம்) ஈரெழுத்தாகப் பாட வேண்டும். அவ்வாறு இரண்டெழுத்தாக அடக்கிப் பாடுவதால் அதற்கு அடக்கியல் வாரம் என்ற பெயரும் உண்டு.

இந்த முறை இன்று நேற்று ஏற்பட்டதல்ல. 2500 ஆண்டு பழமை உடையது. ''முதல்வழியாயினும் யாப்பினும் சிதையும் / வல்லோன் புணரா வாரம் போன்றே'' (தொல்காப்பியம் பொருளதிகாரம் மரபு / 109) ''வாரம் பாடும் தோரிய மடந்தையும்'' (சிலம்பு ஊர் காண்கதை 14:155)

எழுத்தெழுத்தாக முதல் நடையில் ஆலாபனை செய்து, பிறகு இரண்டாம் காலத்தில் பாடும் மரபை பிஸ்மில்லாகானின் செனாய் இசையில் கேட்கலாம். இளங்கோ அடிகளும் சிலம்பில் அரங்கேற்று காதையில் இதைக் குறிப்பிடுகிறார். ''வாரநிலத்தைக் கேடின்று வளர்த்து ஆங்கு / ஈரநிலத்தில் எழுத்து எழுத்தாக'' - 3:67/68 (ஈரநிலம்-முதல் நடை - விளம்ப/செளக்ககாலம் - முதல் வாரம் வாரநிலம் இரண்டாம் நடை - வாரநடை மத்திம காலம் இரண்டாம் வாரம்) இவ்வாறு நம் முன்னோர் இசை பற்றிக் கூறிய நுட்பத்தைக் கைவிட்டு விட்டோம். இன்னும் காலைப் பண், மாலைப் பண், பொதுப் பண் மரபுகளையும் கைவிட்டுவிட்டோம். மத்திம காலம் என்ற இரண்டாம் காலத்தை

மட்டும் நாம் கைக்கொண்டதே நம்மால் நீண்ட நேரம் ஆலாபனை செய்ய முடியாததற்கு ஒரு காரணம். (சுருதிக்கு நின்று பாடுவதில்லை என்பது முக்கியக் குறை ; குரல் வளத்தை *(voice culture)* பெருக்குவதில்லை என்பது மற்றொரு குறை. ஆனால்இதெல்லாம் இந்துஸ்தானியில் சிறப்பாக இருக்கிறது)

பாலைப்பாணி-கொன்றையந்தீங்குழல் - கொன்றைக்குழல் என்ற சுத்த சாவேரியைப் பதினைந்து நிமிடம் ஆலாபனை செய்ய நம்மிடம் ஆள் கிடையாது. ஆனால் பிஸ்மில்லாகான், ரவிசங்கர், ஜஸ்ராஜ், பீம்சென் ஜோஷி இவர்கள் ஒரு மணி நேரத்திற்கு மேலாக ஆலாபனை செய்வார்கள். துவிஜாவந்தியைக்கூட முக்கால் மணிநேரம் ஆலாபனை செய்கிறார்கள்.

பேகாக் (பியாக்) பண் - மிக விரிவாக செனாயில் பண்ணக்கூடியவர் பிஸ்மில்லாகான். பாரம்பரியமான பண்கள் மட்டுமல்ல புதிய பண்களான சங்கரா, பகாடியிலும் விரிவாக இனிமையாகப் பாடக் கூடியவர்.

தலைவர்கள் யாராவது இறந்துவிட்டால் நம் வானொலி அழத் தொடங்கி விடும். ''இருபத்தி நான்கு மணிநேரமும் தொடர்ந்து ஒருவரால் அழ முடியுமா (ஒரு தலைவர் இறந்த அன்று) வானொலியைத் திருப்பிப் பாருங்கள்'' என்றார் கவிஞர் கண்ணதாசன்.

நமது தமிழ்த் திரைப்பட இசையமைப்பாளர்கள் சோகச்சுவையைக் கொண்டுவர வடநாட்டு செனாயையும், சிதாரையும் பிடித்துக் கொண்டார்கள். நம் திரைப் படங்களில் சோகக் காட்சிகளில் செனாயை அழ வைப்பார்கள். இவ்வாறு செனாய் என்பதை அழுகை வாத்தியம், சோக வாத்தியம் ஆக்கிவிட்டார்கள். செனாய் என்றாலே சோகம் என்ற மனப்பதிவை ஏற்படுத்திவிட்டார்கள். ஆனால் செனாய் வடநாட்டில் திருமணங்களிலும் இன்பமான விழாக்களிலும் வாசிக்கப்படும் மங்கள வாத்தியம் நம் நாகசுரம் போல. வட நாட்டில் மங்களமானது தென்னாட்டில் சோகமாகிவிடுகிறது. வட தமிழ்நாட்டில் முகவீணை

நாடகங்களில் மங்கள வாத்தியம். தென் தமிழ்நாட்டிலோ இழவு வீட்டில் வாசிக்கப்படுகிறது.

ஓர் உண்மையை ஒப்புக்கொள்ளத்தான் வேண்டும். முதல் காலமான மெதுவான நடையில் 'லலித்' பண் செனாயில் வரும்போது கான்சாகிப் நம் இதயத்தைப் பிழிந்துதான் விடுகிறார்.

நாள்தோறும் ஐந்து வேளை தொழக்கூடியவர் பிஸ்மில்லாகான். அவரிடம் உங்கள் வாழ்க்கையில் நீங்கள் அடைந்த மகா உன்னதம் எது? என்று கேட்டபோது, ''ஒவ்வொரு நாள் காலைப் பொழுதும் என்னுடைய செனாய் இசை கேட்டு காசி விஸ்வநாதர் ஆலயக் கதவுகள் திறக்கின்றன. இதுவே நான் வாழ்க்கையில் அடைந்த உன்னதம்'' என்று கூறினார்.

பாலாஜி கோயில், சங்கத் மோட்சர், கங்கா மாயா, சரஸ்வதி ஆகியவற்றோடும் அவருக்கு ஈடுபாடு இருந்தது. கங்கையையும், காசியையும் பிஸ்மில்லாகான் நேசித்தது அவருடைய சூஃபியத் தன்மையின் அடையாளம். அவர் கங்கை மீது அளவற்ற காதல் கொண்டிருந்தார். ஒரு சூஃபியின் இறைக் காதல் போல கங்கா மாயா என்பது அவர் ஈடுபாடு கொண்டிருந்த கங்கா தெய்வம். தொன்று தொட்டே இந்திய - திராவிட பூர்வகுடியினரின் வளமைப் பண்பாடு (விருத்திக் கலாச்சாரம்) என்ற தாந்திரீகக் கலாச்சாரம் 'நீர்' அடையாளம் கொண்டது.

'இழந்த சொர்க்கம்' பாடிய மில்ட்டன் ஒரு தூய கிறித்தவன். அவன் தேவனைத் தவிர பிற தெய்வங்களில் நம்பிக்கை கொள்ளாதவன். ஆனால் காப்பியம் பாடும்போது முதலில் இசைத் தெய்வமான 'மியூஸ்' என்ற தெய்வத்தை அழைத்தாக வேண்டும். உடனே மில்ட்டன் *Heavenly muse* என்பதாக ஒரு தெய்வத்தையே புதிதாகப் படைத்துக் கொள்கிறான். பிஸ்மில்லாகான் இசைத் தெய்வம் சரஸ்வதியை வந்தனம் செய்து கொள்கிறவர்.

முதல் இந்தியக் குடியரசு விழாவில் டெல்லி செங்கோட்டையை நோக்கி ஊர்வலம் செல்கிறது. நேரு உள்ளிட்ட இந்தியப் பெருந்தலைவர்கள் உடன் செல்கிறார்கள். அந்த ஊர்வலத்தில் பிஸ்மில்லாகான் செனாய் இசைக்கிறார். அவர் தேர்ந்தெடுத்த இசை செவ்வியல் அல்ல. கங்கையில் ஓடம் வலிக்கும் சாதாரண ஏழைகளின் ஓடப்பாட்டை செனாயில் இசைக்கிறார்.

ராக்பெல்லர் பவுண்டேசன் அவருக்கு அமெரிக்கக் குடியேற்றம் அளிக்க முன்வந்தபோது, ''என்னுடைய கங்கையையும் காசியையும் அமெரிக்காவுக்குக் கொண்டுவர முடியுமா?'' என்று கேட்டவர். மற்ற கலைஞர்களைப் போல் புகழ் பெற்றதும் டெல்லி, பம்பாய் என்று அவர் குடியேறவில்லை. ஏன் மருத்துவத்திற்குக் கூட பிஸ்மில்லாகான் காசியை விட்டுச் செல்லவில்லை.

புகழ் பெற்ற வயலின் மேதை எல். வைத்தியநாதன், பிஸ்மில்லாகானின் குழுவினருக்காகப் பத்து விமானச் சீட்டும், ஐந்து நட்சத்திர விடுதியில் தங்க ஏற்பாடு செய்ததையும் பிஸ்மில்லாகான் ஏற்க மறுத்துவிட்டார். அண்டை வீட்டுக்காரர் தகரக் கூரைக்குத் தண்ணீர் ஊற்றி, கோடையில் வெப்பம் தணித்து வாழும்போது, தன்னுடைய வீட்டைக் குளிர் வசதி செய்ய பிஸ்மில்லாகான் ஒப்புக் கொள்ளவில்லை. காசியின் நெருக்கடி மிகுந்த தெருவில் எந்த வசதியும் இல்லாத வீட்டில் ஏழைகளோடு ஏழையாக வாழ்ந்தவர் பிஸ்மில்லாகான். அவர் நெடிய சிந்தையுடன் ஒருமுறை கேட்ட கேள்வி: ''மானிடம் கடவுளால் படைக்கப்பட்டிருந்தால் மனித உறவில் சமத்துவம் இல்லையே ஏன்?'' ஒரு சூஃபியால் மட்டுமே இப்படியெல்லாம் கேட்க முடியும்.

நன்றி. புதிய காற்று

செப்டம்பர் 2006

இசையும் இசுலாமும்

இசுலாத்தின் வரலாற்றை ஆறு காலகட்டங்களாக ஆய்வாளர்கள் பகுத்திருக்கின்றனர்.

1. அறியாமைக் காலம் *(Jahiliya)* கி.பி. 6ஆம் நூற்றாண்டு வரை

2. கலிபாக்கள் காலம் *(Orthodox period)* கி.பி. 632-661

3. உமையாக்கள் காலம் கி.பி. 661-750

4. அப்பாசிகள் காலம் *(Golden Period)* கி.பி. 750-847

5. சரிவுக்காலம் *(The Decline)* கி.பி. 847-945

6. வீழ்ச்சிக் காலம் *(The Fall)* கி.பி. 945-1258

முதல் நான்கு கலிபாக்கள், உமையாக்கள், அப்பாசிகள் ஆகியோரின் ஆட்சிக் காலங்களான சுமார் 700

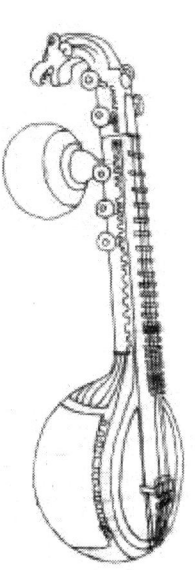

ஆண்டுக்காலம் இசுலாத்தின் எழுச்சியையும் வீழ்ச்சியையும் உள்ளடக்கியது.

இந்தக் காலகட்டத்தில்தான் அறிவியலிலும், நுண் கலைகளிலும், இலக்கியங்களிலும், தத்துவத்திலும், மருத்துவத்திலும், இசை, ஆடல் போன்ற கவின் கலைகளிலும் இசுலாம் உலகின் உச்சத்தைத் தொட்டிருக்கின்றது; படு பாதாளத்தையும் கண்டிருக்கின்றது. வரலாற்றின் குறுகிய காலகட்டத்தில் உலகின் எந்த ஒரு சமூகமும் இவ்வாறான படுமோசமான வீழ்ச்சியைச் சந்தித்ததில்லை.

உலகின் மேற்கு முனை முதல் கிழக்கு முனைவரை பல்வேறு நாடுகளில் பல கோடி மக்களுக்கு ஒளியைத் தந்து திடீர்ப் பாய்ச்சலாக அவர்களை உச்சத்திற்கு ஏற்றிய அதே இசுலாம்தான் வீழ்ச்சிக்கும் காரணமாக இருந்ததா? ஆய்வு செய்யப்பட வேண்டிய ஒன்று இது.

கணிதத்தில், இயற்பியலில், வேதியியலில் *(chemistry* என்ற சொல்லே *Al-kemy* என்ற அரேபியக் கொடை) தத்துவத்தில், மருத்துவத்தில், இசையில், நடனத்தில் ஏன் இசுலாம் படுபயங்கரமான வீழ்ச்சியைச் சந்தித்தது? இங்கு 'இசை' ஒன்றை மட்டும் எடுத்துக் கொண்டு நாம் பார்ப்போம்.

நபிகளாரின் காலத்திற்கு முன்பான காலம் (கி.பி. 6ஆம் நூற்றாண்டு வரை) அறியாமைக் காலம் *(Period of Ignorance)* என்று வரலாற்று வரையறை பெறுகின்றது.

குடியும், கூத்திமையும், சூதாட்டமும், கொலையும், கொள்ளையும் அரபிய வட்டாரத்தில் கோலோச்சிய காலம் அது.

இசையும், நாட்டியமும் *"Singing Girls"* (*Qainat, Qiyan*) என்ற அடிமைப் பெண்களிடம் இருந்தது. அதுமட்டுமல்ல, அவர்களிடம் பரத்தமையும், குடியும், சூதாட்டமும் இணைந்தே இருந்தன.

இசுலாம் தோன்றி அரபியச் சமூகத்தை நெறிப்படுத்திய காலத்தில் குடி, சூதாட்டம், பரத்தமையை ஒழிக்க வேண்டிய நிலை ஏற்பட்டது.

இந்த அனாச்சாரங்களுடன் பின்னிப் பிணைந்திருந்த இசை ஒரு நெருக்கடியைச் சந்திக்க நேர்ந்தது.

தேவதாசி முறை ஒழிப்பில், தமிழர் தம் பாரம்பரிய நாட்டியமான 'சதிர்' மற்றும் 'தமிழிசை'யைக் காவு கொடுத்தது போல இசையையும், ஆடலையும் அரபியச் சமூகம் இழந்துவிடும் சூழல் ஏற்பட்டது.

நபிகளார் குரைசி குலத்தைச் சேர்ந்தவர்.

குரைசிகள் நபிகளார் மீதும், இசுலாத்தின் மீதும் வசைபாட கவிஞர்களை அமர்த்தி இருந்தனர். கவிதையும், இசையும் தொடக்ககால இசுலாமியத் தலைவர்களால் வெறுப்புக்குள்ளாக்கப் பட்டதற்கு இது ஒரு காரணம்.

எனவே கவிதை, இசை, இசைக்கருவிகளுக்கு இயல்பான ஒரு தடை இசுலாத்தில் ஏற்பட்டது. இது எந்த அளவு சென்றதென்றால், 'மலாஹி' *(Forbidden Pleasure)* என்ற விலக்கப்பட்ட இன்பங்களில் மது, மாதுவுடன் இசையும் சேர்க்கப்பட்டது. ஆயினும் திருக்குர்-ஆன் இசைக்கு எதிரானதல்ல.

அல்-அன்பியா *(The Prophets)* என்ற 21ஆம் அத்தியாயத்தின் 79ஆம் ஆயத்து இவ்வாறு கூறுகிறது.

''........ தாவூதிற்கு மலைகளையும் பறவைகளையும் இசையால் வசப்படுத்திக் கொடுத்தோம் ....''

இறைத்தூதரும் இசைக்கு எதிராக இல்லை. ஆதரவாக இருந்த பல சந்தர்ப்பங்களை அன்னார் வாழ்க்கையில் காண முடியும். ஹசன் இபின் தாபித் என்ற போர்க்களம் பாடும் பாணரை நபிகளார் நியமித்திருந்தார்கள்.

கலிபாக்களில் நாலாவது கலிபா அலியவர்கள் கவிதைக்கும், இசைக்கும் பெரிய ஆதரவு தந்தார்கள். சூஃபியர்களின் மனதில் அலியவர்கள் பேரிடம் பெறுவதற்கு இது ஒரு காரணம்.

உமையாக்கள் காலத்திலும் அப்பாசிகள் காலத்திலும் இசை உன்னதமான இடத்தைப் பிடித்துப் பெருவளர்ச்சி கண்டது.

"There is no true joy but in lending ear to music"

-*Khalif Al-Walid II*

"The Art of Music Continued to make progress with the Arabs, and under the Abbasids it was carried to perfection".

-*Ibn Khaldun-'Al-Mugadimma'*

இசையில் வல்ல பலர் தத்துவஞானிகளாக இருந்தவர்கள். தர்க்க இயல், கணிதம், மருத்துவம் என்று பலதுறை அறிஞர்களாக இசை வல்லுனர்கள் இருந்துள்ளனர். இவர்கள் மன்னர்களை நெருங்கிவிடாமல் இருக்க மத பீடத்தை அலங்கரித்த அரண்மனைக்காரர்கள் பலர் இசைக்கு எதிராகவும் சதி செய்தார்கள்.

இபின்சினா (அவிசென்னா)

இபின்ரசீத் (அவெரோஸ்)

இபின்பாட்சா (ஆவென் போஸ்)

அல்கிந்தி, அல்பாரபி போன்ற இசுலாம் தந்த அறிஞர்கள் பலர் இசையிலும், இசை இயலிலும் வல்லுனர்களாக விளங்கியுள்ளனர்.

இறுதியில் இசைக்கு எதிரான போர் இமாம் அல்கஸ்ஸாலியால் பேரளவு குறைக்கப்பட்டது. இசைக்கும் இசுலாத்துக்கும் இடையில் உண்டான இடைவெளியைக் குறைத்தவரும் அவரே. அவர் பல சான்றுகளை எடுத்துக்காட்டி இசைக்கு எதிராயிருந்த இசுலாமியர்களை மனம் மாற்றினார்.

குர்-ஆன் ஒருவித இசையுடன் ஓதப்படுகின்றது. தக்பீர், பாங்கு, ஃபைத்து இசையுடனே வெளிப்படுகின்றன. மக்காவில் வெளிப்பட்ட தொடக்ககால சூராக்கள் இசைப்பாடல்களாகவே உள்ளன. இசுலாமியர்

நம்பிக்கை கொள்ள வேண்டிய நான்கு வேதங்களில் ஒன்று சபுர்வேதம். சபுர்வேதம் அனைத்தும் இசைப்பாடல்களே; அல்-இஸ் பகானி தொகுத்த 'அல்-அகானி' தொடக்க காலம் முதல் கி.பி. பத்தாம் நூற்றாண்டு வரையான அரேபிய இசை மற்றும் கவிதைகளை உள்ளடக்கியது.

இசை இசுலாத்திற்கு எதிரி அல்ல; இசுலாமும் இசைக்கு எதிரி அல்ல. ஆனால் சில இசுலாமியர்கள் இசைக்கு எதிரிகளாக இருந்தார்கள். அவர்களையும் மீறி இசுலாமிய நாடுகளில் இசை வளர்ந்தது.

நன்றி. புதிய காற்று

செப்டம்பர் 2007

தமிழில் இசை இயல் நூல்கள்

தமிழர் வாழ்வில் எத்தனையோ திருப்புமுனை நிகழ்வுகள் சந்திப்பு கொள்கின்றன. ஆயினும், மறைமலை அடிகளார் கண்ட தனித்தமிழ் இயக்கம், தந்தை பெரியார் கண்ட தன்மான இயக்கம், அண்ணாமலை அரசர் கண்ட தமிழ் இசை இயக்கம் என்ற முப்பெரும் நிகழ்வுகளும் 20ஆம் நூற்றாண்டின் தொடக்கத்தில் ஏற்படுத்திய தாக்கம் தனித்துவம் கொண்டது. அதன் ஆழ அகல வீச்சு அளவிட முடியாதது. பண்பாட்டு மீட்சி, பண்டைய வளம், புதிய வாசிப்பு, புதிய சிந்தனை என்ற தளங்களில் திராவிட இயக்கம் பதித்த தடங்கள் அசாதாரணமானவை. சுருக்கமாகக் கூறினால் அது வேர்களைத் தேடிய காலம்.

தேவதாசியர் முறை ஒழிப்போடு உடன் அழிய இருந்த தமிழர் இசை, தமிழர் ஆடல் போன்ற பாரம்பரியத்

தமிழர் கலை வடிவங்களை இலக்கணப்படுத்த எழுந்த அறிஞர்களின் பங்களிப்பு எளிதாக எடை போட முடியாதது.

ஒரு கூத்துக் கலைஞனுக்கும் ஓர் எளிய பாடகனுக்கும் கூத்து இலக்கணமும் இசை இலக்கணமும் பெரிதும் உதவுவதில்லைதான். ஆயினும் கலையின் வேர்களும் மரபும் தொடர்ந்தும், அல்லது மரபை உடைத்தும் புதிய கலை வடிவங்களைப் படைப்பதற்கும் கலை இலக்கணங்கள் பெரிதும் துணையாவதை எளிதாக மறுத்துவிட முடியாது.

ஓர் இலக்கியப் படைப்பாளிக்கு அம்மொழி இலக்கணம் தரும் பங்களிப்பைப் போன்றது அது. ஒரு கலைஞனுக்குக் கல்வி, படிப்பறிவு என்பதே எட்டாக்கனிதான். எனவே பெரும்பாலும் இயல் அறிஞர்களே இசை, நாடக இலக்கணங்கள் படைத்துள்ளனர். அதாவது இயல் அறிஞராக இருந்து, கலை ஆய்வுக்காக கலைகளைக் கற்றுக் கொண்டவர்களே அதிகம். ஆபிரகாம் பண்டிதரும், சுவாமி விபுலானந்தரும் இந்தப் பிரிவில் வருகின்றனர். இலக்கிய இலக்கணப் புலமை, பாடுதுறை அறிவு, ஆய்வு மனப்பாங்கு என்ற இந்த மூன்றும் ஒருங்கே அமையப்பெற்ற முனைவர் எஸ். இராமநாதன் போன்ற இசை ஆய்வு மேதையர் ஒரு சிலரே.

'தமிழ் இசை' என்ற சொல்லாடல் இசையைக் குறிப்பது. அது தென்னிந்தியாவில் வழங்கி வரும் தென்னக இசை பற்றியது. ''வட வேங்கடம் தென்குமரி ஆ இடைத் தமிழ் கூறும் நல் உலகத்து'' (தொல் காப்பியப் பாயிரம்) என்று கூறுவதுபோல் தென்னிந்தியா முழுமையும் ஈராயிரம் ஆண்டுகளுக்கு முன்பு வழங்கிய மொழி தமிழ். எனவேதான் தமிழ் இசை என்பதிலுள்ள தமிழ் என்பது ஒரு தேசிய அடையாளம் என்பதாக அவதானிக்கலாம்

இனி இசைத்தமிழ் என்பது இசை இயல் பற்றியது. அதாவது இசை இலக்கணம் கூறுவது, அடியார்க்கு நல்லார் உரையின் உரைப்பாயிரத்தில் மறைந்து போன, மறைந்துவரும் இசைத் தமிழ்

நூல்களைப் பட்டியலிட்டுக் காட்டியுள்ளார். சிலப்பதிகாரம், அதன் உரைகள், பெருங்கதை, தக்கயாகப் பரணி, கல்லாடம், பஞ்ச மரபு, சீவகசிந்தாமணி பெரியபுராணத்தின் சில பகுதிகள் இசை இலக்கணமும் கூறும் இன்று கிடைக்கும் பழமையான இலக்கியங்களில் முக்கியமானவை. மேலை நாட்டினரின் வருகைக்குப் பின்பே, பண்டைய வேர்களைத் தேடிப் புதிய இசைஇயல் நூல்களை நாம் இருபதாம் நூற்றாண்டின் தொடக்கத்தில் படைக்கத் தொடங்கினோம்.

உ.வே.சா.வின் சிலம்பும் அதன் உரைகளுடனான பதிப்புமே தமிழ் இசை நூல்களைப் புதியதாகப் படைக்க மூல காரணமாயின. நூல் பதிப்பில் அவர் தரும் அடிக்குறிப்பு, பிற இலக்கிய மேற்கோள், அருஞ்சொல் அகராதி, விளங்கா மேற்கோள் சூத்திரங்கள், பாட பேதம் போன்று இதுவரை யாரும் பதிப்பித்ததில்லை. அவருக்குப் பின் சிலம்புக்கும் அதன் உரைகளுக்கும் வேறு புதிய பதிப்புகள் வரவில்லை என்பது தமிழ் அறிஞர்களுக்கு ஓர் இழுக்கு. பத்துப்பாட்டிற்கும் எட்டுத்தொகை நூல்களுக்கும் எத்தனையோ பதிப்புகள் வந்துள்ளதை நாம் இந்த இடத்தில் நினைத்துப் பார்க்க வேண்டும். தஞ்சை ஆபிரகாம் பண்டிதர், யாழ் நூலார், முனைவர். எஸ். இராமநாதன், வரகுண பாண்டியர், வீ.ப.கா.சுந்தரம் போன்ற இசை ஆய்வறிஞர்களுக்கு உ.வே.சா.வின் சிலம்புப் பதிப்பே மூலநூல்.

தமிழ் இசையியல் நூல் என்று கூறும்பொழுது 1917இல் தஞ்சை ஆபிரகாம் பண்டிதர் எழுதிய கருணாமிர்த சாகரம் என்ற நூலே முதல் நூலாகும். *A Book on Suruthi* - என்று முதலில் பண்டிதர் இதை ஆங்கிலத்தில் எழுதியுள்ளார். அன்றைய பாடுதுறையிலிருந்தும் பண்டை இலக்கியங்கள், குறிப்பாகச் சிலப்பதிகார மூலத்திலிருந்தும் தரவுகளைச் சேகரித்து இந்த இசை நூலைப் படைத்திருக்கிறார். இதன் இரண்டாம் தொகுதியை அவருடைய மகனும் மகளும் வெளியிட்டுள்ளனர். இதன் அடுத்த பதிப்பு 1994 இலும் 2002 இலும் (கீழையியல் ஆய்வு நிறுவனம்) வெளிவந்துள்ளது.

யாழ் பற்றி முதன்மைப்படுத்திய விபுலானந்தரின் ஆய்வு நூலான யாழ் நூல் 1947இல் வெளிவந்தது. இரண்டாம் பதிப்பு 1974இல் ஆக்கம் பெற்றது. (கரந்தைத் தமிழ்ச் சங்க வெளியீடு) மூன்றாம் பதிப்பு 2003இல் லெனா குமாரின் யாதுமாகி பதிப்பகம் கொண்டுவந்தது.

தேவநேயப் பாவாணரின் இசை ஆய்வுகள் (செந்தமிழ்ச் செல்வி கட்டுரைகள்) தருக்க நெறிமுறையில் அமைந்தவை. யாழும் மத்தளமும் கற்று இசை ஆய்வு செய்தவர் பாவாணர்.

தமிழிசை வேறு, கர்நாடக இசை வேறு என்று காட்ட எத்தனித்த முயற்சிகளில், இசைத்துறைச் சொற்களை வடமொழிப்படுத்துதல், மூலவர்களாகப் பரதரையும், சாரங்க தேவரையும் காட்டுவது, 72 மேளகர்த்தா திட்டம் ஆகியவை முக்கியமானவை. 72 மேளகர்த்தா திட்டம் என்பது கற்பனையான திட்டம் என்று நிறுவியதில் மதுரை எம்.கே.எம். பொன்னுசாமிப் பிள்ளையின் 'பூர்வீக சங்கீத உண்மை' என்ற இசை ஆய்வு நூல் தனித்துவம் கொண்டது.

1950இல் வெளிவந்த வரகுண பாண்டியரின் பாணர் கை வழி எனப்படும் யாழ் நூல், 1971இல் வெளிவந்த சாத்தான்குளம் அ. இராகவனின் இசையும் யாழும், புரட்சிதாசனின் சிலப்பதிகாரச் செங்கோட்டியாழ், தமிழிசைக் கலைக் களஞ்சியம், நான்காம் தொகுதியில் வீ.பா.கா.சுந்தரம் எழுதிய (பக். 64-83) நெடுங்கட்டுரை ஆகியவை பண்டைய யாழும் இன்றைய வீணையும் ஒன்றே என்று நிறுவிய ஆய்வுகள், ப.தண்டபாணி (திராவிடர் இசை) மற்றும் கோதண்டபாணியாரின் (பழந்தமிழ் இசை) ஆய்வுகள் இசைத் தமிழுக்கு அணி செய்பவை. ஏ.என். பெருமாளின் தமிழர் இசை, ஈராயிரம் ஆண்டு தமிழ் இசைப் பரப்பைத் தொகுத்துக் கூறுவது. பன்னிரு திருமுறை வரலாறு (முதற் பதிப்பு 1980, இரண்டாம் பதிப்பு 1997) எழுதிய வெள்ளை வாரணன், திருமுறை இசையை நிரல் செய்திருக்கிறார்.

சிலப்பதிகார இசையை ஆய்வு செய்து அமெரிக்க வெஸ்லியன் பல்கலைக் கழகத்தில் முனைவர் பட்டம் பெற்றவர் எஸ். இராமநாதன். 1979இல் அவருடைய முனைவர் பட்ட ஆய்வின் முதல் பதிப்பை மதுரை காமராசர் பல்கலைக்கழகம் வெளியிட்டது. அதன் மறுபதிப்பும் தற்போது வெளியாகியுள்ளது. 1956இல் இவ்வாய்வறிஞர் சிலப்பதிகாரத்து இசை நுணுக்க விளக்கம் என்ற நூலை எழுதி வெளியிட்டுள்ளார். அடுத்தகட்ட ஆய்வுகளையும் உட்படுத்தி, சிலப்பதிகாரத்து இசைத்தமிழ் என்ற நூலை இவ்வாய்வாளர் 1981இல் வெளியிட்டிருக்கிறார்.

வீணை வாசிப்பதிலும் சிறந்து, ஆய்விலும் தோய்ந்து இசைத் தமிழ் இலக்கண விளக்கம் (முதல் பதிப்பு 1984) என்ற ஆய்வு நூலையும் அண்ணாமலை மன்ற இசை ஆய்வுப் பணிகளில் பெரும் பங்களிப்பையும் தந்தவர் வா.சு. கோமதி சங்கரய்யர்.

சிந்துப் பாடல்களுக்கு இலக்கணம் கண்ட புதுவை இரா. திருமுருகன் இசை ஆய்விலும், குழல் வாசிப்பிலும் மேதையாவார். சிந்துப்பாவியல் (1994), இசுலாம் வளர்த்த இசைத் தமிழ் (1996), ஏழிசை எண்ணங்கள் (1998), சிந்து இலக்கியம் (1991), சிலப்பதிகாரம் தமிழன் படைத்த கலைக் கருவூலம் (2000) என இவ்வாய்வாளர் பற்பல ஆய்வு நூல்களை எழுதித் தமிழிசைக்குப் பங்களிப்பு செய்துள்ளார்.

சங்கரதாஸ் சாமிகளின் குருவான வண்ணச் சரபம் தண்டபாணி சாமிகளின் 'வண்ணத்தியல்பு' என்ற நூல் வண்ணப்பாடல்கள் பற்றிய சிறந்த இலக்கண நூல்.

இசைத்தமிழ் நூல்கள் பற்றி எழுதிய சேலம் நரசிம்ம நாயுடு, ஞானாகுலேந்திரன் (பரத நாட்டியத்தில் தமிழ் இசைப் பாடல்கள் - 1994), திருப்புகழ்த் தாளங்களை ஆய்வு செய்த தஞ்சை அங்கயற்கண்ணி (சிலப்பதிகாரத்தில் காணப்படும் இசைப் பாடல்கள் - 1994), மற்றும் புதிய இராகங்கள் (1985), இசைத்தமிழ் வரலாறு (1994)

என்ற இசைத்தமிழ் நூல்களைத் தந்த து.ஆ.தனபாண்டியன் ஆகியோரின் இசைத் தமிழ்ப் பங்களிப்புகள் குறைத்து மதிப்பிட முடியாதது.

இன்னும் பி.எம். சுந்தரம் மற்றும் தஞ்சை என்ற இசைப்பீடம் (ஆங்கில நூல் *Tanjore as a Seat of Music*) நூல் எழுதிய முனைவர் சீதம்மா போன்றோரின் இசை ஆய்வுகள் நுட்பமானவை. எம்.எம். தண்டபாணி தேசிகர் ஒப்பாரும் மிக்காரும் இல்லாத பாடகர்; ஆய்வாளர். திரையிசைப் பாடல்கள், கவிஞர்கள், பாடகர்கள், இசையமைப்பாளர், இசைக்கருவி வாசிப்போர் பற்றித் திரை இசை அலைகள் என்ற நூல் தொகுதிகள் எழுதிய திரு. வாமனன் மற்றும் கே.பி. சுந்தரம்பாள் வரலாறு (2000), தனம்மாள் நூல் (வீணை அதன் பேர் தனம் - 2003), நாகசுரம் இராஜரத்தினம் பிள்ளை வரலாறு (1998) எழுதிய ப. சோழநாடன் பாராட்டிற்குரியவர்கள். இசை இயற்பில் ஆய்வு செய்து முனைவர் பட்டம் பெற்றவர் பேரா. எஸ்.ஏ. வீரபாண்டியன். இசைக் கணிதம், இசை இயற்பியல் பற்றி இவருடைய ஆய்வு நுட்பமானது. தென்னக இசை இயல் என்ற நூல் எழுதிய அருள்தந்தை பி.டி. செல்லத்துரை அவர்களின் இசைத் தமிழ்ப் பங்களிப்பு நினைவுகூரத்தக்கது.

தவத்திரு சங்கரதாஸ் சுவாமிகளின் நாடகங்களில் இசைக்கூறுகள் (2000, இரண்டாம் பதிப்பு 2001), சங்கரதாஸ் சுவாமிகளின் சந்தங்கள் (2002) ஆகிய நாடக இசை ஆய்வு நூல்கள் எழுதிய அரிமளம் பத்மநாபன், மற்றும் இசை ஆய்வு நூல்களைத் தமிழிலும் ஆங்கிலத்திலும் எழுதிய பேரா. பி. சாம்ப மூர்த்தியாரின் இசைக்கான ஆய்வுப் பங்களிப்புகள் பரந்து விரிந்தது. அவருடைய *South Indian Music* என்ற ஆய்வு நூல் தொகுதிகள் 15 பதிப்புகளைக் கண்டது. மேலும் எண்ணிறந்த இசை ஆய்வு நூல்களை எழுதி, அண்ணாமலை இசை ஆய்வுப் பணிகளிலும் பங்காற்றிய இசை ஆய்வு மேதை இவர்.

நாட்டார் இசை பற்றி ஆய்வு செய்தும் நிகழ்த்தியும் வரும் பேரா. நவநீதகிருஷ்ணன், விசயலட்சுமி நவநீதகிருஷ்ணன் மற்றும் தமிழ் மண்ணின் மரபுக் கலைகள் (2004), நாட்டுப்புற இசைக்கலை (1990) ஆகிய நூல்கள் எழுதி, நாட்டுப்புற இசை ஆய்வும் நிகழ்த்தும் வழங்கி வரும் சீரிய நாட்டார் இசை ஆய்வாளர் கே.ஏ.குணசேகரன்.

இசை ஆய்வில் இமயம் போன்றவர் இசை ஞாயிறு வீ.ப.கா. சுந்தரம். நல்ல தமிழ்ப் புலமை, இசை அறிவு, ஆய்வுத்திறன் என்று பல்துறையும் கைவரப்பெற்ற ஆய்வுப் பேரறிஞர் இவர்.

தமிழிசை வளம் (1985) தமிழ் இசையியல் (1994), தாளமுழக்கியல் (1995), மத்தளவியல் *(The art of Drumming 1988),* திருஞானசம்பந்தரே கீர்த்தனையின் தந்தை, ஆளுடைய பிள்ளையாரும் அருணகிரிநாதரும் (1991) என்று இவர் படைத்த இசைத்தமிழ் நூல்பட்டியல் நீண்டுகொண்டே செல்லும். பழந்தமிழ் நூல்களை எல்லாம் ஆய்வு செய்து முனைவர் பட்டம் பெற்றவர். கழகத்தினரால் பழந்தமிழ் இலக்கியத்தில் இசையியல் என்று நூலாகக் கொண்டு வரப்பட்டிருக்கிறது.

தொல்காப்பியத்தில் இசைக் குறிப்புகள் (1994) என்ற இவருடைய ஆய்வு நூல் தொல்காப்பியம் தெரிவிக்கும் இசை குறித்த செய்திகளை முதல்முதலாக ஆய்வு செய்கிறது.

இவருடைய பன்னிரண்டாண்டு கடும் உழைப்பில், பாரதிதாசன் பல்கலைக்கழகம் வெளியிட்ட வீ.ப.கா.சு.வின் தமிழிசைக் கலைக் களஞ்சியம் (நான்கு தொகுதிகள்) தமிழருக்கான பெருநிதியம்.

சுருதி, சுரம், சுரத்தானங்கள், இயக்கு, தாளம், இசை ஆய்வு செய்தோர், பாடகர், கருவியாளர், கவிஞர், பழந்தமிழ் நூல்கள் தெரிவிக்கும் இசைச் செய்திகள் என்று தமிழ் இசையின் ஒட்டுமொத்தச் செய்திகளையும் ஒருங்கே கொண்ட மகத்தான கருவூலம் இக்கலைக் களஞ்சியம்.

இன்னும் எத்தனையோ ஆய்வாளர்களின் ஆய்வு நூல்களும் வெளிவந்துள்ளன. இதுகாறும் கூறியவை முழுமையான பட்டியல் அல்ல. நாளும் இசை ஆய்வு மலர்ந்துவருகிறது. ஆய்வுக் கட்டுரைகளும் நூல்களும் பெருகி வருகின்றன.

இசை நிகழ்த்துத் துறையிலும் ஆய்வுத் துறையிலும் பங்களிப்பு செய்த அச்சான்றோர்களை நினைவு கூர்வது இசைக்கான நம் பங்களிப்பு.

எது தமிழ் இசை?

திருமுறைகளும், திருப்பாசுரங்களும் பாடுவது மட்டுமே தமிழ் இசை என்றொரு கருத்து ஒருசாராரிடம் உள்ளது. கீதம், கிருதி, கீர்த்தனை, பதம் பாடுவது அதாவது அரங்கிசை (எடுப்பு, தொடுப்பு, முடிப்புடன் பல்லவி, அநுபல்லவி, சரணம்) பாடுவது தமிழிசை அல்ல என்று கூறுவாரும் உள்ளனர்.

சில ஆண்டுளுக்கு முன் மக்கள் இசைப் பாடகர் புஷ்பவனம் குப்புசாமி பெரியாரைப் பற்றிப் பாடும்போது 'கர்நாடக சங்கீதக் கச்சேரியாக ஆக்கிவிட்டார்' என்ற குற்றச்சாட்டு எழுந்தது.

அப்படி என்றால் அரங்கிசை, தமிழிசை இல்லையா? தியாகராசரின் தெலுங்குக் கீர்த்தனைகளின் 'சாகித்யம்' என்ற பாடல் தெலுங்கு மொழியில் இருந்தாலும் அதன் இசை தமிழிசையே. தஞ்சை அரண்மனை வீணைக் கலைஞராகத் திகழ்ந்த காளகஸ்தி அய்யர், அவர் மகள் சீதம்மா, அவர் மகன் தியாகராசர் என வழிவழியாக வந்த தமிழ் மரபு இசையே அது.

இசைஞானி இளையராஜாவின் திருவாசகச் சிம்பொனியை மேலை இசை என்கிறோம். திருவாசகப் பாடல் தமிழில்தான் உள்ளது. ஒத்திசையாகவும் *(Harmonic music)*, குழுப்பாடலாகவும், குழுவாகப் பல சுதிகளில் இசைத்திருப்பதாலும் அதை மேலை இசை என்கிறோம்.

ஆனாலும் இனிமையாக அந்த சிம்பொனி இருப்பதற்கு வேறு இரு காரணங்களும் உண்டு. பல பண்களையும் *(Melody)* பிறநாட்டு இசை முறைகளையும் கையாண்டிருக்கிறார். எனவே அதைக் கலப்பு இசை *(Fusion Music)* என்றும் கூறலாம். திருவாசகச் சிம்பொனி - *A Classical Cross Over* என்றே அந்தக் குறுந்தகட்டில் குறிப்பிடப்பட்டுள்ளது. அந்த சிம்பொனியில் 'ஜூலி' படப்பாடல் ஒன்று அதே மெட்டில் ஒலிக்கிறது. அதன் மூலம் ஆங்கில இசை; சங்கராபரணம்; *On The revers of Babylon - Boney.M*

'பார்ாமல் பார்த்த நெஞ்சம் ஜம் சசச்சம் சசச்சம்' என்ற பாடல் மெட்டும் ஒலிக்கிறது. இது இரவல் அல்லவா? என்ற கேள்வி நம் மனத்தில் எழலாம்.

கலை என்பதே போலச் செய்தல்தான் அதில் இரவல் என்பது தவறே அல்ல. நகல் எடுப்பதுதான் தவறு. புகழ்பெற்ற பாடல்களின் மெட்டுக்களை பாரதியே தன் பாடலுக்குப் பயன்படுத்தியிருக்கிறார். ஏற்கெனவே மக்கள் அறிந்திருந்த, மக்களுக்குப் பிடித்த மெட்டில் பாடல்களைத் தருவது ஓர் இசையமைப்பாளரின் கடமையும் கூட.

திருவாசகச் சிம்பொனியில் ஓரிடத்தில் மாயா மாளவ கௌளையில் பாடல் தொடங்கி வகுளாபரணத்திற்கு (வன்தாரத்தை, மென்தாரமாக்கி - காகலி நிசாதத்தை கைசகி நிசாதமாக்கி...) பாடல் மாறும். மிக இனிமையான இசை அழகியல் தோன்றுமிடம் இதுவே. இந்த இரண்டும் தமிழிசைப் பெரும் பண்கள் (மேளகர்த்தாக்கள்) ஆனாலும் வருணாபரணம் மொத்த அரேபிய இசையும் ஒலிக்கும் பண். வகுளாபரணத்திற்கு மாறிய பின் இசை அரேபிய இசை ஆகிறது. இவ்வாறு தமிழ் இசை, இந்துஸ்தானி இசை, அரேபிய இசை,

அய்ரோப்பிய இசை என்று ஒரு கலப்பு இசை *(Fusion Music)* யாகவே வழங்கினாலும், வழங்கிய முறை அய்ரோப்பிய இசை முறையே என்பதால் அது சிம்பொனி என்ற மேலை இசையாகிறது. திருக்கோத்தும்பிப் பாடலை ஈராயிரம் ஆண்டு பழமையுடைய தமிழிசைப் பண்ணான சிலப்பதிகாரத்தில் வரும் ஆம்பலந்தீங்குழல் என்ற சுத்ததன்யாசியில் அமைத்துள்ளார். ஆனால் பாடலை வழங்கிய முறை அய்ரோப்பிய இசைமுறை. 'புற்றில் வாழ் அரவும் அஞ்சேன்' பாடலை மாண்டுவில் அமைத்து சஞ்சரித்து பின்வரும் மேலை இசையை ''இதுதான் சிம்பொனி ஆர்க்கெஸ்ட்ராவா?'' என்று, அது மேலை இசையே என்று இளையராஜாவே கூறிவிடுகிறார்.

இதிலிருந்து நாம் அறிய வேண்டியது, பாடல் தமிழாக இருந்தாலும் இசை மேலை இசை அது போல பாடல் தெலுங்கில் இருந்தாலும் அதன் இசை தமிழிசையே.

தமிழ் இசை பல்வேறு வகைமையுடையது. நாட்டார் இசை, நாடக இசை, நாட்டிய இசை, பக்தி இசை, அரங்கிசை, இரங்கல் பாட்டு, மங்கலப் பாட்டு, மெல்லிசை என்று அதன் வகைமைகள் விரிந்து கொண்டே செல்லும். இந்த வகைமைகளும் பல்வேறு பிரிவுகளால் பெருகியுள்ளன.

நாட்டார் இசையில் கண்ணிகள் ஒரு பிரிவைச் சேர்ந்தவை. தமிழ் இசைப்பாடலின் ஆதியடி கண்ணிகளே. முதன்மை இயல்பாவான ஆசிரியமும் வெண்பாவும் கண்ணிகளே. அது கிளியை விளித்தால் கிளிக்கண்ணி, மனோன்மணியே என்றால் மனோன்மணிக்கண்ணி; இன்னும் எக்காலக் கண்ணி, குதம்பைக்கண்ணி, பராபரக்கண்ணி என்று விரிந்து பரந்து செல்வது.

நாட்டார் இசையில் சிந்து என்பது ஒரு பிரிவு. அது காவடிச் சிந்தாக, கரகச் சிந்தாக, வழிநடைச் சிந்தாக, நொண்டிச் சிந்தாக வகைவகையாகப் பல்கிப் பெருகியுள்ளது.

உழைப்பாளர் பாடல் வகைமையாக, ஓடப்பாட்டு, ஏற்றப்பாட்டு, நடவுப் பாட்டு, முகவைப்பாட்டு, பொலிப்பாட்டு, வள்ளைப்பாட்டு என்று இன்னும் பலவிதமாக வளர்ந்துள்ளது. (கொஞ்சம் கொஞ்சமாக இல்லாமல் போகும் இந்தவகை உழைப்பாளர் பாடல்கள் மேலைப் பண்பாட்டின் உலகமயத்தால் முற்றிலும் சீரழிந்தே போய்விடும்).

ஏர்மங்கலம், நாள்மங்கலம், நீர்மங்கலம், மண்ணுமங்கலம், குடைமங்கலம், வாள்மங்கலம், என்று மங்கல வாழ்த்து வகை, வகை வகையாகப் பிரிந்து பல்கியுள்ளது தமிழிசையில்.

சிலம்பின் முதல் காதையின் மங்கல வாழ்த்துப் பாடலில், மக்களைப் பாதுகாக்கும் அடையாளமான சோழனின் குடைக்குத் திங்களை ஒப்பிட்டுக் குடைமங்கலமும், மாமழையப் போற்றி நீர்மங்கலமும் பாடியுள்ளார் இளங்கோ அடிகள். தாலாட்டு கண்படையாகவும், திருப்பள்ளி எழுச்சி துயிலெடையாகவும், இரங்கற்பாடல் என்ற கையறு நிலையாகவும் இன்னும் தமிழ் இசையின் பற்பல வடிவங்களாகவும் நம் முதன்மை நூலான தொல்காப்பியம் பதிவு செய்திருக்கிறது.

இன்னும் தெம்மாங்கு, சிங்கன் சிங்கிப்பாடல், கழியல் பாட்டு, ஒப்பாரி, கோலாட்டப்பாட்டு, ஊஞ்சல் பாட்டு, வரிப்பாடல்கள் என்று நம் தமிழிசை நாளும் விரிவடைவது.

ஏடறியா, எழுத்தறியாப் பாமர இசையில் இட்டுக்கட்டிய பாட்டும், எதிர்ப்பாட்டு என்ற எசப்பாட்டும் (இசையப்பாடும் பாட்டு) உடனுக்குடன் ஊற்றெடுத்துப் பீறிட்டு எழுவது. கொல்லங்குடியும், பரவையும் எழுதி வைத்தா பாடுகிறார்கள்? அது உள்ளத்தில் ஊற்றெடுக்கும் பாடல்.

கொலைச்சிந்து என்பதோர் இசைப்பாட்டு வகை, கொலை எதுவும் நடந்துவிட்டால் உடனேயே இசைக் கதையாக கதைப் பாடலாக்கப்படும் மரபு நம் தமிழ் மரபு. இன்னும் ஒரு சான்று பார்ப்போம்.

சீமை எண்ணெய் என்றும் கிருஷ்ணாயில் என்றும் அழைக்கப்பட்ட மண்ணெண்ணெய் நம் நாட்டிற்கு வருவதற்கு முன்பு (1900 தொடக்கக் காலங்களில்) ஆமணக்கு எண்ணெய் என்ற விளக்கெண்ணெயைத்தான் நாம் விளக்கு எரிக்கப் பயன்படுத்தி வந்தோம். இரண்டு எண்ணெய்களுக்கும் சண்டை மூண்டுவிட்டது. ஒரு கும்மி பிறக்கிறது. அதில் நாதநாமக்கிரியை ஆதிதாளத்தில் ஒரு கீர்த்தனை. அதன் காப்புச் செய்யுள். அது ஒரு வெண்பாதான் (இன்னிசை வெண்பா), புலவர் செய்யுள்போல் அல்லாது எளிய பாடலாக நாட்டார் மரபுடன் அமைந்துள்ளது.

''பேர்பெருகும் விளக்கெண்ண பெருமையுள்ள மண்ணெண்ண

இருவர்களின் சண்டையதை - எடுத்துரைக்க நேர்மையுடன்

பரமசிவனீன்ற கரிமுகத்துக் கணபதியைக்

கரங்கூப்பியான் பணியக் காப்பு''

-ஆ.இரா. வேங்கடாசலபதியின் 'முச்சந்தி இலக்கியம்' பக். 151

திரை இசை என்பது தமிழிசை அன்று என்று ஒரு கேவலமான பார்வை பார்க்கப்படுகிறது. ஓர் ஏளனமான கருத்தும் வைக்கப்படுகிறது. மக்களைச் சென்ற டையும் கலையே சிறந்த கலை. பெருவாரியான மக்களுக்குப் போய்ச் சேரும் இசையே சிறந்த இசை.

'துன்பம் நேர்கையில் யாழெடுத்து' என்ற பாடல், திரை இசைப்பாடலாக வந்துள்ளது. 'நெஞ்சில் உரமும் இன்றி' என்ற பாரதி பாடல் திரை இசையாகி உள்ளது. திரையிசையானதால் அவையெல்லாம் கேவலமான பாடல்களாகி விட்டனவா?

'மன்னவன் வந்தானடி' என்ற குயிலிசைக் குரலி பி. சுசீலா பாடிய, மேற்செம்பாலைப்பண்ணில் (கல்யாணி) வழங்கிய கே.வி. மகாதேவனின் பாட்டு, எந்தக் கல்யாணிக் கீர்த்தனைக்கும் குறைந்ததல்ல.

'ஆட்டமென்ன சொல்லு நீ தோழி' என்று இசை மன்னன் டி.எம். சௌந்திரராசன் பாடிய, எம்.எஸ். விஸ்வநாதன், கோடிப்பாலைப் பண்ணில் (கரகரப்பிரியா) தந்துள்ள இசை, எந்த கரகரப்பிரியா கிருதிக்கும் சளைத்ததல்ல.

திரை இசையமைப்பு மேதைகள் ஜி. இராமநாதன், எஸ்.எம்.சுப்பையா நாயுடு, ஆதிநாராயணராவ், ஏ.ஆர். ரகுமான், ஹாரிஸ் ஜெயராஜ், வித்யாசாகர், இளையராஜா போன்றவர்களே தமிழ்ப்பண்களையெல்லாம் ஏழை எளியவர்களும் அறியக் கொடுத்தவர்கள். இன்னும் சொல்லப் போனால் தமிழிசையே அதன் பல்வேறு வடிவங்களுடன் திரையிசையில்தான் உயிர்ப்போடு இருக்கிறது. எல்லோரையும் ஈர்க்கும் இசையாகவும் திகழ்கிறது.

அரங்கிசையில் கீர்த்தனை பாடுவது தமிழ் இசை இல்லையென்றால் தமிழிசை ஆதி மும்மூர்த்திகளில் தலையாய முத்துத் தாண்டவர் பாடிய 'மாய வித்தை செய்கிறானே' என்ற கீர்த்தனை தமிழிசை இல்லையா?

நாட்டிய அரங்கில் பதம் பாடுவது தமிழிசை இல்லையென்றால் தமிழில் முதல் பதம் பாடிய முத்துத்தாண்டவர் பதம் தமிழிசை இல்லையா? இப்போது எது தமிழிசை என்று நாம் அடையாளம் கண்டுவிட்டோமல்லவா!

பண்டைய இளங்கோ முதல் இன்றைய அறிவுமதி, அன்றைய பாடினி முதல் இன்றைய பரவை முனியம்மா என தமிழிசை என்பது தொட்டுத் தொடர்ந்து வரும் ஒரு பாட்டுப் பாரம்பரியம்.

நன்றி. புத்தகம் பேசுது.

ஜனவரி 2007

தொல்காப்பியத் திணைப் பண்கள்

தொல்காப்பியம் தமிழில் இன்று கிடைக்கும் இலக்கண நூல்களில் முதல் இலக்கண நூல். அதுமட்டுமன்று, இன்று கிடைக்கும் நூல்களில் முதல் நூலும் அதுவே. தமக்கு முன்பான இலக்கியங்களிலிருந்து மொழியமைப்புகளைத் தேர்ந்து தொல்காப்பியர் தமது இலக்கண நூலினைப் படைக்கின்றார்.

"முந்து நூல் கண்டு முறைப்பட எண்ணிப்
புலம் தொகுத்தோனே..."

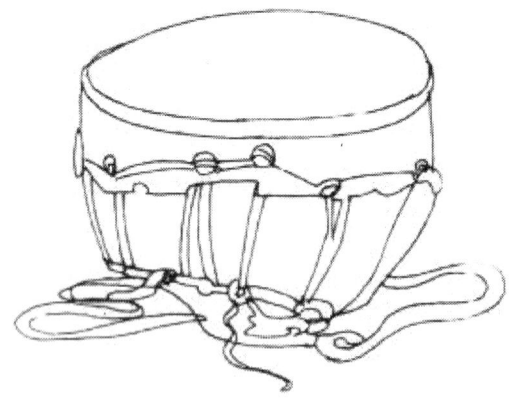

என்று சிறப்புப்பாயிரத்தில் பனம்பாரனார் குறிப்பிடுவதிலிருந்து மேற்கண்ட உண்மையை நாம் அறிகின்றோம்.

எழுத்திற்கும், சொல்லிற்கும் இலக்கணம் கூறுகின்றார். பின்பு இலக்கியம் படைப்பதற்கான நெறிகளைப் பொருளதிகாரத்தில் முறைப்படுத்துகின்றார். அவ்வாறு கூறும்போது தமிழர் வாழ்வியல் முறைகளையும் தெரிவிக்கின்றார்.

இலக்கியம் மக்கள் வாழ்முறையைக் காட்டும் கண்ணாடி. அவ்விலக்கியத்திலிருந்தே இலக்கணம் எழுகின்றது. எனவே இலக்கணமும் மக்கள் வாழ்வைக் காட்டவே செய்யும்.

"தொல்காப்பியம் என்ற சொல், நூலைக் குறிக்கும்போது ஒரு சொல் நீர்மைத்து. பொருளை விளக்கும்போது அதை தொல்+காப்பு+இயம் என்று முச்சொற்களாகப் பிரித்துப் பொருள் கொள்ள வேண்டும். பழமையைத்- தொன்மையைக் காத்து இயம்புவது என்று பொருள்பெறும். தமிழரின் தொன்மையை-பழமையைக் காத்து இயம்பும் நூல்"

-முனைவர் ச.வே.சு, தொல்காப்பியம் தெளிவுரை.

(தொல் - *Tradition:* காப்பு *Preservation:* இயம் *Oration*)

தொல்காப்பியர் மக்கள் வாழ்வை அகம், புறம் என்று இருபெரும் கூறாகப் பகுத்துக் காட்டுகின்றார். இப்பகுப்பு முறையே பின்பு அறம், பொருள், இன்பம் என்று, திருக்குறள், சிலப்பதிகாரப் பகுப்பிற்கு அடித்தளமாகியுள்ளது.

மக்களின் அகவாழ்க்கையையும், புற வாழ்க்கையையும் கூட அகத்திணை, புறத்திணை என்பதாகப் பிரித்துள்ளார். இதிலிருந்து தமிழரின் வாழ்நெறி திணை இயல் கோட்பாட்டை அடிப்படையாகக் கொண்டது என்பது விளங்கும்.

அக வாழ்விலிருந்தே புறவாழ்வு தொடங்குகின்றது. முதல் ஆசான் அகத்திணை பற்றி முதலில் கூறுவதிலிருந்தே இதை அறியலாம்.

மேலும் புறத்திணையைக் கூறும்போது அது அகத்திணையின் புறம் என்றே கூறுகிறார். வாழ்வை அகமாகவும் புறமாகவும் பகுத்தவர், அகத்திணையை முதல், உரி, கருப்பொருள்கள் என மேலும் மூன்றாகப் பகுத்துக் காட்டுகின்றார்.

2. நானிலத் திணை

இவ்வுலகம் நான்கு பிரிவான நிலத்தைக் கொண்டது. நிலம் (இது ஐம்பெரும் பூதங்கள் என்ற பொருண்மையுடையது) மற்றும் பொழுது என்ற முதற் பொருள், மக்கள் அக ஒழுக்கம் என்ற உரிப்பொருள், வாழ்வை உருவாக்கும் கருப்பொருள் என முப்பெரும் பகுப்பாகத் திணைப்பகுப்பை தொல் ஆசான் காட்டுகின்றார். இவ்வாறு நிலைத்திணைகள் மற்றும் இயங்கு திணைகளை (Categories of Immovables and Movables) அந்தந்த நிலங்களின் தாவர, சங்கம சொத்தாக அமைத்துக் காட்டுகின்றார்.

3. திணைப் பெயர்

திணைப் பெயர்களாக அந்தந்த நிலத்திற்கே உரிய சிறப்பிடம் பெறும் மலர்களின் பெயர்களையே தொல்காப்பியருக்கு முன்பிருந்தே தமிழர் அமைத்துக் கொண்டுள்ளார்கள், இவ்வுண்மையை.

'சொல்லிய முறையால் சொல்லவும்படுமே' - (தொல்.நூற்பா 951)

'முல்லைமுதலாச் சொல்லிய முறையால்' - (தொல்.நூற்பா 974)

என்ற தொல்காப்பியரின் கூற்றாலேயே அறிய முடிகின்றது.

ஆயினும் கருப்பொருட்களைத் தொகைப்படுத்தும்போது (நூற்பா 964) மலரை ஒரு கருப்பொருளாகத் தொல்லாசான் கூறவில்லை. இருப்பினும்,

'அவ்வகை பிறவும் கரு என மொழிய' - (தொல்.நூற்பா 964)

'எந்நில மருங்கின பூவும் புள்ளும்' - (தொல்.நூற்பா 965)

என்றும் கூறுவதால் பூவும் ஒரு கருப்பொருள் ஆகின்றது.

கீழ்க்காணும் சங்கச் சான்றோர் பாடல்கள் இவ்வுண்மையை அரண் செய்கின்றன.

''தில்லை பாலை கல் இவர் முல்லை'' - குறிஞ்சிப்பாட்டு 77

''தண்கயக்குவளை குறிஞ்சி வெட்சி'' - குறிஞ்சிப்பாட்டு 63

''குருகிலை மருதம் விரிபூங்கோங்கம்'' - குறிஞ்சிப்பாட்டு 73

''வாழை வள்ளி நீர் நறு நெய்தல்'' - குறிஞ்சிப்பாட்டு 79

''பாலை நின்ற பாலை நெடுவழி'' - சிறுபாண். 11

''பாலை மரம்'' - சூடாமணி நிகண்டு, 4:34

''பாலைப்பழம்'' - என் சரித்திரம், உ.வே.சா.

தீம்பாலை - ஒருவகை மரம் - சென்னை. ப.பே.பக். 317 (பிற்சேர்ப்பு)

''பாலை என்பதற்கு நிலம் இன்றேனும், வேனில் காலம் பற்றி வருதலின் அக்காலத்து தளிரும் சினையும் வாடுதல் இன்றி நிற்பது பாலை என்பதொரு மரம் உண்டாகலின் அச்சிறப்பு நோக்கிப் பாலை என்று குறிப்பிட்டார்''

- இளம்பூரணர் உரை - தொல்.அகத்.நூ.5.

குலக்குறி - *Totem* என்பது போலத் திணைக்குறியாக மலர்களின் பெயர்களைப் பண்டைத் தமிழர் வழங்கி வந்துள்ளனர் என்பதை இதுவரை காட்டிய சான்றுகளால் அறிகின்றோம்.

மலர்களின் பெயர்கள் நிலத்திற்கு ஆகிவந்து, திணை ஒழுக்கத்திற்கும், திணைப் பண்ணிற்கும் ஆகிவந்துள்ளது. தெய்வத்திற்கும் ஆகிவந்துள்ளது. இவ்வாறு இருமடி, மும்மடி ஆகுபெயர்களாக ஆகிவந்துள்ளது.

முல்லை - கற்பு - திவாகரம் 1984

''வேலன் வெறியாட்டு அயர்ந்த காந்தளும்'' - தொல்.நூ. 1006

ஊடி யவரை உணராமை வாடிய

வள்ளி முதலரிந்தற்று - குறள் 1304

குறிஞ்சி நிலத்தின் வள்ளி என்ற மலர் / கொடியின் பெயரே நிலத்தெய்வமான வள்ளிக்கும் ஆகிவந்துள்ளது. இன்றும் நம் பெண்களுக்குத் தாமரை, மல்லிகை, செண்பகம் என்றெல்லாம் பெயர் வைக்கும் மரபு உண்டு.

4. நாற்பெரும் பண்கள்

தமிழகத்தில் பாலை நிலம் இல்லை. எனவே பாலையை விலக்கி, நானிலப் பாகுபாட்டையே முதலில் காப்பியக் குடிமகன் கூறுகின்றார். அவர் கட்டமைத்த இலக்கண நெறியில் இலக்கியம் படைத்த இளங்கோ அடிகள் பாலை நிலம் உருவாகும் முறைபற்றிக் கூறுகின்றார்.

"முல்லையும் குறிஞ்சியும் முறைமையில் திரிந்து

நல்லியல்பு இழந்து நடுங்குதுயர் உறுத்துப்

பாலை என்பதோர் படிவங் கொள்ளும்" - சிலம்பு 11: 64-66

"முல்லை குறிஞ்சி மருதம் நெய்தல் எனச்

சொல்லிய முறையால் சொல்லவும் படுமே" - தொல்.நூ.951

"முல்லை முதலாச் சொல்லிய முறையால்" - தொல்.நூ 974

"நடுவண் ஐந்திணை நடுவணது ஒழிய" - தொல்.நூ.948

இவ்வாறு நான்கு நிலங்களையே முதலில் காப்பியனார் வரிசைப்படுத்துகிறார். இந்நான்கு நிலங்களின் பெருவழக்குப் பெற்ற நான்கு பெரும் பண்களையே பண்டைப் பனுவல்கள் கூறுகின்றன.

"குறிஞ்சி செவ்வழி மருதம் பாலை - திவாகரம் 1874

"ஈரிறு பண்ணும் எழுமூன்று திறனும்" - பிங்கலம் 1380

"நாற்பெரும் பண்ணும் ..." பெருங்கதை 1:37:116

பிறகே பாலைக்கான சிறுபொழுது பெரும்பொழுது கூறுகின்றார்.

''நடுவு நிலைத் திணையே நண்பகல் வேனிலோடு'' - தொல்.நூ.955

என்று பாலை நிலத்திணையையும் உள்ளடக்கி ஐந்து நிலத்திற்கான ஐந்து பெரும் பண்களை உரையாசிரியர்கள் வரிசைப்படுத்திக் காட்டுகின்றனர்.

5. ஐந்து திணைப்பண்கள்

திணை	இளம் பூரணர் கூற்று	நச்சினார்க்கினியர் கூற்று
முல்லை	(சாதாரி என்ற முல்லை நிலச் சிறுபண்)	முல்லையாழ்
குறிஞ்சி	குறிஞ்சி	குறிஞ்சி யாழ்
மருதம்	மருதம்	மருதயாழ்
பாலை	பாலை	பாலை யாழ்
நெய்தல்	செவ்வழி	நெய்தல் யாழ்

6. ஏழ் பெரும் பாலைகள்

சங்கப் பாடல்கள், சிலப்பதிகாரம் போன்ற தொல்காப்பியத்திற்குப் பின்பான இலக்கியங்களில் ஏழ்பெரும் பாலைகள் பற்றிய குறிப்புகள் வருகின்றன. பெரும்பண்கள் 'யாழ்' என்பதிலிருந்து மாறி 'பாலை' என்று பெயர் பெறுகின்றன.

குறிப்பிட்ட சில பெரும்பண்களை 'ஏழ்பெரும் பாலைகள்' என்று சிறப்புப் பெயர் தந்து அழைத்துள்ளனர்.

''நாற்பெரும் பண்ணும் எழுவகைப் பாலையும்'' - பெருங்கதை 1:37:116

''இவ்வேழு பெரும் பாலையினையும் முதலடுத்து நூற்று மூன்று பண்ணும் பிறக்கும்'' - சிலம்பு; வேனில் 8:35 அடியார்க்கு நல்லார் உரை.

"இவ்வாறே திரிக்க இவ்வேழு பெரும் பாலைகளும் பிறக்கும்"

அடியார்க்கு நல்லார் உரை - சிலம்பு, ஆய்ச்சியர்குரவை எடுத்துக்காட்டு 13.

இவ்வாறான "ஏழ் பெரும் பாலை" என்ற கூற்றால், ஏனைய பாலைகளும் பண்டைய காலத்தில் வழக்கில் இருந்துள்ளன என்பதை,

"வந்தது கொண்டு வாராதது உணர்தல்" - தொல்காப்பியம் மரபியல் நூ. 111

என்ற தொல்காப்பியர் நெறிப்படி நாம் அறிய முடிகின்றது.

பாலை என்பது ஏழு சுரப்பண்; தற்காலத்தில் பாலை என்பதைத் தாய்ப்பண் - மேளம் - கர்த்தா (Mode-Heptatonic-Generative Scale) - மேளகர்த்தா என்றெல்லாம் குறிப்பிடுகின்றோம்.

பாலை என்பது குறிஞ்சி நிலத்தைச் சேர்ந்த பால் நிறைந்துள்ள ஒரு மரத்தைக் குறிப்பது. பால் நிறைந்துள்ள ஏனைய தாவரங்களுக்கும் பொதுப் பெயராகவும் வழங்கியுள்ளது.

குடசப் பாலை, வெட்பாலை, கருடப்பாலை போன்ற இவ்வகைத் தாவரங்களை நம் இலக்கியங்கள் குறிப்பிடுகின்றன.

பாலை மரம் - சூடாமணி நிகண்டு 4:34

"பாலைநின்ற பாலை நெடுவழி" - சிறுபாண் 11

பாலை - வராளி - ஒரு மலர் - *Wedge-Leaved ape flower* - பக். 407 செ.ப.அ.பிற்சேர்ப்பு

"தில்லை பாலை கல்இவர் முல்லை" - குறிஞ்சிப்பாட்டு 77

பாலைப்பழம் - என் சரித்திரம், உ.வே.சா.

ஏழு பிரிவுகளைக் கொண்ட இலைகளையுடைய பால் நிறைந்த ஒரு வகைத்தாவரம் - *Astonia Scholaris*

- முனைவர் எஸ். இராமனாதன் - பக். 7 *Music in Silppathikaaram*

ஏழிலைப் பாலை - *Seven leaved milk plant - Alstonia Scholaris* பக். 568 சென்னைப் பல்கலைத் தமிழ் அகராதி

''பூத்த ஏழ் இலைப் பாலையைப் பொடிப்பொடியாகத் தேய்த்த'' - கம்பரா, வரைக். 6

நன்னன் என்ற குறுநில மன்னனின் மலைநாடு 'ஏழில்', 'ஏழில் குன்றம்' என்று பெயர் பெற்றுள்ளது.

''நன்னன் ஏழில் நெடுவரை'' - அகநானூறு 152

''ஏலப்பிலக்கிழங்கு'' என்ற சொல்லாட்சி திருநெல்வேலி மாவட்ட மேற்குத் தொடர்ச்சி மலையருகிலுள்ள குற்றால வட்டாரங்களில் வழங்குகின்றது. இச்சொல்லாட்சியானது 'ஏழிலைப் பாலைக்கிழங்கு' என்பதின் திரிந்த வடிவமே. இக்கிழங்கானது ஏழிலைக்கிழங்கு ஏலக்கிழங்கு, ஏலேலக்கிழங்கு, வள்ளிக்கிழங்கு, மரவள்ளிக்கிழங்கு, கப்பைக்கிழங்கு, குச்சிக்கிழங்கு, ஏழிலை வள்ளிக்கிழங்கு, ஆழ்வள்ளிக்கிழங்கு, கொம்புக்கிழங்கு, சவரிக்கட்டை என்றெல்லாம் பெயர் பெற்றுள்ளது. (தேவநேயம் பக். 300) (இக்கிழங்கு மலை நாட்டிலிருந்து (கேரளம்) அதை அடுத்துள்ள குற்றாலம், செங்கோட்டை, தென்காசி வட்டாரங்களுக்கு வருகிறது)

பெரும்பண் ஏழு சுரங்களைக் கொண்டுள்ளதால் ஏழு பிரிவுகளைக் கொண்ட இலைகளை உடைய பாலைத் தாவரத்தின் பெயரான 'பாலை' என்பதைப் பெரும் பண்ணிற்குத் தமிழர் தந்துள்ளனர்.

ஏ-ஏழ்-எழு-ஏழு-எழுவுதல்-ஒலியெழுப்புதல் ஏழ் - யாழ் - ஏழ் - ஏழும் இசை. இசை ஏழாதலால் ஏழாம் எண் ஏழ் என்று பெயர் பெற்றது - தேவநேயம் பக். 39/*IV.* ஏழ்பெரும் பாலைகளிலுள்ள ஏதாவதொரு 'பண்'ணை எடுத்துப் பண் பெயர்ப்பு செய்தால் மீதி ஆறு பாலைகள் வரும். இந்தச் சிறப்பு ஏழ்பெரும் பாலைப் பண்களுக்கு மட்டுமே

உரியது. எனவே தமிழர் இவைகளை ஒரே தொகுப்பாக 'ஏழ்பெரும் பாலை' என்றனர்.

பாலை என்று பெயர் பெற்ற சிறப்பான ஏழு பாலைகளை அந்தந்த காதைகள் நடக்கும் நிலத்திலேயே இளங்கோ அடிகள் சிலம்பில் அமைத்துக் காட்டியுள்ளார்.

1. செம்பாலை

முல்லை - முல்லைப் பண் - முல்லையாழ் என்ற தொல்காப்பிய வழக்கிற்குப் பின்பு 'செம்பாலை' என்ற புதிய பெயர் இப்பெரும் பண்ணிற்கு ஆகி வந்துள்ளது.

"அதுவும் குணம் காரணமாய்ச் செம்பால், செம்பாலையாயினால் போல நின்றது" - தொல்காப்பியம், அகத்.நூல். 13 நச்சினார் உரை.

செம்மலை - ஆவிரை - ஆவாரம்பூ *Tanners Senna* "பனையும் அரையும் ஆவிரைக் கிளவியும்" - தொல்காப்பிய நூ. 283

என்று தொல்காப்பியம் செம்மலை என்ற ஆவிரையைக் குறிப்பிடுகின்றது.

செம்மலைப்பாலை என்றொரு பண்ணின் பெயரைச் சங்க அகராதியும், மதுரைத் தமிழ்ப் பேரகராதியும் (பக்.1007/1) குறிப்பிடுகின்றன.

செம்முல்லைக்குப் பரியாய பெயர் செம்மல். இவைகளை அடியொட்டி "செம்பாலை" என்ற பெயரைத் தமிழ் இசையின் தலைமைப் பாலையான முல்லையாழ் பெற்றிருக்கலாம். இது மேலும் ஆய்வுக்குரியது. ஆனால், சதாசிவம் பிள்ளை அகராதி 'செம்பாலை' என்பது ஒருபாலை மரம் என்று கூறுகின்றது.

முல்லை நிலப் பெரும்பண்ணான, முல்லையாழ் - செம்பாலை, தற்காலம் அரிகாம்போதி என்று பெயர் பெற்றுள்ளது. தலைமைப்

பாலையாக விளங்கும் சிறப்பைக் கொண்டுள்ளதால் இதற்கு ‘பாலை யாழ்’ என்று சிறப்புப் பெயரும் உண்டு.

சிலப்பதிகார ஆய்ச்சியர் குரவையில் வருகின்ற குரவைப்பாட்டில் ஆய மகளிர் எழுவரை நிறுத்தி, அவர்களுக்குச் சுரப் பெயரிட்டு அந்த எழுவர் மூலம் செம்பாலையின் ஏழு சுரநிரல்களைத் தெளிவாகக் காட்டியுள்ளார் இளங்கோ அடிகள். இதன் மூலம் முல்லை நிலப் பெரும்பண்ணான முல்லை-முல்லை யாழ்-செம்பாலை என்பது இன்றைய அரிகாம்போதியே எனத் துல்லியமாக அறிய முடிகின்றது. ஒரு பண்ணின் சுரநிரல்களை ஆய்ச்சியர் குரவையில் இளங்கோ அடிகள் காட்டியதைப்போல வேறு எவரும் உலகில் இதுவரை காட்டியதில்லை. ‘‘குரல்துலை வில்துத்தம் ...’’ போன்ற எடுத்துக்காட்டு வெண்பாக்கள் மூலம் உரையாசிரியர்கள் இதற்கு மேலும் அரண் செய்துள்ளனர். இப்பாடல்களில் வரும் ‘‘தொல் ஏழிசைக் காம்’’ என்ற சொல்லாட்சியின் மூலம். தமிழரின் ஆதிப்பண் - *Primordial Scale* - தலைமைப்பாலை - இந்தியச் சாம கானம், அரிகாம்போதியே என்று இளங்கோ அடிகளும் உரையாசிரியர் களும் நிலைநாட்டியுள்ளனர்.

2. படுமலைப்பாலை

இப்பண் ஏழ்பெரும் பாலை வரிசையில் இரண்டாவது பாலையாக வரும் ஏழு சுரப்பெரும் பண். குறிஞ்சி - குறிஞ்சி யாழ் என்று தொல்காப்பிய காலத்தில் பெயர் வழங்கிய குறிஞ்சி நிலப்பண், சங்க காலத்திலும் சிலப்பதிகார காலத்திலும் படுமலைப்பாலை என்று பெயர் பெறுகின்றது.

படுமலை-மலைபடு; மலைக்கே உரிய பாலை

(படு = பொருந்திய)

‘‘பாணர் படுமலை பண்ணிய எழாலின்’’ - குறுந். 323 : 2

‘‘படுமலை நின்ற நல்யாழ் ...’’ நற்றிணை 139 : 4

‘‘படுமலை நின்ற பயங்கெழு சீறியாழ்’’ - புறநானூறு 135 : 7

மலைப்பாலை என்பது ஒருவகைச் செடிவகை என்பதைக் கீழ்க்காணும் உண்மையால் அறிய முடிகின்றது.

மலைப்பாலை - ஒரு செடி - *Minusops* செ.ப.அ.பக்.3108 அகராதி கூறுகின்றது. 'படுமலை' என்பது ஒருவகைப் பாலை மரம் என்று சதாசிவம்பிள்ளை அகராதி குறிப்பிடுகின்றது.

செம்பாலையின் துத்த நரம்பைக் கொண்டு வலமுறையில் பண்பெயர்க்க படுமலைப்பாலை என்ற பண் கிடைக்கிறது. இளங்கோ அடிகள் இவ்வுண்மையைக் கீழ்க்காணும் முறையில் காட்டுகின்றார் :

"குரல் குரலாக வருமுறைப் பாலையில்

துத்தம் குரலாத் தொன்முறை இயற்கையின்

அம்தீம் குறிஞ்சி" - சிலம்பு.நடுகல் காதை 28:33-55

மேற்கண்ட பாடல் காட்டும் சுரநிரல்படி குறிஞ்சி - குறிஞ்சியாழ் - படுமலைப்பாலை என்பது இன்றைய நடபைரவிதான் என்பதை ஐயத்திற்கிடமின்றி அறிய முடிகின்றது.

3. செவ்வழிப்பாலை

செவ்வழி என்றும் நெய்தல் யாழ் என்றும் தொல்காப்பிய காலத்தில் பெயர் பெற்ற நெய்தல் நில ஏழு சுரப்பெரும்பண்ணானது - ஏழ்பெரும் பாலை வரிசையில் மூன்றாவதாக வரும் செவ்வழிப் பாலையே.

தமிழிசையின் தலைமைப் பாலையான செம்பாலையின் (அரிகாம்போதி) கைக்கிளை (காந்தாரம்) குரலாக வலமுறையில் பண் பெயர்க்க செவ்வழிப் பாலை கிடைக்கின்றது. இதை இருமத்திமத் தோடி என்று குறிப்பிடலாம். இப்பண் வரும் முறை பற்றி இளங்கோ அடிகள் கீழ்க்கண்டவாறு கானல் வரியில் கூறுகின்றார் :

"காந்தள் மெல்விரல் கைக்கிளை சேர்குரல்

தீந்தொடைச் செவ்வழிப்பாலை ..."

- சிலம்பு கானல்வரி, பாடல் 47

4. அரும்பாலை

பாலைத் திணைக்குரிய ஏழு சுரப் பெரும் பண் - பாலை - பாலை யாழ். தொல்காப்பியருக்குப் பின் இது அரும்பாலை - சுடுநிலப்பாலை - மருவின் பாலை என்றெல்லாம் பெயர் பெற்றிருக்கின்றது.

ஏழ் பெரும் பாலை வரிசையில் நான்காவதாக, நடுவில் வரும் பாலையாதலால் இதற்கு நடுவண்பாலை என்ற பெயரும் உண்டு.

''உழை குரலாயது அரும்பாலை'' என்று இதன் சுரநிரல்களை அடியார்க்கு நல்லார் (சிலம்பு ஆய்ச். 17:13) காட்டுகின்றார்.

அரும்பாலை-காட்டுப்பாலை என்று ஒரு தாவரத்தை மதுரைத் தமிழ்ப் பேரகராதி (பக் 421/1) காட்டுகின்றது.

தமிழிசையின் தலைமைப் பாலையான முல்லையாழ் - செம்பாலை - அரிகாம்போதியின் உழை (மத்திமம்) குரலாக வலமுறையில் பண்பெயர்க்க, பாலை-பாலையாழ்-அரும்பாலை என்ற இன்றைய சங்கராபரணம் கிடைக்கின்றது.

5. கொடிப்பாலை / கோடிப்பாலை

மருத நிலத்திற்குரிய ஏழு சுரப் பெரும்பண் மருதம் - மருதயாழ் ; இது காப்பியருக்குப் பின்பு கொடிப்பாலை / கோடிப்பாலை என்று பெயர் பெறுகின்றது.

கொடிப்பாலை - வனதித்தம் - *Green Wax Flower* /செ.ப.அ.பக். 1135

கொடிப்பாலை - திவாகரம் 1878

சிலப்பதிகார அரங்கேற்றுக்காதை வரி 70 - 71ற்கான அடியார்க்கு நல்லார் உரைப் பகுதியின் அடிககுறிப்பில் (பக். 111),

''இதனை இக்காலத்து கொடிப்பாலை என வழங்குகின்றனர்''

என்று உ.வே.சா. குறிப்பிடுகின்றார்.

"கூறிய பட்டடை குரலாய் கொடிப்பாலையில் நிறுத்தி"

- பெரிய புராணம் ஆனாய. பாடல் 25

"கொடிப்பாலை" என்றே பழைய பதிப்புகளில் உள்ளது.

தமிழரின் ஆதிப்பாலையான செம்பாலையின் (அரிகாம்போதி) இளி நரம்பை (பஞ்சமம்) க்குரலாகக் கொண்டு வலமுறையில் பண் பெயர்த்தால் கிடைக்கும் பண் மருதம் - மருதயாழ் - கொடிப்பாலை / கோடிப்பாலை என்ற இன்றைய கரகரப்பிரியா அரிகாம்போதியின் பஞ்சம சுரப்பண் பெயர்ப்பால் கரகரப்பிரியா வருவதால், 'பஞ்சமம்' என்ற பெயரும் கரகரப்பிரியாவிற்கு உண்டு.

6. விளரிப்பாலை

ஏழ்பெரும் பாலை வரிசையில் ஆறாவதாக வரும் பாலை விளரிப்பாலை என்பது.

விளரிப்பாலை - விளாமரம் - *Wood-apple*

-செ.ப.அ.பக் 3728

இளங்கோ அடிகள் சிலம்பு கானல்வரி 48ஆம் பாடலின் இப்பண் கிளைமுறை (மத்திமபாவம்)யில் வரும் முறையைக் குறிப்பிடுகின்றார்.

0 1 2 3 4 5

சரி^{1}ரி^{2}க^{1}க^{2}ம^{1}ம^{2}பத^{1}த^{2}நி^{1}நி^{2}

5 ------------ 0 1 2 3 4

எடுத்துக்கொண்ட சுரத்திற்கு (ப), ஐந்தாவதாக வரும் சுரம் (ச) முதல் சுரத்தின் மத்திம சுரம். இது கிளைமுறை-ஐந்தன்முறை-மத்திமபாவம். இவ்வாறு சுழற்சி செய்யும்போது,

பச, சம^1, ம^{1}நி^{1}, நி^{1}க^1, க^{1}த^1, த^{1}ரி^{1}

என்று ஐந்தன் முறைக் கோவைகள் வந்து,

ச ரி[1] க[1] ம[1] ப த[1] நி[1] என்ற விளரிப் பாலையின் சுரநிரல்கள் கிடைக்கின்றன.

"நுளையர் விளரி நொடி தரும் தீம்பாலை

இளிகிளையிற் கொள்ள..." - கானல்வரிப் பாடல் 48

என்று தமக்கே உரிய இசைப் புலமை நுட்பத்தால் இப்பண் வரும் முறையை இளங்கோ அடிகள் காட்டியுள்ளார். மேற்கண்ட சுரநிரல்களால் இப்பண் தற்காலத்தில் வழங்கும் தோடி என்பதைப் புரிந்து கொள்ள முடிகின்றது. மேலும் கானல்வரியில் இப்பண்ணினை, அடிகளார் அமைத்துக் காட்டுவதால் இப்பண் நெய்தல் நிலத்திற்கு உரியது என்பதையும் நாம் அறிகிறோம். எனவே நெய்தல் நிலத்திற்கு செவ்வழி, விளரிப்பாலை (இருமத்திமத் தோடி, தோடி) என்ற இரு பெரும் பாலைகளும் உரிமை கொள்கின்றன.

7. மேற்செம்பாலை

ஆய்ச்சியர்குரவை உரைப்பகுதியில் "தாரம் குரலாயது மேற்செம்பாலை" என்று அடியார்க்கு நல்லார் குறிப்பிடுகின்றார். வலமுறையில் செம்பாலையின் (அரிகாம்போதி) தாரம் (கைசகிநிசாதம்) குரலாகப் பண் பெயர்க்க மேற்செம்பாலை கிடைக்கின்றது. இதையே 'தலையின தாரம் செய்யும் தாரம்' என்ற நூற்பா மூலம் அரும்பத உரைகாரரும் வேனில்காதை (வரி 25)க்கு உரை கூறும்போது உறுதி செய்கின்றார்.

'மதுர கீதம் பாடினள் மயங்கி' - சிலம்புவேனில் 8:24 என்ற பகுதிக்கு உரை வகுக்கும்போது, 'மேற்செம்பாலை என்னும் பண்ணைக் கண்டத்தால் பாடி...' என்றே கூறுகின்றார். வேனில் காதை நிகழும் இடம் மருதநிலம், இளங்கோ அடிகள் வேனில் காதையை மருதநிலத்தில் அமைத்துள்ளதால் இப்பண் மருத நிலத்திற்குரியது என்பது உறுதிப்படுகின்றது.

மேற்காட்டிய உரையாசிரியர்களின் உரைகளின் மூலம் மேற்செம்பாலை என்பது இன்றைய கல்யாணிப்பண் என்பது பெறப்படுகின்றது. இவ்வாறு ஏழ் பெரும் பாலை வரிசையில் ஏழாவதாக, இறுதியில் வரும் கல்யாணியுடன் கரகரப்பிரியாவும் மருத நிலத்திற்கு உரிமை பெறுகின்றன.

செம்பாலை, படுமலைப்பாலை, செவ்வழிப்பாலை. அரும்பாலை, கோடிப் பாலை, விளரிப்பாலை, மேற்செம்பாலை ஆகியன பாலை மரங்களின் வகைகள் என சதாசிவம்பிள்ளை அகராதி (பக் 1514/I) குறிப்பிடுகின்றது.

ஐந்து சிறுபண்கள்

ஐந்து நிலத்திற்கான, ஐந்து சுரங்கள் கொண்ட, ஐந்து சிறுபண்களை (திறப் பண்களை) நம் முன்னோர் ஐந்திணைக்கும் வகுத்துள்ளனர். (திறம் - ஔடவம் - *Pantatonics* 5 சுரப்பண்கள்)

''யாழின் பகுதியோடு ...'' - தொல்காப்பியர் அகத்.நூ.20 என்ற பகுதிக்கு இளம்பூரணர் உரை செய்யும்போது,

''யாழின் பகுதி என்பது பண் - அது சாதாரி'' என்றே உரை வகுக்கின்றார்.

'பண் : ''முல்லைத் தீம்பாணி என்றாள்'' என்பதனால் சாதாரியும் கூறினார்' என்று பதிக உரையில் அடியார்க்கு நல்லார் குறிப்பிடுகின்றார்.

'போதாரி வண்டெல்லாம் நெட்டெழுத்தின் மேல்புரிய சாதாரி நின்றறையும் சார்ந்து' - திணை மாலை 150-95 : 3-4.

சாதாரிப்பண், திருவிளையாடல் புராணத்தில் விறகு விற்ற படலத்தில் குறிப்பிடப்படுகின்றது. தேவாரத்திலும், ஆழ்வார் பாசுரங்களிலும் இப்பண் பயின்று வருகின்றது. இப்பண்ணுக்குத் திருமுறை கண்ட புராணத்தில் ஒன்பது கட்டளைகள் கூறப்பட்டுள்ளன.

‘குரல் மந்தமாக இளி சமனாக’ என்று சிலம்பு, ஆய்ச்சியர் குரவை வெண்பாவில் குறிப்பிடப்படும் சுரநிரல் (ச ரி^{2} க^{2}ப த^2) இன்றைய மோகனப் பண்ணிற்கு உரியதென முனைவர் எஸ். இராமநாதன் நிறுவியுள்ளார். எனவே சாதாரி என்றும் முல்லைத்தீம்பாணி என்றும் நம் முன்னோர் கூறியது இன்றைய மோகனப் பண்ணே.

ஆய்ச்சியர் குரவையில், குரவைக்கூத்தில் அரிகாம்போதிப் பண்ணினைக் காட்டி உடன் மோகனப் பண்ணையும் இளங்கோ அடிகள் காட்டுகின்றார். இதிலிருந்து இரண்டு முடிவுகளை நாம் பெற முடிகின்றது.

1. மோகனம் என்ற சிறுபண் (யாழின் பகுதி) அரிகாம்போதிப் பண்ணின் திறம் என்பது (அதாவது ஜன்யம் - *Derivative*)

2. அரிகாம்போதி மற்றும் மோகனப் பண்களை (முல்லை நில) ஆய்ச்சியர் பாடுவதாக இளங்கோ அடிகள் அமைத்துக் காட்டுவதால், முல்லை நிலத்திற்குரிய பெரும்பண் அரிகாம்போதி என்பதும், சிறுபண் (யாழின் பகுதி) மோகனப் பண் என்பதும் உறுதிப்படுத்தப்படுகின்றன.

''குழலினும் யாழினும் குரல் முதல் ஏழும்

வழுவின்றி இசைத்து வழித்திறம் காட்டும்''

- சிலம்பு இந்திர 5 : 35-36

இவ்வாறு வழித்திறம் பாடும் முறையை அடிகளாரே வகுத்துக் காட்டுகிறார். (வழித்திறம் - திறப்பண்கள் - ஜன்ய இராகங்கள்)

மோகனப்பண்ணின் ஏனைய சுரங்களால் பண் பெயர்ப்பு செய்யும் முறையால், மத்தியமாவதி, இந்தளம், சுத்த சாவேரி, சுத்த தன்யாசி என்ற சிறுபண்கள் - பாணிகள் கிடைக்கின்றன. பண்டைய நமது இலக்கியங்கள் இச்சிறு பண்களையும் காட்டியுள்ளன.

நிலம்	பண்டைய பெயர்	இன்றைய பெயர்
1. முல்லை	முல்லைக்குழல் முல்லைப்பாணி, சாதாரி	மோகனம்

	முல்லையத்தீங்குழல் (ஆய்ச்சியர், குரவை, கூத்துள் படுதல்) வெண்பா மற்றும் பாடல் 3)	
2. குறிஞ்சி	குறிஞ்சிப்பாணி, வேலன்பாணி (நீர்ப்படைக்காதை 27:224) (காட்சிக்காதை 25:25)	மத்தியமாவதி
3. நெய்தல்	கானல்பாணி (வேனில் காதை 8:வெண்பா - 2)	இந்தளம்
4. பாலை	பாலைப்பாணி, கொன்றையந், தீங்குழல் (ஆய்ச்சியர், குரவை, கூத்துள் படுதல் பாடல் 1) கொன்றைக்குழல்	சுத்தசாவேரி
5. மருதம்	ஆம்பல்பண் (சிலம்பு 7: பாடல் 29) ஆம்பலந் தீங்குழல் (ஆய்ச்சியர்குரவைப் பாடல் 2) ஆம்பல் குழல்	சுத்ததன்யாசி

முடிவுரை

இவ்வாறு முல்லை, குறிஞ்சி, நெய்தல், கொன்றை, ஆம்பல் எனச் சிறு பண்களும் திணைக் கருப்பொருளான மலர்களின் பெயர்களையே பெற்றுள்ளன.

மதுமாதவி என்று ஒரு பண்ணின் பெயரை நாரதரின் சங்கீத மகரந்தம் குறிப்பிடுகின்றது. மதுமாதவி என்பதே பின்னாளில் மத்தியமாவதி எனத் திரிந்ததாக யாழ்நூலார் (யாழ் நூல் பக். 289) குறிப்பிடுகின்றார்.

மாதவி = குருக்கத்தி - ஒரு கொடி வகை.

மத்தியமாவதியின் இன்னொரு பண்டையப் பெயர் செருந்தி என்பது. செருந்தி என்பது வாட்கோரை என்ற ஒருவகைக் கோரையைக் குறிப்பது.

பஞ்சரம் = செருந்தி மரம் - சூடாமணி 11:ஞகர.1

பைரவி, நடபைரவி என்று இன்று அழைக்கப்பட்டாலும், இப்பண்ணினை 'பயிரவி' என்றே திவாகரம் குறிப்பிடுகின்றது.

'பிலகரி பயிரவி காம்போதி என்ன' - திவாகரம் 1984

பயிரவி என்பது முடக்கத்தான் - உழிஞை என்ற கொடிவகை - *Lasser Baloon Vine* -செ.ப.அ.பக் 2489.

வெட்சி, வஞ்சி, உழிஞை, நொச்சி, தும்பை, வாகை, காஞ்சி என்ற புறத்திணையின் பெயர்களும் மலர்ப்பெயர்களே.

இயற்கையோடு இயற்கையான வாழ்வு வாழ்ந்த நம்முன்னோர் திணைத்திறள் கூட்டமாக வாழ்ந்து அவர் பாடிய பண்களுக்கும் மலர், செடி, கொடி, மரப் பெயர்களையே வழங்கி வந்துள்ளனர்.

(குறிப்பு : இந்திய மொழிகளின் நடுவண் நிறுவனம் *(CIIL)* மைசூர் மற்றும் தஞ்சைத் தமிழ்ப் பல்கலைக்கழகம் இணைந்து நடத்திய தொல்காப்பியத்தில் இசைக் குறிப்புகள் குறித்த 27-28.07.2006இல் தஞ்சையில் நடந்த கருத்தரங்கில் வாசித்தளித்த கட்டுரை)

நன்றி. கவிதாச்சரண், சூலை

டிசம்பர் 2006

வெளிச்சம்

கொஞ்சம் இடம், நமக்குப் பழக்கப்பட்ட மேளம், புல்லாங்குழல், பறை போன்ற கருவிகள், அல்லது குடம், பானை, தட்டு, தம்ளர்களே கூடப் போதும். நான்கு பேர் அவற்றை மட்டும் இயக்கியோ அல்லது அவற்றுடன் சேர்ந்து பாடவோ ஆரம்பித்தால், அடுத்த ஐந்தாவது நிமிடத்தில் கொஞ்சம் கொஞ்சமாகக் கூட்டம் அந்த இடத்தை மொய்த்துக் கொள்கிறது. கருவிகளின் ஒலி குறுக்கிடாத இசையும், பாமரனுக்கும் புரியும் எளிய வார்த்தைகளும் கூட்டத்தைக் கொண்டு

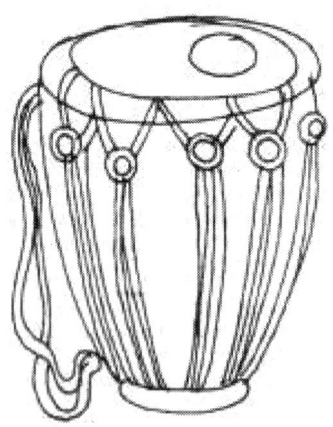

வருகிறது. இதுதான் நம்மை அடையாளங் காட்டிய நமது பாரம்பரிய இசை. இதை வெளிப்படுத்திய முறைதான் நமது கலை. நாகரிகம் பேசுபவர்கள் இவற்றை நாட்டார் பாட்டு, கிராமியக்கலை என்கிறார்கள்.

இன்றைய தலைமுறையினர் எத்தனை பேருக்கு தமிழ் மண்ணின் இந்த இசை பற்றித் தெரிகிறது? இன்றைக்கு தமிழிசை என்றால் ஏ.ஆர். ரஹ்மானின் இசையும், தமிழ்ப்பாடல்கள் என்றால் எஸ்.பி.பி பாடும் சினிமா பாடல்களும்தான் நிறையபேருக்கு நினைவில் வருகிறது. திரைப்படங்களின் தாக்கம் அப்படி. ஒரு விஷயத்தை எளிதாக மக்களிடம் கொண்டுபோய்ச் சேர்க்கும் சிறந்த ஊடகமாக அது வரவேற்கப்பட்டதால் அதன்மீது நாம் குற்றம் சொல்ல முடியாது. நமது மாறிவிட்ட மனோபாவம்தான் காலத்தை மாற்றிவிட்டது. ‘பழையன கழிதலும் புதியன புகுதலும்’ வேண்டியதுதான். அதற்காகப் புதுப்புது உறவுகள் கிடைத்தவுடன் தாய் தகப்பனை, தாத்தா பாட்டியை எல்லாம் பழையவர்கள் என ஒதுக்க முடியுமா?

எங்கோ ஒரு குக்கிராமத்தில் கடைசி நாட்களைத் தனிமையில் கழித்துவரும் ஒரு தாய் தகப்பனை, பட்டம், பதவி பெற்றுப் பட்டணத்தில் வசிக்கும் பையன் பார்க்கச் செல்வதுபோல, நாம் மறந்துவிட்ட அந்த இசை வடிவங்களைக் கொஞ்சம் திரும்பிப் பார்க்கலாமா?

‘ஆராரோ’விலிருந்து ஆரம்பிக்கலாம். குழந்தைக்குத் தாய் பாடும் தாலாட்டுதான் நாம் மறந்த முதல் இசை. இது குழந்தையின் அழுகையை அமர்த்துவதற்கு மட்டுமல்ல. முதன் முதலில் இசை என்ற ஒன்றை நமக்கு அறிமுகம் செய்வதே தாலாட்டுதான். தாலாட்டு பாடும் கிராமத்துப் பெண் எந்தப் பயிற்சியும் எடுத்துக்கொண்டோ, எழுதி வைத்துக்கொண்டோ பாடுவதில்லை. இட்டுக்கட்டியோ, யாராவது பாடுவதைக் கேட்டோ போகிற போக்கில் பாடுகிறாள்.

‘‘யாரு அடிச்சா சொல்லி அழு அவன்

ஊரு தெரிஞ்சா சொல்லி அழு'' என அழுகின்ற மகனிடம் தாய் கேட்க,

''யாரும் அவனை அடிக்கவில்லை - அவன் ஊரும் அது தேவையில்ல; தானே இவன் அழுகுறான்டீ -

இப்போ தம்பி ஒருத்தன் வேணுமின்னு''

என கணவன் மறுபாட்டு பாட, அதில் எவ்வளவு அர்த்தம் பொதிந்து கிடக்கிறது பாருங்கள். கணவன் - மனைவிக்கிடையேயான அந்நியோன்யப் பரிமாற்றத்துக்கு மட்டுமில்லாமல், கணவன் - மனைவி சண்டை, மாமியார் - மருமகள் உரசல், கொழுந்தனாருக்கு புத்திமதி... இப்படி நிறைய விஷயங்களைத் தாலாட்டு மூலம் நடத்தியிருக்கிறார்கள் அந்தக் காலத்து 'ஆத்தா'க்கள்.

இன்றைக்குத் தாலாட்டைக் கேட்பதற்குப் பதில் 'மிஸ்டர் பீனி'ன் கோமாளிச் சேட்டையைப் பார்த்து ரசித்துக் கொண்டிருக்கிறது குழந்தை. தாலாட்டுப் பாடச் சொன்னால் தாயும் காததூரம் ஓடுகிறாள்.

அடுத்தது குலவை. வீட்டில் எந்த ஒரு நல்ல காரியம் என்றாலும் இது ஆஜராகி விடும். 'மேலத்தெருவுல கொலவச் சத்தம் கேட்குதே, பொன்னம்மா மக உக்காந்திருப்பாளோ?' என பெண் பிள்ளைகள் பருவமடைவதை இதை வைத்தே அடையாளம் காணுவார்கள். நான்கைந்து பெண்களாகக் கூடி நாக்கைச் சுழற்றிக் குலவை போடும் அந்த அழகே அழகுதான். கீச்சுக் குரலுடைய ஆண்களும் சில நேரங்களில் சேர்ந்து கொள்வார்கள். வீட்டில் விசேஷம் என்பதை அறிவிக்கும் ஒரு சாதனமாகச் செயல்பட்டிருக்கிறது குலவை. மச்சான் முறை ஆண்களிடம் பெண்கள் குலவை போடுவதற்குக் கூலி கூடக் கேட்கும் வழக்கம் உண்டு.

பிறந்து, ஆளாகி, கல்யாணம், குழந்தை குட்டிகளென ஆகி வாழ்க்கை முடியும்போது இறப்பிலும் கூடவே இடம் பிடிக்கிறது இசை. இறந்துபோன ஒருவரைச் சுற்றி அழும் பெண்கள் அவர் வாழ்ந்த

விதத்தை அழகாக ஒப்பாரியில் கொண்டுவந்து விடுவார்கள். ஒப்பாரி வைத்து ஒரேயடியாக அழுது கொண்டேயிருந்தால் உடல்நிலை பாதிக்கும் என்பதற்காகவே இடையிடையே கைகாலுக்கு அசைவு கொடுக்க, இறந்தவரைச் சுற்றி வந்து மாரடிக்கும் பழக்கம் வந்ததாம்.

கருவிகள் அவசியமில்லாத இந்த இசை வடிவங்கள் ஒருபுறம் என்றால், வாழ்ந்த காலங்களில் பொழுதுபோக்கவும், உழைப்பின் அலுப்பை மறக்கவும், சுகதுக்கங்களைப் பகிரவும் நாம் வளர்த்த கலைகள் ஏராளம். இவற்றில் பெரும்பாலானவை வட்டாரம் சார்ந்தவையாகவே இருந்தன. இவற்றைப் பரப்பி வந்தவர்கள் சூழல் காரணமாக புலம் பெயர்ந்தபோது, கலையும் கூடவே காணாமல் போய்விட்டது.

திருநெல்வேலி, தூத்துக்குடி, விருதுநகர், கன்னியாகுமரி மாவட்டங்களில் தோன்றி வளர்ந்த 'வில்லுப்பாட்டை' இன்று இந்த மாவட்டங்களிலேயே தேட வேண்டியிருக்கிறது. கோயில் திருவிழாக்களில் 'முத்துப்பட்டன்', 'வல்லரக்கன் தவக் கதைகள் பாடப்பட்ட வில்லுப்பாட்டில் சமூக அரசியல் நிகழ்வுகள் கூட அவ்வப்போது எடுத்துவிடப்படுவதுண்டு.

எட்டையபுரத்தில் முதல் நாள் நடிகர் ஜெமினி கணேசனின் முயற்சியில் பாரதி விழா. இதில் பார்வையாளர்களுக்குக் கட்டணம் வசூலிக்கப்படுகிறது. அதற்கு அடுத்த நாள் முற்போக்கு வாலிபர் சங்கத்தின் சார்பில் விழா. அதில் கட்டண விஷயத்தை,

"திக்கெட்டும் புகழ்பரப்பும் பாரதிக்கு டிக்கெட்டா டிக்கெட்டா?" என நாசூக்காக முதல்நாள் விழா நடத்தியவர்கள் காதுகளுக்கு தனது வில்லின் மூலம் கொண்டு சென்றுவிடுகிறார் சாத்தூர் பிச்சைக்குட்டி தமிழக அரசு கலைமாமணி விருதை அறிமுகப்படுத்தி முதல் வருடம் கொடுத்தபோது விருது பெற்றவர்களில் இவரும் ஒருவர். இன்று இவரது வாரிசுகள் வில் கலை தெரிந்தும் அதை மக்களிடம் கொண்டு செல்ல இயலாத நிலையில்தான் இருக்கிறார்கள். என்ன சொல்வது? சுப்பு

ஆறுமுகத்துக்கு 'சங்கீத நாடக அகாடமி' விருது கிடைத்ததை நினைத்துச் சந்தோஷப்படுவதா ... அல்லது பிறந்த பூமியிலிருந்தே மறைந்து கொண்டிருக்கும் இவற்றிற்காக வருத்தப்படுவதா தெரியவில்லை.

வட, தென்னாற்காடு மாவட்டங்களின் சொத்தான 'கூத்து'க் கலையின் நிலையும் இதேதான். 'விட்டுவிடக்கூடாது' என்று வலுவாகப் பிடித்துக் கொண்டு போராடும் புரிசை தம்பிரான்களால்தான் கொஞ்சம் மிச்சமிருக்கிறது.

வட்டார எல்லை தாண்டி ஓரளவு எல்லாத் தமிழர்களுக்கும் பொதுவான சில இசை, கலை வடிவங்கள் பற்றிய தகவல்களும் ஆவணங்களில், பழைய நூல்களில்தான் கிடைக்கின்றன. சமீபத்தில் ஆய்வு ஒன்றிற்காக இப்படி நான் திரட்டிய சில கலைவடிவங்களில் குறிப்பிடத்தக்க இரண்டு 'கொலைச்சிந்து' மற்றும் 'இயற்கைச் சீரழிவுச்சிந்து'

கொலைச்சிந்து என்பது ஒரு வகையில் தகவல் பரப்பும் முறை. அதாவது ஊரில் ஒரு கொலை நடந்துவிட்டது என்றால் மறுநாள் விடிவதற்குள் அந்த நிகழ்வு குறித்த விபரங்களைத் திரட்டி அதைப் பாட்டாக்கிப் புத்தகமாக விநியோகித்து விடுவார்கள். ஆளவந்தார் கொலை செய்யப்பட்டபோது இந்த 'கொலைச் சிந்து' (ே)பாடப்பட்டதற்கான சான்றுகள் கிடைக்கின்றன.

'கொலைச்சிந்து' போலவே 'இயற்கைச் சீரழிவுச் சிந்து'

'ஆயிரத்து தொள்ளாயிரத்து அறுபத்து நாலாமாண்டு,

வாய்மையுள்ள டிசம்பர் மாதம் வளரும் தேதி இருபத்தொண்ணில் வருகுதே புயல் காத்து பாம்பன் தனுஷ்கோடியப் பாத்து''

எனத் தனுஷ்கோடி அழிந்த கதையை இன்றைய குழந்தைகளுக்கும் புரியும்படி சொல்கிறது 'தனுஷ்கோடி சீரழிவுச்சிந்து'

இன்னும் கும்மி, கரகம், காவடி, கோலாட்டம், நையாண்டி, கணியான் மேளம், நாடகம் எனப் பெரிய பட்டியலே இருக்கிறது.

இவற்றின் நலிவுக்கு எந்தச் சினிமாவைக் குற்றம் சுமத்துகிறோமோ, அதே சினிமா மூலமாகவே திரும்பவும் மக்களிடம் கொண்டுபோக முடியுமா எனப் பார்க்க வேண்டும். அதே நேரம் குலவை, தாலாட்டுப் பழக்கத்தை இன்றைய தாய்மார்கள் திரும்பவும் கொண்டு வரலாமே. கரகாட்டம், காவடி போன்றவற்றிற்குத் திருவிழாக்களில் முன்னுரிமை கொடுக்கலாம். குழந்தைகளுக்குப் பள்ளிப்பாடங்களில் இந்தக் கலைகள் பற்றிச் சொல்லித் தரலாம். இப்படி ஆயிரம் வழிகள் இருக்கின்றன. வியாக்கியானம் பேசாமல் செய்ய முன்வர வேண்டும். அரசு, தொண்டு நிறுவனங்கள், கலை ஆர்வலர்கள், பெரு வணிகர்களோடு மக்களும் சேர்ந்தால் போதுமே.

எனவே, கூட்டாகச் சேர்ந்து, அழிவின் விளிம்பில் இருக்கும் இவற்றை மீட்கக் கிளம்புவதற்கு முன் ஒவ்வொரு தனிநபரும் 'நான் என் அடுத்த சந்ததிக்கு இவற்றைக் கொண்டு செல்வேன்' என்ற உறுதிமொழியை எடுத்துக் கொள்ளுங்களேன். ஏனெனில் இதில் மிகமிக முக்கியம் உங்களின் உறுதியான மனோபாவம்தான்.

நன்றி. குங்குமம்

27-09-2007

ஆடலுடன் பாடல்

இயற்கை உண்மையானது; கலை போலியானது; அதாவது போலச் செய்வது. சாரத்தில் எல்லாக் கலைகளும் போலிகள்தான். குற்றால அருவியைப் போலப் படம் எழுதுவது ஓவியக்கலை, பெரியாரைப்போல கல்லில் செதுக்குவது சிற்பக்கலை.

வண்டைப்போல, புள்ளினத்தைப்போலப் பாடுவது இசைக்கலை. மானைப் போல, மயிலைப்போலத் துள்ளுவது, ஆடுவது ஆடற்கலை.

இயற்கையையும் உலக வழக்கையும் அப்படியே கூறாது புனைவுடன் காட்டுவது கலை. ஆனால் அப்படியே பதிவு செய்வது

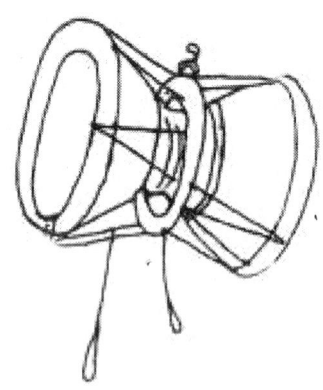

புகைப்படம். எனவே புகைப்படத்தில் கலைஞனின் புனைவு இல்லை. எனவே அதில் கலைஞனும் இல்லை.

குறிஞ்சித் திணையின் தொன்மையான வேட்டைக்காரன் வேட்டையாடி முடித்ததும் குகைக்குத் திரும்புகிறான். பின்பு தான் வேட்டையாடியதைப் போல நளி நயம் (அபிநயம்) செய்து காட்டுகிறான். அங்கே கூத்து பிறக்கிறது. அது மொழி தோன்றாத காலம். எனவே ஆதி மனிதனின் கூத்தில் மொழி இல்லை; இசையில்லை; பாட்டும் இல்லை.

அதன் நீட்சியான இன்றைய பாலே *(BALLET)* என்ற நாட்டிய நாடகத்திலும் உரையாடலும் இல்லை, பாட்டும் இல்லை. கேரளத்து ஞஞ்ஞையர் (நங்கையர்) கூத்தில் உரையாடலோ, பாடலோ இல்லை. அதில் தாளம் அதற்கேற்ற ஆடல் மட்டுமே உண்டு.

ஆடல் என்று பொருள் தரும் - *BALLET* என்ற பிரஞ்சு மொழிச் சொல்லில் இருந்தே (நாட்டார்) பாடல் (கதைப்பாடல்) - *BALLAD* என்ற சொல் பிறந்ததாக ஆய்வாளர்கள் கூறுகின்றனர்.

தமிழில் முதன்மை பெற்று முந்திப்பிறந்தது கூத்துத்தமிழ். பிறகே இசைத் தமிழ் பிறக்கிறது. எனவே ஆடலில் இசையும், இசை பிறந்த பின் சேர்ந்தே வருகிறது. இசையின் காலக்கணக்கான தாளம் ஆடலுக்கு உரியதே.

''விரைஒலி கூந்தல்நும் விறலியர் பின்வர

ஆடினிர் பாடினிர்''

-புறநானூறு 109

''ஆடலும் பாடலும்'', ''பதினோர் ஆடலும் பாட்டும் கொட்டும்''

''ஆடலும் பாடலும் பாணியும் தூக்கும்'', ''தாழ்குரல் தண்ணுமை ஆடலொடு இவற்றின் இசைந்த பாடல் இசையுடன் படுத்து'' - சிலப்பதிகாரம்.

‘‘கொட்டாட்டப்பாட்டு’’ என்றும், ‘‘தேவாரம் பாடி ஆட’’ என்றும் நம் பண்டைய மரபு ஆடலுடன் பாடல் என்றே பதிவு செய்துள்ளது.

அரங்கு இசைப் பாடலைக் கேட்டால் அந்தச் சுவையில் தலையை மட்டுமே ஆட்டுகிறோம். ஆனால் ஆடலுடன் கூடிய பாடலான காவடிச் சிந்து பாடினால் உடலே ஆட்டம் போடுகிறது. படித்தவன் காவடிச் சிந்து என்பான்; பாமரனோ காவடி ஆட்டம் என்பான். நகரத்தானுக்குக் கரகச்சிந்து; அதுவே நாட்டுப்புறத்தானுக்குக் கரகாட்டம்.

நாட்டுப்புற ஆடலில் பார்வையாளர் குறைவு. ஏனென்றால் பங்கேற்பாளர்களே பெரும்பான்மையினர். குழு ஆட்டமுறையே நம் ஆடல்கள். அது மேட்டுக்குடி வடிவு எடுத்ததும் தனியார் ஆட்டம் *(Solo Dance)* ஆகிப் போகிறது.

நாட்டார் கலையில் இசை வேறு, ஆட்டம் வேறு எனப் பிரிக்க முடியாது. வேலன் வெறியாடல், தேர்க்குரவை, குரவைச்சிந்து, கும்மி, கோலாட்டம், நையாண்டி மேளம், கரகாட்டம், உழைப்பாளர் இசையான வள்ளைப்பாட்டு (உலக்கைப் பாட்டு), நடவுப்பாட்டு இன்னும் விளையாட்டில் கூட அம்மானை (வரி) கந்துக வரி முதலியவை ஆடலுடன் பாடலாகவே நிகழ்த்தப்படுகின்றன.

‘வரி’ என்ற சொல் கூத்தைக் குறித்துப் பின்பு அக்கூத்தில் பாடப்பட்ட இசைப் பாடலைக் குறித்தது. சிலம்பில் வேட்டுவ வரியும் ஊர் சூழ்வரியும் கூத்தால் பெற்ற பெயர்களே. கானல்வரி இசைப்பாடலால் பெற்ற பெயர். அரங்கிசையில் பதம் பாடல் ஆடலுடன் சேர்ந்த பாடலே. எனவேதான் நாட்டிய இசையில் பதம்பாடுதல் அதற்கு ஆடுதல் சிறப்பிடம் பெறுகின்றது. (பாதத்தால் தரையில் தாளத்திற்கேற்பத் தட்டி ஆடப்படுவதால் (பாதம்) பதம் ஆயிற்று).

கூத்திற்கான களம் அமைப்பது, தமிழர்களிடம் ஒரு கலையாகவே இருந்துள்ளது. இன்றும் கேரள நாட்டில் களம் அமைத்தல் உயிர்ப்புடன் உள்ளது.

கோலம், தரை, களம், களன், களரி, அவை, மன்றல், மன்றம், மன்று, பொதுஇல், திணை, மேடை, அரங்கம், அம்பலம் என்ற சொல் பெருக்கமே நம்மிடம் உண்டு.

சிவனுக்கு அம்பலத்தாடி என்றும் திருமாலுக்கு அரங்கன் என்றும் பெயர் சூட்டியிருக்கிறோம். இன்னும் மன்றாடி, அம்பலவாணன் போன்ற வழக்கும் நம்மிடம் உண்டு.

நமது கும்மியும், குரவையும், கோலாட்டமும், கரகாட்டமும் வட்ட வடிவில் நின்று ஆடப்படுவது; எனவே நமது ஆடுகளம் வட்டமானதே. எனவேதான் நாட்டார் ஆடல்கள் ஆடப்பட்ட பழங்கோயில்கள் மற்றும் குடிசைகள் வட்ட வடிவிலே அமைக்கப்பட்டன. அவை கோட்டங்கள் என அழைக்கப்பட்டன. சக்கரம் வளைந்து நெளிந்திருந்தால் அதை நீக்கி வட்ட வடிவாக்குவதை 'கோட்டம் எடுத்தல்' என்று கூறுகிறோம். (எடுப்பது = ஆக்குவது) கோட்டம் என்றால் வட்டம் என்று பொருள்படும். கந்தகோட்டம்; காமவேள் கோட்டம், கொற்றவை கோட்டம்→காளிகோட்டம்→காலிகட்/→கல்கத்தா கல்-கள்-காள்-காளி (கருப்பி) ; காள் - காளம் = கருப்பு; காள் → காடு காள் ; காளி என்பதன் வேர் 'கல்' என்பது; அது காளி கோட்டம் என்ற கல்கத்தாவில் இடம் பெறுவது நோக்கற்குரியது.

நாடகக் கலையை பம்மல் சம்பந்தனார் கையிலெடுத்தபோது பாடக் கூசிய, பாடத் தெரியாத, மேல் தட்டு வர்க்கத்தினருக்காக முதல் காவு ஆனது நாடகப் பாட்டுகள். அதுவரை நம் நாடகம் இசை நாடகமே *(Opera).*

அதைப்போல நாட்டார் இசைக் கலையை மேட்டுக்குடி கையகப்படுத்தியதும் முதல் பலி ஆனது அந்த இசைக் கலையில் உள்ள ஆடல் மரபு. பாடலை மட்டுமே எடுத்துக் கொண்டு உடல் உழைப்பு வேண்டிய ஆடலைத் தவிர்த்து விட்டது மேட்டுக்குடி. காவடியாட்டம்

என்ற நாட்டார் கலையில் ஆடலைத் தவிர்த்து காவடிச் சிந்தாக - செவ்விசையாக அரங்கிசையில் மேல் தட்டு வர்க்கத்தால் உள்வாங்கப்பட்டு வருவதை அண்மைக் காலங்களில் பார்க்க முடிகின்றது.

''வரி நவில் கொள்கை மறை நூல் வழுக்கத்துப்

புரிநூல் மார்பர் உறைபதிச் சேர்ந்து'' - சிலம்பு 13 : 38-39

மறைநூல் பேணாது வரி என்ற இசையை வர்ண ஒழுக்கத்துக்கு மாறாக மேற்கொண்டதை இளங்கோ அடிகள் இவ்வாறு பதிவு செய்கிறார்.

உடல் உழைப்பு நீங்கிய பாடல் முறையையும், கரணம், தாண்டவம் போன்ற உடல் உழைப்பு தேவைப்படும் ஆடல் முறைகளை நீக்கிய ஆடற் கலையையும் மேட்டுக்குடி தத்து எடுத்ததின் காரணம் :

''ஆடுவதும் பாடுவதும் காசுக்காக; சிலர் ஆளைக் குல்லா போடுவதும் காசுக்காக''

நம் பழம்மரபில் நாட்டாரும், கூத்தரும், விறலியரும்'' மட்டும் ஆடவில்லை. அரசரும் அரசியரும் ஆடியுள்ளனர். ஆட்டன் அத்தியும் (ஆதிமந்தி), ஆடுகோட்பாட்டுச் சேரலாதனும் ஆடலால் பெயர் பெறுகின்றனர்.

ஆருத்திரா தரிசனத்தில் தென்காசி, குற்றால ஆலயங்களில் தாண்டவதீப ஆராதனை ஆலய குருக்களாலேயே ஆடப்படுகின்றது. அரங்கனுக்கான அரையர் சேவை ஆடலுடன் பாடலால் செய்விக்கப்படுகின்றது (சேவிக்கப்படுகின்றது).

ஆனால் உடல் உழைப்பைக் கேவலமாகக் கருதிய மேல்தட்டு வர்க்கம் நாட்டார் இசையை, அரங்கிசையில் பாடுகின்றபோது உடல் உழைப்பான 'ஆடல்', 'அசைவு' கொஞ்சம்கூட வந்துவிடக்கூடாது என்பத்தை மிக கவனமாகவே இலக்கணப்படுத்தியுள்ளது.

காந்தருவதத்தை பாடியதை திருத்தக்கத் தேவர் கீழ்க்கண்டவாறு பதிவு செய்கிறார்:

‘‘கருங்கொடிப் புருவம் ஏறா கயல்நெடுங்கண்ணும் ஆடா

வருங்கடி மிடறும் விம்மாது அணிமணி எயிறும் தோன்றா

இருங்கடல் பவளச் செவ்வாய் திறந்து இவள் பாடினாளோ

நரம்பொடு வீணை நாவில் நவின்றதோ என்று நைந்தார்.

-சீவக சிந்தாமணி, பாடல் 658

‘‘கண் இமையா, கண்டம் துடியா, கொடிறு அசையா,

பண் அளவும் வாய் தோன்றா, பல்தெரியா ...’’ என்றே

இசை மரபு (166) என்ற இசைநூலும் பதிவு செய்துள்ளது.

நாட்டார் கலைஞரான வில்லுப்பாட்டு அண்ணாவியும், மக்கள் இசைப்பாடகர் குப்புசாமியும் ஆடாது, கண் அசையாது பாடத்தான் முடியுமா?

27 ஆண்டுகளுக்குப் பிறகு நெல்சன் மண்டேலா விடுதலை பெற்றுச் சிறையிலிருந்து வெளியே வருகின்றார். மக்களுடன் சேர்ந்து பழம் மரபான நாட்டார் பாடலைப் பாடுகின்றார். மக்களோடு தானும் ஆடுகின்றார்.

பொது இடங்களில் பாடக் கூசுகின்றோம், அதைவிட ஆடுவதற்குக் கடுமையாகவே நாணுகிறோம். பாட்டும் ஆட்டமும் ‘பாமரர்க்கான கேவலமான கலைகள்’ என்று நம்மையும் அறியாமல் ஓர் மனப்பதிவு நம் உள்ளத்தின் அடியாழத்தில் உள்ளது. நம் உள்ளங்களில் உள்ள அனைத்துவித அடிமை எண்ணங்களையும் நீக்குவது போல இதையும் நீக்க வேண்டும். இல்லையென்றால் 2000 ஆண்டுகளுக்கு மேலான நம் மரபை நாம் இழந்து விடுவோம்.

தாளம் வரும் முன்னே;
பண் வரும் பின்னே

இசைப்பாடலின் ஆதி வடிவான தாலாட்டு, கட்டுவிச்சியின் அகவல் பாடல்கள், சடங்குப் பாடல்கள் மற்றும் பண்டைய பாணர் பாட்டுப் போன்ற இசைப் பாடல்களிலிருந்தே புலவர் மரபு செய்யுள்களை ஆக்கிக் கொள்கிறது. செய்யுள் ஆக்கத்தின் முதல் பலி இசை; இரண்டாம் பலி தாளம்.

தாளத்தில் அமையாத ஆசிரியமும், வெண்பாவுமே செய்யுள் ஆக்கத்தின் முதல் வரவுகள். முதலில் தோன்றிய நேரிசை ஆசிரியமும், நேரிசை வெண்பாவும் முதலடி, இடையடி ஈற்றயலடி, ஈற்றடி என்ற ஏதாவதொன்றில் முச்சீராகித் தாளத்திற்கு இயல்பாகக் கட்டுப்படாமல்

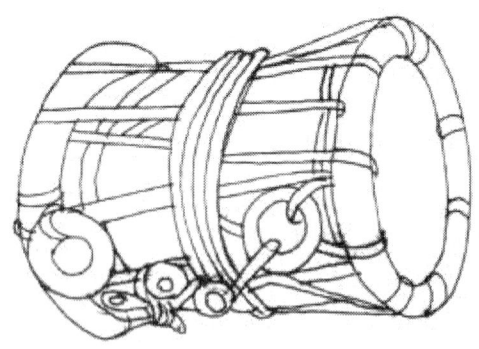

போகிறது. புலவர் மரபு மேல் தட்டு மரபு; இழிசனர் மரபான இசை கைவராத மரபு அது. எனவே இசையும் குறிப்பாக உடல் உழைப்பு வேண்டிய தாளமும் ஆதிப்பாக்களான ஆசிரியத்திலும் வெள்ளையிலும் தலைகாட்டாமல் போகிறது.

கவிதைக்கே - இசைப்பாடலுக்கே உரிய இசை மரபு ஆசிரியத்திலும் வெண்பாவிலும் போதாமையால் மெல்ல மெல்லப் புலவர் மரபு இசை அமைதி கொண்ட மண்டில ஆசிரியத்திற்கும் (நிலைமண்டில ஆசிரியம்) இன்னிசை வெண்பாவிற்கும் நகர்வு பெறுகிறது.

பிறகு ஆசிரியமும், வெண்பாவும் கலந்து துள்ளல் (தாளம்) ஓசைபெற்ற கலிப்பாடல்கள் பிறக்கின்றன. ஆசிரியமும், வெண்பாவும் இசைப்பாடல்கள் அல்ல ; வெறும் இயல்பாக்கள் மட்டுமே என்பதை நாம் நினைவில் கொள்ள வேண்டும் ; பரிபாடலை வெறும் இயல்பாக்களாகவே புலவர் மரபு பாடிப் பின்பு அதை இசைப்படுத்தி - இசை அமைத்து இசை அளவு பாக்களாக ஆக்குகின்றது. மொழியும், இசையும் பிறப்பதற்கு முன்பு, நமது கூத்து மரபு பிறந்து விடுகின்றது. அப்போது கூத்திற்கு அடிமணையானது தாளமே. சடங்கு, ஆடல், குரவை, கும்மி, நையாண்டி மேளம், உழைப்பாளர் ஆடல்களில் பாடலைவிடத் தாளமே முதன்மை பெறுகிறது.

கேரளத்து நங்கையர் கூத்து, இன்றைய பரதம், கரகாட்டம் போன்ற ஆடற்கலைகளில் தாளமே முதன்மை பெறுகிறது. உழைப்பாளர் ஆடல், பொழுதுபோக்கு ஆடல், சடங்கு ஆடல்களில் ஆடுவோரின் அங்க அசைவுகளிலே தாளம் பிறக்கிறது.

தாளம் உடல் உழைப்பு என்றால் பண் மூளை உழைப்பு.

இயல்பாகப் பாடப்படும் ஓதுதல் *(Chant)* போன்ற தாலாட்டிலும், நாட்டார் பாடல்களிலும் இசையின் மூன்று சுரம், நான்கு சுரங்களே பயின்று வருகின்றன. அவைகளைப் பண் என்று பாகுபடுத்தல் முடியாது. பண்ணின் சாயலுடன் கூடிய அதன் தொன்மை வடிவு என்று

கூறலாம். இசையில் நான்கு சுரங்கள் வந்தால் திறம் ; ஐந்து சுரம் வந்தால் திறத்திறம் ; ஆறு சுரம் வந்தால் பண்ணியல் ; ஏழு சுரம் வந்தால் பண் என்று வளர்த்துக் கொண்ட முறையெல்லாம் இசையின் செவ்வியலாக்க - மூளை உழைப்பால் ஏற்பட்டதே.

முதலில் நாட்டார் பாடல்களில் மூன்று சுரம், நான்கு சுரங்கள் மட்டுமே பயின்று வந்துள்ளன ; நான்கு சுரமானால் பண்பிரிவில் அது திறத்திறம், பண்டைய நேர்திறம், ஆசான் திறம் என்ற திறப்பண்களே நாட்டார் பாடல்கள் குறைந்த சுரங்களில் அமைந்த திறப்பண்களின் அடையாளங்களைக் காட்டுகின்றன.

மானிடனின் உடல் அசைவுக்கும், தாளக்கருவிகளின் தாளத்திற்கும் ஒத்த மக்கள் இசைப்பாடல், புலவர் செய்யுளானதும் தாளம் காவு கொடுக்கப்பட்டு கவிதையின் சந்தமும் அழியத் தொடங்கியது.

தொல்காப்பியர் சந்தப் பாடல்களை இருபது வகை வண்ணங்களாகக் காட்டுகிறார். யாப்பருங்கல உரைகாரர் அதை விரித்து நூறு வண்ணங்களாக்குகிறார். தொல்காப்பியர் காட்டும் பண்ணத்தியை மோதிரப்பாட்டு, கடகண்டு போன்றவை என்று கூறி அவை சந்தங்களில் தாளத்தை முதன்மை கொண்ட நாட்டார் பாடல்கள் என்று தெளிவாக்குகின்றனர் தொல்காப்பிய உரையா சிரியர்.

இசையை - இசைப்பாடல்களை - நாட்டார் மரபை அறியாத உரை ஆசிரியர்களுக்கு, தொல்காப்பியர் காட்டிய இந்த வண்ண வகைகளுக்குச் சான்றுப் பாடல்கள் தருவதற்கு ஏற்படும் தடுமாற்றங்களைக் காணமுடிகின்றது. தொல்லாசான் காட்டிய வண்ண வகைகளில் சிலவற்றை இசை அறியாத மேல்தட்டு உரையாசிரியர்களால் விளக்கக்கூட முடியாத நிலையையும் அவர்களின் உரைவழி அறிய முடிகின்றது. சில எடுத்துக்காட்டுப் பாடல்களை உரையாசிரியர்கள் தாங்களாகவே ஆக்கிக் கொள்கின்ற அளவு தாளமயமான சந்த மரபும் அழிந்து வந்திருக்கின்றது.

முதன்மை ஆசான் காட்டிய நாட்டார் பாடலான தாளமயப்பட்ட சந்தங்கள் நெஞ்சையள்ளும் சிலம்பில்தான் பதிவு பெறுவதை நாம் காணமுடிகிறது. இளங்கோ அடிகள் சந்தமயமான நாட்டார் இசையையும் நன்கு தெரிந்திருந்த பாங்கு அவருடைய அம்மானை வரி, கந்துக வரி, ஆற்று வரி, சாற்று வரி, முகமுடை வரி, முகமில் வரி, முரி வரி ஆகிய இசைப்பாடல்கள் மூலம் தெரிய வருகின்றது.

இவ்வாறான சந்தம், சந்தவிருத்தமாக கம்பனில் சிறப்படைகின்றது. அருணகிரியாரிடம் வண்ண விருத்தமாக மீண்டும் தமிழர் இசை வரலாற்றில் புத்துயிர் பெறுகின்றது.

இசையில் தாளம் என்பது நாட்டார் கீழ்த்தட்டு மக்களுக்குரியது. பண் என்பது மேல் தட்டு மரபுக்கு உரியது.

ஏழுதாளம், ஐந்து இனம், ஐந்து நடை (கதிபேதம்) என்று நூற்று எழுபத்தைந்து தாளங்களைப் பற்றி நம் பனுவல்கள் குறிப்பிடுகின்றன.

இவற்றில் பத்து தாளங்களுக்குள்ளாகவேதான் நாம் நம் பாடல்களைப் பாடி வருகின்றோம். மேல் தட்டு மரபு கீழ்த்தட்டு மரபான தாளத்தைக் கவனத்தில் கொள்ளாத அடாத செயலே நமது பல்கிப்பெருகிய தாள மரபை இழந்ததற்கான காரணம்.

மறுபுறம் பண் பெருக்கம் - பண் விரிவாக்கம் (ஆளத்தி - ஆலாபனை) இவைகளைப் பலுக்குப் பெருக்கிய மேல்தட்டு மரபையும் பார்க்க முடிகின்றது.

ஒரு காலத்தில் ஐந்நூற்றுக்கு மேற்பட்ட இசைக்கருவிகள், குறிப்பாக மிகுதியாக தாளக்கருவிகள் நம்மிடம் புழக்கத்தில் இருந்துள்ளன. புலவர் மரபு தாளம் - சந்தம் - வண்ணங்களைக் கைவிடத் தொடங்கியதும பல்வகைத் தாளக் கருவிகளும் அழிந்தொழிந்து மறைந்துவிட்டன.

நம் பண்டை மரபில் சுருதிக்கருவிகளை விட, தாளக் கருவிகளே அதிகம் இருந்துள்ளன. நாட்டார் மரபு தாளத்திற்கே முதன்மை தருவது என்பதற்கான அடையாளம் அது.

நாட்டார் இசைப்பாடல்களில் பயின்றுவந்த ஒரு சில பண்கள் இன்று பலப்பலவாகப் பெருக்கம் அடைந்துள்ளன. இது மூளை- அறிவு உழைப்பு சார்ந்தது.

ஒருபுறம் தாளம் - சந்தம் - வண்ணம் என்ற உடல் உழைப்பு சார்ந்த நாட்டார் இசை அழிக்கப்பட்டு, மேல்தட்டு மரபிற்கும் - அறிவிற்கும் மட்டுமே முதன்மை தரும் பண் இசை மரபு வளர்த்தெடுக்கப் பட்டுள்ளது. தாள வகைகள் தேய்கின்றன; பண் வகைகள் பெருகுகின்றன.

நாட்டார் பாடலுக்கு யாப்பமைதி, பண் அமைதி கூறுவது மிகக் கடினமானது. யாப்பு, பண் இவற்றை விடத் தாளத்திற்கே நாட்டார் இசை முதன்மை தருகிறது. அது காட்டாற்று வெள்ளம் என்றே தொல்காப்பிய உரைகாரர் கூறுகின்றார். ஆனால் மேல் தட்டுப்பண் மரபிற்கு ஏறுநிரல், இரங்கு நிரல், தாட்டுவரிசை, மேல்தாயி வரிசை என்றெல்லாம் இலக்கணம் வகுத்திருக்கின்றனர்.

நாட்டார் பாடலை இசையாகப் பார்க்காது யாப்பாக்கிய புலவர் மரபு அதை அசை, சீர், தளை என்றெல்லாம் பாடலைக்கூறு கூறாக்கி யாப்பு இலக்கணம் வகுத்த முறையை என்னவென்பது?

இயல்பான கதைப்பாடல், சடங்குப்பாடல், உழைப்பாளர் பாடல், உணர்வுப் பாடல், பொழுதுபோக்குப் பாடல்கள் எளிய மக்கள் படைத்த இலக்கியங்கள். அவை மக்கள் மரபானவை. மறுபுறம் இலக்கணம் என்பது புலவர் மரபைச் சேர்ந்தது.

பல குரல்களின் ஒத்திசைவு இசை என்பது அரங்கு இசைக்கு இன்றும் தெரியாததே. கும்மிப் பாட்டில் முதலில் குலவையிட்டு எல்லோரும்

ஒரு சுருதிக்கு அமைத்துக் கொள்ளும் மரபு அரங்கிசையில் - மேல்தட்டு இசையில் கனவில் கூடக் காண முடியாதது.

குழு இசையை அழித்து, தனி ஒருவரின் குரலுக்கு மட்டுமே முதன்மை தரும் மேல்தட்டு மரபு ஒரு சுருதிக்கு மட்டுமே தாம் பாடும் மரபைச் சுருக்கிக் கொண்டுள்ளது. இதுவும் நமது குழு இசை அழிந்து வந்த அவலத்தின் அடையாளம்.

முடிவாக ஒன்று கூறலாம்.

நாட்டார் பாடல் பாமரனுடைய இதயத்தின் அடியாழத்தில் பிறக்கிறது; புலவர் செய்யுள், புலவரின் மூளையில் பிறக்கிறது. நாட்டார் பாடல் இலக்கிய இசை; மேட்டுக்குடி இசை இலக்கண இசை.

குறுந்தொகை விளரியும், சிலம்பு விளரியும்

பண்டைத் தமிழர் ஏழ்பெரும் பாலைகளுக்குச் சிறப்பான ஓர் இடம் தந்து பாடி வந்துள்ள செய்திகளை நம் இலக்கியங்களில் பரவலாகக் காணலாம்.

''நாற்பெரும் பண்ணும் எழுவகைப் பாலையும்''

-பெருங்கதை 1:37:116

''ஈரேழ் தொடுத்த செம்முறைக் கேள்வியில்

ஓரேழ் பாலை நிறுத்தல் வேண்டி''

- சிலம்பு, அரங்கேற்றுகாதை 3:70-71

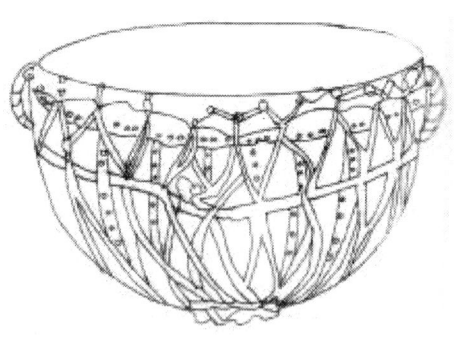

''இவ்வேழு பெரும் பாலையினையும் முதலடுத்து நூற்றுமூன்று பண்ணும் பிறக்கும்''

- சிலம்பு, வேனில் காதை 8 : 35 அடியார்க்கு நல்லார் உரை

''இவ்வாறே திரிக்க இவ்வேழு பாலைகளும் பிறக்கும்''

- சிலம்பு, ஆய்ச். குரவை. எடுத்துக்காட்டு 13ற்கான உரை

''குழலிலும் யாழிலும் குரல் முதல் ஏழும் ...''

-சிலம்பு, இந்திரவிழா 5 : 35

1. ஏழ்பெறும் பாலைகள்

சிலம்பு ஆய்ச்சியர்குரவை (17:13) உரையில் இவ்வேழு பாலைகளையும் அடியார்க்கு நல்லார், குரல் குரலாக வரும் - தமிழ் இசையின் தலைமைப் பாலையான செம்பாலையின் பண் பெயர்ப்பின் மூலம் வரிசைமுறையில் நிரல்படுத்திக் காட்டியுள்ளார் (சிலம்பு.உ.வே.சா.பதிப்பு பக்.450)

வரிசை எண்	பண்பெயர்ப்பில் வரும் பாலை	இன்றைய வழக்கு
1. குரல் குரலாயது	செம்பாலை	அரிகாம்போதி
2. துத்தம்குரலாயது	படுமலைப்பாலை	நடபைரவி
3. கைக்கிளைகுரலாயது	செவ்வழிப்பாலை	இருமத்திமத்தோடி
4. உழைகுரலாயது	அரும்பாலை	சங்கராபரணம்
5. இளிகுரலாயது	கோடிப்பாலை	கரகரப்பிரியா

6. விளரிகுரலாயது	விளரிப்பாலை	தோடி
7. தாரம்குரலாயது	மேற்செம்பாலை	கல்யாணி

(தோடிப்பண் பற்றி சிலம்பு. வேனில் காதை (8:35) உரையில் அடியார்க்கு நல்லார் குறிப்பிடுகிறார். எனவே அடியார்க்கு நல்லார் காலமான 12ஆம் நூற்றாண்டு வாக்கிலேயே விளரிப்பாலைக்கு 'தோடி' என்ற பெயர் நடப்பில் வந்துவிட்டதை அறியலாம்)

2. விளரிப்பாலை

ஏழ்பெரும் பாலை வரிசையில் ஆறாவதாக வரும் பாலை விளரிப்பாலை என்பதை மேலே காட்டிய சிலம்பு உரை தரும் செய்தியால் அறியலாம்.

"வம்புறுமரபில் செம்பாலையாயது

....

படுமலை செவ்வழி பகர் அரும்பாலை எனக்

....

கோடி விளரி மேற்செம்பாலை என"

-சிலம்பு. அரங்கேற்றுக் காதை 3 : 81, 84, 88

என்று விளரிப்பாலையை ஆறாம் இடத்தில் வரிசைப்படுத்திக் காட்டியுள்ளார் இளங்கோ அடிகள்.

முல்லை (யாழ்), குறிஞ்சி (யாழ்) என மலர்களின் (கருப்பொருள்) பெயர்களையே நிலப்பண்களுக்கு நம் முன்னோர் தந்துள்ளனர். சங்க காலத்திலும், சிலம்பின் காலத்திலும் வழக்கிற்கு வந்த பண்களின் புதிய பெயர்களை படுமலைப்பாலை, அரும்பாலை, விளரிப்பாலை என்பதுவும் மலர்களின் (செடி/கொடி/மரம்) பெயர்களாகவே உள்ளன.

விளிரி-விளா மரம்- *Wood-apple.*

-சென்னைப் பல்கலைக்கழகத் தமிழகராதி பக். 3728

விளரி என்ற மரப்பெயர், விளரி (தைவதம்) என்ற சுரத்திற்கும், பின்னால், விளரிப்பாலை என்று ஒரு பெரும் பண்ணிற்கும் என ஒருமடி, இருமடி ஆகு பெயர்களாக ஆகிவந்துள்ளதை நம் சான்றோர் பாடல்கள் தெரிவிக்கின்றன.

"சிறுநா ஒண்மணி விளரி ஆர்ப்ப" - குறுந்தொகை. 336

"சிறுநா ஒண்மணி தென்இசை கடுப்ப" - நற்றிணை. 267

"விளரி உறுதரும் தீந்தொடை நினையாத்

தளரும் நெஞ்சம் தலைஇ மனையோன்" - புறநானூறு 260

"சிறா அர்! துடியர்! பாடுவல் மகா அர்

தூவெள் அறுவை மாயோன் குறுகி

இரும்புட் பூசல் ஓம்புமின்; யானும்

விளரிக் கொட்பின் வெள்நரி கடிகுவென்" - புறநானூறு. 291

(விளரிக்கொட்பு-பருந்து வட்டமிடுவது போல விளரிப்பண் (தோடி) பாடப்படுதல்; இந்த இசையொலி கேட்டு நரிகள் ஓடும் என்பது; கொட்பு - சுழற்சி)

இவ்வாறு குறுந்தொகை, நற்றிணை, புறநானூறு என நம்பண்டை இலக்கியங்கள் விளரிப்பாலை குறித்துச் சிறப்பான நுணுக்கமான பல செய்தி களைத் தருகின்றன.

3. சிலம்பின் விளரி

சிலப்பதிகாரம் கானல் வரி 48ஆம் பாடலில் இளங்கோ அடிகளார் விளரிப்பாலை பற்றிக் கூறுகின்றார். கானல்வரியானது கடற்கரைக் கானலில் நடப்பதாக அடிகளார் அமைத்துக் காட்டுவதால்

விளரிப்பாலையானது நெய்தல் நிலப்பெரும்பண் என்று அறிய முடிகின்றது. கானல் வரியில் விளரிப் பாலை மாலையில் இசைக்கப்படுவதால், இப்பண் மாலை நேரத்திற்கு உரியது என்பதைக் கீழ்க்கண்ட சிலம்பின் செய்திகளால் அறியமுடிகின்றது:

"...எற்பாடு நெய்தலாதல் மெய்ப்பெறத்தோன்றும்"
- தொல்காப்பியநூற்பா 954

"இனை இருள் பரந்ததுவே எல் செய்வான் மறைந்தனனே"
-கானல்வரி பாடல் 40

"கதிரவன் மறைந்தனனே, காரிருள் பரந்ததுவே"
- கானல்வரி பாடல் 41

"பறவை பாட்டடங்கினவே; பகல் செய்வான் மறைந்தனனே"
- மேலது. 42

"இளி கிளையில் கொள்ள இறுத்தாயால் மாலை"
- மேலது 48

"கொலை வல்லாய் என் ஆவிகொள் வாழி மாலை"
- மேலது 48

"இருள் தேங்கி வாழ்வார் உயிர்ப் புறத்தாய் மாலை"
- மேலது 49

"எயில் புறத்து வேந்தனொடு என்னாதி மாலை"
- மேலது 49

"வையமோ கண்புதைப்ப வந்தாய் மருள் மாலை"
- மேலது 50

"ஞாலமோ நல்கூர்ந்தது வாழி மாலை"
- மேலது 50

"தீத்துழைஇ வந்த இச்செல்வன் மருள் மாலை"
- மேலது 51

மேலும் விளரிப்பாலை (தோடிப்பண்) என்பது இரங்கல் சுவையுடையது. (இரங்கல் நெய்தலின் உரிப்பொருள்) இதை அடிகளார் கீழ்க்கண்ட பாடல்களில் தெரிவிக்கின்றார்.

''பையுள் நோய் கூரப் பகல் செய்வான் போய்வீழ'' - கானல்வரி 50

''நுளையர் விளரி நொடி தரும் தீம்பாலை'' - மேலது 48

(பையுள் = காமம்; நொடி=துன்பம்)

எனவே விளரிப்பாலையானது நெய்தல் நிலப்பெரும்பண் என்பதும், நெய்தல் நில மாந்தரான நுளையர் (பரதவர்) பாடும் பண் என்பதும், இப்பண் மாலை நேரத்திற்கு உரியது என்பதும், இரங்கல் சுவையை உடையது என்பதும் அடிகளார் தரும் செய்திகளாகும்.

4. கிளைமுறை

பண் உருவாக்க முறையில், இணைமுறை, கிளைமுறை என்ற இருவேறு முறைகளைத் தமிழர் கையாண்டுள்ளனர்.

இணைமுறை என்பது 'சப' முறை - ஏழன்முறை - சட்சக்கிரமம்- பஞ்சம பாவம்-சட்சபஞ்சம பாவம் - *(Order of Fifth)*

ச ரி^{1} ரி^{2} க^{1} க^{2} ம^{1} ம^{2} ப த^{1} த^{2} நி^{1} நி^{2}

0 1 2 3 4 5 6 7

என்ற பன்னிருதான சுரமுறையில் *(12 Tone Gamut System)*

'ச' விலிருந்து 'ப' ஏழாவதாக வரும். எனவே இதை 'ஏழன்முறை' என்றனர் நம் தமிழிசையில்.

ச ரி க ம ப த நி

1 2 3 4 5 என்ற ஏழு சுரமுறையில்

'ச' விலிருந்து, 'ப' ஐந்தாவதாக வருவதால் இம்முறையை *'Order of Fifth'* என்று அய்ரோப்பிய இசை முறையில் குறிப்பிடுகின்றனர்.

ச ரி¹ ரி² க¹ க² ம¹ ம² ப த¹ த² நி¹ நி²

0 1 2 3 4 5 6 7

0 → 7 - சப; பரி²; ... இவ்வாறு ஏழன்முறையில் தமிழர் பண்களை உருவாக்கிக் கொண்டனர். அடுத்து,

ச ரி¹ ரி² க¹ க² ம¹ ம² ப த¹ த² நி¹ நி²

0 1 2 3 4 5

0 → 5 - சம¹; ம¹நி¹ .... இவ்வாறு கிளைமுறை - மத்திமபாவம் - *(order of fourth / under 5th)* என்ற ஐந்தன் முறையிலும் நம் முன்னோர் பண்களை உருவாக்கியுள்ளனர்.

"வரன்முறை மருங்கின் ஐந்தினும் ஏழினும்"

- சிலம்பு வேனில் காதை 8:36

என்று அடிகளாரும் இதைத் தெளிவுபடுத்திக் கூறுகின்றார்.

5. சிலம்பு காட்டும் விளரிப்பாலை

கானல் வரி 48ஆம் பாடலில் விளரிப்பாலையானது மேலே கூறிய இரண்டாம் முறையான கிளைமுறையில் உருவாகும் முறையை அடிகளார் நுட்பமாகக் கூறியுள்ளார்.

"நுளையர் விளரி நொடி தரும் தீம்பாலை

இளி கிளையிற் கொள்ள ...." - கானல்வரி பாடல் 48

இப்பாடலில் 'இளி கிளையிற் கொள்ள' என்பது எடுத்துக்கொண்ட இளி என்ற பஞ்சமசுரம் கிளைமுறை (ஐந்தன்முறை-மத்திமபாவம்) கொள்கின்றது. அம்முறையில் விளரிப்பாலை உருவாகுதலை அடிகளார் குறிப்பிடுகின்றார்.

0 1 2 3 4 5

ச ரி¹ ரி² க¹ க² ம¹ ம² ப த¹ த² நி¹ நி²

5 0 1 2 3 4

அதாவது (0→5), பச, சம^{1}, ம^{1} நி^{1} நி^{1} க^{1}, க^{1} த^{1}, த^{1} ரி^{1}

என்று ஆறு சுழற்சியில்,

ச ரி1 க1 ம1 பத1 நி1

என்ற சுரநிரல் கிடைக்கின்றது. இது இன்றைய தோடிப்பண்; விளரிப்பாலை என்ற தோடிப்பண் உருவாகும் முறையை, சுரநிரல்படி விளக்கி உலகில் வேறு எவரும் இளங்கோ அடிகளாரைப் போல் கூறியதில்லை.

இப்பண்ணின் சுரங்கள் யாவும் மென்மையானவை. தோடியின் காந்தாரமும், கரகரப்பிரியாவின் காந்தாரமும், சாதாரண காந்தாரமே என்று நூல்கள் தெரிவிக்கும். ஆனால் இவ்விரு பண்களின் காந்தார சுரநிலைகளும் ஒன்றல்ல. தோடியின் காந்தாரம், கரகரப்பிரியாவின் காந்தாரத்தைவிட மென்மையானது *(softer than softer)* இசை கற்பிக்கும்போது இதைத் தோடிகாந்தாரம் என்றே கூறுவார்கள். இச்செய்திகளை ஒரு குறுந்தொகைப்பாடல் தெரிவிக்கின்றது.

6. குறுந்தொகை காட்டும் விளரிப்பாலை

சங்ககாலத் தொகை நூல்களில் ‘நல்ல குறுந்தொகை’ என்ற அடைபெற்றது எட்டுத் தொகையுள் ஒன்றான குறுந்தொகை, இது அகத்திணை சார்ந்தது. நாலடிச் சிற்றெல்லையும் எட்டடிப் பேரெலல்லையும் கொண்ட பாடல்களை உடையது குறுந்தொகை (ஒன்பது அடிகளையுடைய 307, 391 ஆகிய பாடல்களும் விலக்காக இதனுள் உண்டு).

அகப்பாடலாக உள்ளதாலும், குறுகிய அடிகளைக் கொண்டதாலும், பல செய்திகளைக் குறுந்தொகை, குறிப்புப் பொருளாகவே தெரிவிக்கின்றது. இனி அப்பாடலைப் பார்க்கலாம்.

‘‘செறுவர்க்கு உவகை ஆக, தெறுவர,

ஈங்கனம் வருபவோ? தேம்பாய் துறைவ!

சிறுநா ஒண்மணி விளரி ஆர்ப்பக்

கடுமா நெடுந்தேர் நேமி போகிய

இருங்கழி நெய்தல் போல,

வருந்தினள் அளியள் நீ பிரிந்திசினோளே"

- குறுந்தொகை 336

இப்பாடலில், "சிறுநா ஒண்மணி விளரி ஆர்ப்ப" என்ற அடியில், விளரிப்பாலை என்ற தோடிப்பண் குறிப்பிடப்படுகின்றது.

'இருங்கழி நெய்தல்' என்ற தொடர் விளரிப்பாலை நெய்தல் நிலத்திற்கு உரியது என்பதைத் தெரிவிக்கின்றது. 'வருந்தினள்' என்ற சொல்லாட்சி, விளரிப்பாலை இரங்கல் சுவையுடையது என்பதைத் தெரிவிக்கின்றது.

விளரிப்பாலையின் சுரங்கள் யாவும் மென்மையானவை என்பதை,

"சிறுநா ஒண்மணி விளரி ஆர்ப்ப" என்ற அடியில் உள்ள 'சிறுநா ஒண்மணி' என்ற தொடர் தெரிவிக்கின்றது. தேரின் மணிகளிலுள்ள 'சிறிய நா', மிக மென்மையாக ஒலிக்குமாதலின், அதை விளரிப்பண் பாடுவதாகப் புலவர் குன்றியனார் குறிப்பிடுகின்றார்.

விளரிப்பாலையின் சுரங்கள் மென்மையானவை என்பதை 'சிறுநா' என்ற சொல்லாட்சியால் புலவர் குறிப்பாகத் தெரிவிக்கின்றார். இதிலிருந்து விளரிப்பாலை என்பது மென்மையான சுரங்களைக் கொண்ட இன்றைய தோடிப்பண்ணே என்பதை ஐயத்திற்கு இடமின்றித் தெளிவாக அறிய முடிகின்றது.

சங்கப்பாடல்கள் அவற்றுள்ளும் குறுந்தொகைப் பாடல்கள் நுட்பமான செய்திகளைக் குறிப்பாகவே தெரிவிக்கின்றன, சுருங்கக்கூறி (இரத்தினச் சுருக்கமாக) விளங்க வைத்தல் சங்கப்புலவர் மரபு.

8. முடிவுரை

இசைத் தமிழ் பற்றிய அரிய நூல்கள் பல மறைந்துவிட்டன. ஆயினும் நம் பண்டைய இலக்கியங்களில் 'குறிப்புப் பொருள்' என பற்பல இசைச் செய்திகள் கூறப்பட்டுள்ளன. ஆய்வு செய்து நம் பண்டை இசை மரபை மீட்டெடுக்கக் குறுந்தொகை போன்ற சங்க இலக்கியங்கள் நமக்குப் பெரிதும் கை கொடுக்கின்றன. சங்கச் சான்றோர் பாடல்கள், காப்பியங்கள் என்ற கடல்களில் முத்துக் குளித்தால் எத்தனையோ - இசை நல்முத்துக்களை நாம் அடையலாம். நம் தமிழ் அன்னைக்குச் சூட்டி மகிழலாம்.

ஸூஃபி நடனம்

‘உலகையே ஆட்டுவிக்கும் ஆடவல்ல இறைவனை ஆடல்வழியே அடையும் மார்க்கம் இது’

எந்த ஒரு சமூகமும் அதற்கான இசையும், ஆடலும் இன்றி இருந்ததில்லை.

பண்டைய குகைவாழ் மனிதன் தான் வேட்டையாடிய பாங்கை, பின்பு குகைக்குத் திரும்பியதும் நடித்துக் காட்டியிருக்கிறான். இன்பத்திலும் துன்பத்திலும் ஆடியிருக்கிறான். ஆவிகளை, தம் முன்னோர்களை அமைதிப்படுத்த, ஆசிபெற ஆடி வழிபட்டிருக்கிறான். இதுவே பண்டைய சடங்கியல் நடனம். அப்போது மொழி தோன்றியிருக்கவில்லை. பாடலும் இல்லை. எனவே இசையும் பாட்டும் இன்றித் தம் கால்களாலும் கைகளாலும் தட்டி ஆடியிருக்கிறான். இவ்வாறுதான் ஒவ்வொரு சமூகமும் தனக்கான ஓர் ஆடல் முறையைப் பெற்று வந்திருக்கிறது. நாதத்தின் தலைவனாக இறைவனைப் பார்த்த தமிழ்ச் சமூகம்,

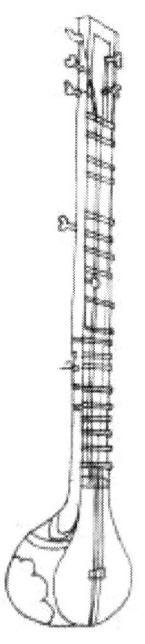

அந்த இறைவனை ஆடவல்லான் என்றும், கூத்தப்பெருமான் என்றும், நடராசன் என்றும் போற்றியும் வணங்கியும் வந்திருக்கிறது.

அனைத்து நாட்டுச் சுதந்திர சிந்தனையாளர்களான சித்தர்களும், நாதர் மரபினரும், பக்தி மரபினரும், சூஃபியரும் இசை மூலம் இறைவனைத் தேடியுள்ளனர். அவருள் சிலர் ஆடலின் மூலமும் இறைவனோடு ஒன்றிவிட முயன்றுள்ளனர்.

வடநாட்டு சூஃபிக் கவிஞர் பாபா பூலேஷா பேரின்ப நிலையில் நாட்டியமாடும் வழக்கத்தை உடையவராய் இருந்துள்ளார்.

சுழலும் நாட்டியத்தின் மூலம் இறையுணர்வில் ஒன்றிடும் 'சுழலும் தர்விஷ்' களை உருவாக்கிய, ஆடலுக்கு முதலிடம் தரும் 'மௌலானா தரீக்கா' என்ற சூஃபி வழிமுறையைக் காட்டிய, மௌலானா ஜலாலுதீன் ரூமி முக்கியமான சூஃபி வழியாட்டியாக உலகம் முழுவதும் கொண்டாடப்படுகிறார். உலகம் கண்ட பல்வேறு சூஃபி ஞானியருள் ரூமி தனியிடம் பெற்றுத் திகழ்கிறார்.

யார் இந்த ரூமி?

ஒரு தத்துவ ஞானியாகவும், கவிஞனாகவும் இசைக் கலைஞனாகவும், நாட்டியக்காரனாகவும் தன்னை அடையாளம் காட்டிய இந்த இசுலாமியச் சித்தர் கி.பி. 13ஆம் நூற்றாண்டில் வாழ்ந்தவர். கி.பி. 1207இல் நமது பக்கத்து வீடான இன்றைய ஆப்கானிஸ்தானில், பால்க் என்னும் ஊரில் பிறந்த எளியவன் இந்த மனிதன். பின்னால் வாழிடமாகத் துருக்கியின் (கென்யா) மத்திய அந்தோலியா (மௌலானா) நகரில் வாழ்ந்து அங்கேயே இறை வனோடு 16.12.1273இல் ஒன்றிக் கலந்தவன் இந்தச் சித்தன். அவன் வாழ்ந்த கென்யா, ரூம் செல்சுத் என்ற பேரரசின் தலைநகர். எனவே வாழிடத்தின் பெயரால் *(Jalaluddin of Rumi)* என்று அறியப்பட்டு, இன்று ஜலாலுதீன் ரூமி என்று உலகினரால் அழைக்கப்படுகிறான்.

வலைத்தளத்தில் ரூமியின் பெயர் 8,00,000 இடங்களில் பதிவு பெற்றுள்ளது.

அமெரிக்கர்களை அதிகம் கவர்ந்து, வெள்ளை சூஃபியர்களை உருவாக்கியவன் இந்த ரூமி. *"The Essential Rumi"* என்ற கோல்மன் பர்க்ஸின் நூல் 5,00,000 விற்றுள்ளது.

37 வயது ரூமி இனிய நண்பன் ஷேம்ஸ் தப்ரிஸைச் சந்திக்கிறார். பின் ஒரு நாள் அந்த நண்பர் காணாமலே போய்விடுகிறார். ஆட்சி அதிகாரம் தப்ரிசை வலை போட்டுத் தேடிய காலத்தில் இருமுறை டமாஸ்கஸ் சென்றுவிட்ட அவர் இறுதியில் காணாமலே போய்விட்டார். அவருடைய நினைவாக ரூமி எழுதிய கவிதை நூலே 'திவான்-இ-ஷேம்ஸ்-இ-தப்ரீஸ்'. 44,000 (பாரசீக மொழி) இசைப் பாடல்களைக் கொண்டது.

தன்னுடைய சீடன், 'குஷாம்-இ-தின்- இபின் அக்கிதுர்க்' மேல் வைத்திருந்த அளவற்ற அன்பின் அடையாளமாக ரூமி படைத்த உலகப் புகழ்பெற்ற, மேலை நாடுகளையும் கட்டிப் போட்டிருக்கும் காவியம் 'மஸ்னவி செரீப்'. அதில் சிறுகதைகள் உண்டு; குறிப்புரைகள், குர்ஆன் வெளிப்பாடுகள், கவிதைகள் ஏன் நமது பஞ்சதந்திரக் கதைகளும் அதில் உண்டு.

"உலகில் ஒரே வழிதான் உண்டு; அது அன்பெனும் வழி" என்று இந்த மனிதநேய சூஃபி கூறுவதில் வியப்பேதுமில்லை; அவர் தன் நண்பர், சீடர் மேல் வைத்திருந்த அன்பால் இரு மாபெரும் காவியங்களைப் படைத்தவர் ஆயிற்றே.

தமது கவிதையாலும், இசையாலும், ஆடலாலும் மருத்துவத்தாலும், மக்கள் சேவையாலும் இறையை உணர்ந்து அதனுடன் கலந்தவர்கள் சூஃபிகள். அதில் தலையாயவர் ரூமி. தாம் வாழ்ந்த காலத்தில் 'ஆசிரியர்' (மௌலானா) என்றே அழைக்கப்பட்டவர்.

பிறப்பிடத்தால் ஆப்கானிஸ்தவர்களும், வாழ்விடத்தால் துருக்கியர்களும், பாரசீக மொழியில் பாடியதால் ஈரானியர்களும் சொந்தம் கொண்டாடும் இசுலாத்தின் மாபெரும் சூஃபி ரூமி ஒருவரே. இந்த மாமனிதனைத் தற்காலம் அமெரிக்கர்களும் கொண்டாடத் தொடங்கியுள்ளனர்.

வெள்ளை ஆங்கிலோ அமெரிக்கர்களுக்கும் இசுலாத்திற்கும் ஒரு பாலமாக விளங்குவார் என உலகம் எதிர்பார்க்கும் இந்த மாமனிதன் தோன்றிய 800ஆம் ஆண்டு நினைவாக 'யுனெஸ்கோ' 2007ஆம் ஆண்டை ரூமியின் ஆண்டாக அறிவித்திருந்தது.

சுழலும் தர்விஷ் *(Turning/whirling/Dancing Dervishes)*

மௌலானா ஜலாலுதீன் ரூமி உலகுக்கு அளித்த சூஃபி நாட்டியம் செம்மா *(Sema)* என்று அழைக்கப்படுகிறது. செம்மாவின் அடையாளம் உலகளாவிய அன்பும் மக்கள் தொண்டும். இது ஒரு சடங்கு நடனம்; பண்டைய இனக்குழுக்களின் சடங்கு நடனத்தை இது மீண்டும் அடையாளப்படுத்துகிறது. முழுமையையும் *(Perfection)* முடிவான உண்மையையும் *(Ultimate truth)* காணும் புனிதப் பயணமாகவே செம்மா நாட்டியத்தை ரூமியின் மௌலானா தரீக்காவினர் காண்கின்றனர். செம்மா நாட்டியத்தில் நிற, இன, மொழி அடையாளங்கள் கரைந்து விடுகின்றன. உலகப் படைப்புகளால் சூஃபி காதலிக்கப்படுகிறான். எல்லோராலும் சூஃபி ஏற்றுக் கொள்ளப்படுகிறான்.

செம்மா நாட்டியம்

செம்மா நாட்டியம் என்ற இறைவழிபாட்டில் கலந்து கொள்ளும் தர்விஷ்கள் முதலில் தங்களின் கருப்பு முகமூடியை அகற்றுகின்றனர். இது உலகத்தளைகளிலிருந்து விடுபடலின் அடையாளம்.

நடுவில் சூஃபி குரு (ஷேக்) நிற்கிறார். நாட்டியம் தொடங்குமுன் அவருடைய கைகளில் தர்விஷ்கள் முத்தமிடுகின்றனர். இவ்வாறு நாட்டியத்தில் கலந்து கொள்ள குருவின் அனுமதி பெறுகின்றனர்.

நாட்டியம் தொடங்குகிறது. நாட்டியம் ஆடும் சூஃபியர், வலது கையை வான் நோக்கி வைக்கின்றனர். இது இறையருள் வேண்டுவதின் அடையாளம். இடதுகையைத் தரையை நோக்கி வைத்துள்ளனர். இது இறைவனிடமிருந்து பெற்ற அருளை பூமியிலுள்ள உயிரினங்களுக்கு வாரி இறைப்பதன் அடையாளம். நடனமாடும் சூஃபியின் கண்கள் தரையை நோக்கிய இடது கையையே உற்றுநோக்குகின்றன. இவ்வுலகத் துன்ப துயரங்களில் மனம் வைக்கும் சூஃபியின் பார்வை அது.

செம்மா நாட்டியத்தின் படிநிலைகள்

1. நாட்-இ-செரிப்

நாட்டியத் தொடக்கத்தில் முகமது நபிகளாருக்கும் முன்னுள்ள ஏனைய நபிகளாருக்கும் வணக்கம் செலுத்தப்படுகிறது.

2. கொட்டுமுழக்கு *(drum beat)*

உலகப் படைப்புகளுடன் இணங்கி ஒன்றாயிருத்தலின் அடையாளம். கொட்டு முழக்குதலில் வெளிக்கொணரப்படுகிறது.

3. தக்சீம்

நே *(ney)* என்ற கொருக்கைப் புல்லாங்குழலின் *(Reedpipe Mizmar)* இசை முழக்கம்; இது அகிலத்திற்கும் இறைவன் அளித்த உயிர்மூச்சின் அடையாளம்.

4. சுல்தான் வலீத்

அணிவகுப்பு; பெஷ்ரேப் இசையுடன் மூன்றுமுறை இடமுறையாக *(Anti clock wise)* சுழலும் ஆடல்.

5. நான்கு செலாம்கள்

தனித்தனித் தாளங்களுடன் செலாம்களின் தொடக்க, நடு, இறுதிகளில் இறைப்புகழ்ப் பாடல்கள் பாடி ஆடப்படுகின்றன. (செலாம்-இசையுடனான நடன நகர்வு)

நான்காவது செலாம் முக்கியமானது; அமைதிக்கான உளப்பூர்வமான கீழ்க்கண்ட வேண்டல் இதன் இறுதியில் வைக்கப்படுகிறது;

''கீழை நாட்டுக் கடவுளானாலும், மேலை நாட்டுக் கடவுளானாலும் நாம் எங்கு திரும்பினாலும் இறைவனையே காணுகிறோம்; எல்லாம் அறிந்தவனும் நம்மை ஆரத்தழுவிக் கொள்பவனும் அவனே''

6. குர்-ஆனிலிருந்து சில பகுதிகள் ஓதுதல்

7. தர்விஷ், 'ஒன்று' என்ற அடையாளம் காட்டுதல். இது ஏக இறையின் அடையாளம்.

8. இறைத்தூதர்கள் மற்றும் அனைத்து மக்களுக்குமான அமைதி வேண்டும் இறைவழிபாடு. படி நிலைகள் இசையுடன், நாட்டியமாகவே நிகழ்த்தப்படுகின்றன. இத்துடன் சூஃபி நாட்டியம் முற்றுப் பெறுகின்றது.

சூஃபி நாட்டியம் முழுவதும் உலக அமைதியையும் அன்பையுமே வெளிப்படுத்துகின்றது.

நாட்டியத்தில் சூஃபியர் வெள்ளையாடை அணிகின்றனர். இது தூய்மையின் அடையாளம். மற்றும் உயரமான வெள்ளைத் தொப்பி அணிகின்றனர். இது மனிதன் 'தான்' *(ego)* என்ற அகங்காரத்தைப் புதைக்கும் கல்லறை *(Tomb)*யின் அடையாளம்.

உலகையே ஆட்டுவிக்கும் ஆடவல்ல இறைவனை, ஆடல் வழியே அடையும் மார்க்கம் இது. இனக்குழு மக்களின் தொன்மையான சடங்கு சார்ந்த நடனத்தின் அடையாளமாகவும் இதைக் காணலாம்.

ஒரு நாளின் ஆறு பொழுதுகள் மாறிமாறி வருகின்றன. ஓர் ஆண்டின் ஆறு பெரும் பொழுதுகள் (பருவ காலங்கள்) மாறிமாறி வருகின்றன.

கோள்கள், உடுக்கள் யாவும் சுற்றிச்சுற்றியே வருகின்றன. இசையின் ஏழு சுரங்களும் மீண்டும் மீண்டும் சுழற்சியாக வருகின்றன.

நாட்டியத்தில் சுழலும் அடைவுகள் முக்கியத்துவம் உடையன. இந்த வகைச் சுழல்களின் அடையாளமே சூஃபியின் சுழல் நடனம் *(whirling dance)*. ஒரு வகையில் இயற்கையின் சுழல்கின்ற இயக்கத்தையே சூஃபி நாட்டியம் அடையாளப்படுத்துவதாகக் கொள்ளலாம்.

சூஃபி கதக் நாட்டியம்

தமிழகத்தின் 'சதிர்' என்ற பரதநாட்டியத்தைப் போல வடநாட்டின் உயர்ந்த ஆடல் வடிவம் 'கதக்' தொடக்கத்தில் எல்லா ஆடல்களும் போல மக்கள் கலையாகவே கதக் நாட்டியமும் தொடக்கம் பெறுகிறது. பின்னாளில் ஆன்மீகத்தில் மக்களின் மீதான ஆட்சி அதிகாரம் பெற நினைத்தோரால் அது பக்தி வடிவமாக வழக்கம்போல் ஆக்கப்பட்டுவிட்டது. இன்று மூன்றுவிதமான கதக் நாட்டிய வடிவங்கள் உள்ளன.

1. பக்தி கதக் *(Devotional Kathak)*
2. தர்பார் கதக் *(Darbar Kathak)*
3. சூஃபி கதக் *(Sufi Kathak)*

தாளத்தில் அமைந்த சொற்கட்டுகளான 'சதி'களுக்கு ஆடப்படும் 'சதிர்' போன்றே, கதக் நடனமும் கதக் நாட்டியக் கலைஞரால் முதலில் வாயால் சொற்கட்டுச் சொல்லப்பட்டே ஆடப்படுகின்றது. நமது பண்டைய சதிர் போன்றே பாதங்களைத் தரையில் வேகமாகத் தட்டி ஆடுதலுக்கு *(foot work)* முக்கியத்துவம் தரும் நாட்டியம் கதக்.

கதக்கின் பிரமரி என்ற சுற்றடைவுகள் பார்ப்பதற்கு அழகு நிறைந்தவை.

எளிமையான, பொதுமக்களால் ஆடப்பட்ட கதக், பின்பு கோயில்களில் ஆடப்பட்டுப் பக்தி கதக்காக மாறியது.

தர்பார் கதக்

முகலாய அரண்மனைகளை அலங்கரித்த கலை இது. பக்திக் கலையாக இருந்த கதக் இந்தக் காலகட்டத்தில் பொழுதுபோக்குக் *(Entertainment)* கலையாக மாறியது. மொகலாயர் ஆட்சிக் காலத்தில் பெரும் மாற்றத்தையும் மிக உன்னத நிலைகளையும் கதக் நாட்டியம் பெற்று உயர்ந்தது. உடை, அலங்காரம், இசை, பாடல் ஆகியவைகளில்கூட பக்தி கதக் மற்றும் தர்பார் கதக் மாறுபட்டிருக்கின்றன.

சூஃபி கதக்

அண்மைய பத்தாண்டுகளாக சூஃபி கதக் வடநாட்டின் கதக் உலகையே கலக்கி வருகின்ற ஒரு நாட்டிய வடிவமாக மாறியுள்ளது. செவ்விசை, கவ்வாலி, இராஜஸ்தானி, காஷ்மீரி, ஈரானி சூஃபி இசையுடன் கதக் நாட்டியம் வடநாட்டில் பெறுமளவில் நிகழ்த்தப்பட்டு வருகின்றது.

சூஃபி கதக்கில் நகரும் தியானம் *(moving meditation)* புதுமையானது. மரபான சூஃபியத்தின் தத்துவம் சூஃபி கதக்கில் கவனம் கொள்ளப்படுகிறது.

இந்துஸ்தானி கிராமிய நாட்டிய வடிவம் முதல் சூஃபியத்தின் மையச்சரடான உலகளாவிய அன்பும் இறைக்காதலும் சூஃபி கதக்கில் மையப்படுத்தப்படுகின்றன. சூஃபி கதக்கின் பிதாமகளான மன்சாரி சதுர்வேதி மிகச்சிறந்த சூஃபி கதக் கலைஞராகத் திகழ்ந்து வருகிறார். சிறப்பாக மாணவர்களைப் பயிற்றுவித்து வருகின்றார். இன்று மிகச் சிறந்த கதக் கலைஞர்கள் யாவரும் தவிர்க்க முடியாமல் ஆடிவரும் உயர் நடனமாக சூஃபி கதக் மாறியுள்ளது.

அடிக்குறிப்பு :

கட்டுரைக்குத் தேவையான தகவல்கள் மற்றும் படங்களை நன்றியுடன் எடுத்தாளத் துணைசெய்தவை:

1. *The Sufis- Idrieshah-Anchor Books-1990*
2. *Islamic Encyclopedia-Thamas Patrick Hughus*
3. *Span-may/june 2005*
4. *The Hindu 14/1/2007-15/4/2007*
5. கல்குதிரை வேனிற்காலங்களின் இதழ் (13-14) 2002

ஸூஃபி தத்துவமும் இசையும்

சமய வரலாறு

''சமயங்களின் வரலாறு'' எல்லாம், ஒரு கோணத்திலிருந்து பார்த்தால், புரோகிதர்களுக்கும் தீர்க்கதரிசிகளுக்கும் இடையே நடந்த போராட்டத்தின் வரலாறே'' என பிரித்தானிய மார்க்சியரான ஜான் லூயி குறிப்பிடுகிறார்.

சமயத் தலைவர்கள் யாவரும் அவர்கள் காலத்தில் நிலவிய சமயத்தை எதிர்த்த கலகக்காரர்களே.

இயேசு சிலுவையில் அறையப்பட்டார். முகமது நபி, தாயூப் என்ற ஊரில் கல்லால் அடிக்கப்பட்டார். அப்போதிருந்த சமயக் கொள்கைகளையும் ஆதிக்கத்தையும் எதிர்த்த கலகத்திற்கான தண்டனைகளே இவை.

சமயத் தலைவர்களின் காலத்திற்குப்பின் அவர்கள் நிறுவிய சமயங்களும் ஆதிக்கம் செலுத்தும் நிறுவனமயமாக்கப்படுகின்றன. புதிய கலகக்காரர்கள் தோன்றுகிறார்கள். நிறுவன

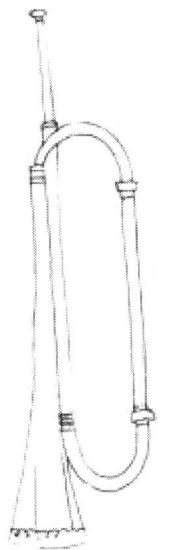

இசுலாம் மன்சூர் ஹல்லாஸி என்ற சூஃபியப் பிரிவுத் தலைவரை இவ்வாறே படுகொலை செய்கிறது.

வரலாற்றின் எல்லாக் காலங்களிலும் சித்தர்கள், சூஃபிகள், மறைஞானிகள் *(Mystics)* என நிறுவனச் சமயங்களை எதிர்த்த கலகக் குரல்கள் தோன்றிய வண்ணமாகவே சமய வரலாறு தொடர்ந்து வருகின்றது.

இரட்டைச் சமயங்கள்

நிறுவனமயமான மதங்கள் யாவும் இரட்டைச் சமயங்களாகவே இயங்கி வருகின்றன. ஒரே காலத்திலும் கூட மதங்களின் கொள்கைகளை அப்படியே கடைபிடிக்கும் மேட்டுக்குடிச் சமய மரபும், சற்று நெகிழ்ந்த தன்மையுடன் அச்சமயத்தை ஏற்று வாழும் பொதுமக்கள் சமய மரபும் என இரட்டைச் சமயமாகவே பெரும் சமயங்கள் கடைபிடிக்கப்பட்டு வருகின்றன. வைதீக இந்து சமயம் மற்றும் பொதுமக்கள் இந்து சமயம் *(Popular Hinduism)* என்ற சொல்லாடல்கள் பொருள் பொதிந்தவை.

தமிழகத்தில் சித்தர் மரபும், வடநாட்டில் பல்வேறு 'பந்தி' மரபுகளும், கிறித்துவத்தின் மறைஞான மரபும், இசுலாத்தின் சூஃபிய மரபும் இவ்வாறுதான் தோற்றம் பெற்று இரண்டுவித சமய மரபுகள் சேர்ந்தே இயங்கி வருகின்றன.

இறைஞான சுதந்திரச் சிந்தனையாளர்கள் *(Spiritual Free Masonry)* எல்லாக் காலங்களிலும் அனைத்து சமயங்களிலும் வாழ்ந்து வந்திருக்கின்றனர். கிறித்துவத்தின் பிரான்சிஸ் அஸிஸி இதற்கான சிறந்த சான்றாவார்.

முகமது நபிகளாரின் காலத்திலேயே 'உவைஸ்' என்ற சூஃபி ஆசான் வாழ்ந்திருக்கிறார்[2]. திண்ணைத் தோழர்கள் என்றழைக்கப்பட்ட நபிகளாரின் சம காலத்தவர்கள் சூஃபியர்களே.

இசுலாமிய சூஃபிய மரபு கி.பி. 8ஆம் நூற்றாண்டில் தோற்றம் கொண்டு, கி.பி. 12ஆம் நூற்றாண்டில் உச்சத்தை அடைந்ததாக வரலாற்றாசிரியர்கள் குறிப்பிட்டாலும், சூஃபியச் சிந்தனையாளர்கள் (சுதந்திரச் சிந்தனையாளர்கள்) எல்லா நாட்டிலும், எல்லாக் காலங்களிலும் வாழ்ந்து வந்திருக்கின்றனர்.

சூஃபி என்ற சொல்லாட்சி

இசுலாமிய மரபில் ‘சூஃபி’ என்ற சொல்லாட்சியின் தோற்றம் குறித்து ஆய்வாளர்கள் பலவிதமாகக் கூறுகின்றனர்.

1) முகமது நபிகளாரே அவருடைய காலகட்டத்தில் அரபிய, குறைசி குலத்தவரது காபாவின் மீதான இறைவணக்க மேலாண்மையை எதிர்த்தவராக அடையாளம் கொள்கிறார். எனவே ஒவ்வொரு சூஃபியும் முகமது நபியைத் தம் முதல் குருவாக வரித்துக் கொள்கிறார். நபிகளார் கம்பளி ஆடையை விருப்பமுடன் அணியும் வழக்கமுள்ளவர். எனவே சூஃபியரும் கம்பளி ஆடை அணியும் வழக்கத்தைப் பின்பற்றத் தொடங்கினர். அரபு மொழியில் ‘சூஃப்’ என்றால் கம்பளி என்று பொருள். எனவே இச்சொல்லிலிருந்து ‘சூஃபி’ என்ற சொல்லாட்சி வந்ததாகச் சில ஆய்வாளர் கூறுகின்றனர்.

2) ‘சஃபா’ என்றால் வரிசை. ஒவ்வொரு சூஃபியும் தான் பின்பற்ற வேண்டிய ஆன்மீகப் படிநிலை வரிசைகளைக் கடைபிடிக்கின்றனர். எனவே இந்த ‘சஃபா’ என்ற சொல் சூஃபி என்ற சொல்லிற்கு மூலமானது என்று சிலர் கருதுகின்றனர்.

3) நபிகளாரின் காலத்தில், மக்காவிலுள்ள பெரிய பள்ளியான ‘காபா’வின் திண்ணையிலும், நபிகளார் போன்ற பெரியோர்களின் வீட்டுத் திண்ணையிலும் தங்கி வாழ்ந்த ஒருவகைத் துறவிகளை, ‘அஸ்கா புஸ்சஃபா’ என்று அழைத்து வந்துள்ளனர். இச் சொல்லிலிருந்து, சூஃபி என்ற சொல் தோற்றம் கொண்டதாகச் சிலர் கருத்து தெரிவித்துள்ளனர்.

4) ‘ஃபூ’ என்ற அரபியச் சொல்லுக்குத் ‘தூய்மை’ என்பது பொருள். இதுவே சூஃபி என்பதின் மூலமாகவும் கொள்ளப்படுகிறது.

5) மக்காவின் பெரிய பள்ளியான காபாவின் பணியாளர்கள், ‘பனு சூஃபா’ என்றழைக்கப்பட்டுள்ளனர். இச்சொல்லே ’சூஃபி’யின் முதல் சொல் என்ற கருத்தும் உள்ளது.

6) ‘சோஃபியா’ என்ற கிரேக்கச் சொல்லிற்கு ‘அறிவு’ என்று பொருள். *(Philosophy* = அனைத்து அறிவு). இந்த கிரேக்கச் சொல்லில் இருந்தே அறிவாளர்- சிந்தனையாளர் என்று பொருள்படும் சூஃபி என்ற சொல் வந்ததாகச் சில ஆய்வாளர் கருத்துரைக்கின்றனர்.

7) ‘தஸ் உப்’ என்ற சொல்லில் இருந்தும், சூஃபி என்ற சொல்லாட்சி ஏற்பட்டதாகவும் ஒரு கருத்து உண்டு. தஸ் உப் என்ற சொல்லின் அரபியக் குறியீடான 'TSVF' என்பதைக் கீழ்க்கண்டவாறு விரித்து உரைக்கின்றனர்.

T-Tark துறவு

S-Sabr பொறுமை

S-Saba தூய்மை

V-Vad அன்பு

F-Fana தனிமை

F-Fard நிர்மூலம்

சூஃபி என்ற சொல் வரலாறு எப்படி இருப்பினும் அதன் அடையாள மூலங்களை இச்சொல்லாட்சி ஒருவாறு நமக்கு உணர்த்துகின்றது.

சூஃபி அடையாளம்/நெறி

துறவு, பற்றற்ற தன்மை, உடைமை இன்மை, பயணம், மருத்துவம், இசை, சமய நல்லிணக்கம், நாயகி பாவம், பரிபாஷை, யோகம்,

படைப்பு, அவதார நம்பிக்கை என சூஃபியரின் அடையாளங்கள் பற்பல தளங்களில் இயங்குபவை.

1) துறவு

ஒருவிதத் துறவு சூஃபியரின் இயல்பூக்கமாகியுள்ளது. பற்றற்ற தன்மை, தன்னலமறுப்பு, உடைமைஇன்மை *(Non Possesiveness)* சூஃபியரின் வாழ்முறையாகிறது.

சூஃபியரின் துறவு 'இல்லறத் துறவு' என்ற சிறிய கூண்டிற்குள் அடைபடுவதல்ல. தனக்கான ஆசைகளைத் துறத்தல், பொருள்மயமான வாழ்வின் மீதான பற்று நீக்கம் என்றெல்லாம் பரந்து விரிந்த பொருள் கொண்டது சூஃபியரின் துறவு. இத்துறவு நிலையே, இறைப் பயணத்திற்கான விடுதலையை ஒவ்வொரு சூஃபிக்கும் அளிக்கிறது.

2) மருத்துவம்

சாதி, சமயம், நாடு, மொழி என்ற மானிட எல்லைகளைக் கடந்தது மருத்துவம். இந்த எல்லைகளையெல்லாம் கடந்தவன் சூஃபி. அத்துடன் அவன் சமூக நலத்தை நாடும் ஏழைகளின் நண்பன். எனவே மருத்துவத்தை ஒரு சூஃபிய அடையாளமாகக் கைக்கொள்கின்றனர். உடல் மருத்துவமும் ஏன் உள்ள மருத்துவமும் கூட சூஃபியரின் அடையாளமாகிறது. தமிழர் மருத்துவம் சித்த மருத்துவம் என்றே அழைக்கப்படுகிறது. (சூஃபியர், இசுலாமியச் சித்தர்)

மருத்துவத்தை ஒரு சேவையாகவே சூஃபியர் மேற்கொள்கின்றனர். ஒரு சூஃபி மருத்துவன் தன்னுடைய மருத்துவச் சேவைக்காக ஒரு கைப்பிடித் தானியத்திற்கு மேல் பெறக்கூடாது என்பதை சூஃபியர் பொது வரையறையாகக் கொள்கின்றனர்[3]

3) பயணம்

'சித்தன் போக்கு சிவன் போக்கு' என்று ஒரு பழமொழி வழங்கி வருகின்றது. சிவனை நாம் பித்தன் என்று கூறுவது மரபு.

இப்பழமொழியில் சிவன் போக்கு என்பது பித்துப் பிடித்த பைத்தியக்காரனின் போக்கு. அதாவது சித்தப்பிரமை பிடித்தவனின் பயணம் போன்றது என்று பொருள்.

பயணம் எந்த ஒரு சாதாரண மனிதனையும் கூடப் புடம் போட்டுவிடும் வல்லமை கொண்டது. பயணத்தின் புதிய இடம், புதிய பண்பாடு, கலை, புதிய மனிதர், புதிய அனுபவம் என்று பல புதுமைகளைச் சந்தித்து மானிடர் புதிய சிந்தனைத் தளத்திற்குச் செல்கின்றனர்.

ஒரு சூஃபியின் பயணம் இரண்டு தளங்களில் இயங்குகிறது. அது உடல் பயணமாகவும் (Physical Travel), ஞானப் (Mystic Travel) பயணமாகவும் அமைகிறது.

ஒரு பயணி, பயணித்து தனது இலக்கான சேர வேண்டிய இடத்தை அடைவது போல ஒரு சூஃபியானவன் தனது ஞானப் பயணத்தால் சூஃபியப் படிநிலை ஞானத்தை அடைகின்றான். பல்வேறு இடங்களுக்கான, பல்லாண்டுப் பயணம் சித்தார்த்தரை புத்தராக்குகிறது. போதிமரத்தடியில் புத்தர், நிர்வாணம் (ஞானம்) அடைந்ததாகச் சொல்வது ஒரு குறியீட்டு விளக்கம் மட்டுமே.

மக்காவிலிருந்து ஷாம் (சிரியா) நாட்டிற்கு நபிகள் நாயகம் சென்று வந்தது வெறும் வணிகப் பயணம் மட்டுமே அன்று. இயேசு பெருமானின் வாழ்வை ஒரு பயண வாழ்வாகவே விவிலியம் விவரிக்கின்றது. நம் சித்தர்களும், நாயன்மார்களும், ஆழ்வார்களும் பெரும் பயணிகள்.

குணங்குடி மஸ்தான் தான் பிறந்த இடம் நீங்கி, தமிழகத்தின் பற்பல இடங்களுக்குப் பயணித்து சென்னைக்கு அப்பாலுள்ள இடங்களுக்கும் சென்று தம் வாழ்வின் இறுதிக்காலத்தில் மட்டுமே சென்னையில் தங்கியுள்ளார். இவ்வாறு குணங்குடியாரின் வாழ்வு பயண வாழ்வாகவே அமைந்துள்ளது.

4) சமய நல்லிணக்கம்

இசுலாம் அரேபிய வட்டாரம் தாண்டி பயணம் செய்யத் தொடங்கும் நிலையில், புதிய சமூகங்களின் சமய, பண்பாட்டுத் தளங்களுடன் உறவாட வேண்டிய நிலை ஏற்படுகின்றது. எனவே வட்டாரப்பாதிப்பு இசுலாத்தில் ஊடுருவிய காலகட்டத்தில் அந்த அந்த வட்டாரத்திற்கு ஏற்ற வகையில் இசுலாம் தன்னை மாற்றிக் கொள்ள வேண்டிய தேவை ஏற்படுகின்றது.

இந்தத் தேவையை சூஃபியர் நிறைவு செய்கின்றனர். இத்தகைய பங்களிப்பினால், இசுலாமிய மத ஒழுங்கு முறைக்கு முரணாக சூஃபியத் தத்துவ தரிசனம் இருப்பதாக அதன் மேல் ஒரு குற்றச்சாட்டும் வரலாற்றில் உண்டு.

சூஃபியர் பலர் தூய-நிறுவன இசுலாத்தினால் *Institutionalised Islam* துன்புறுத்தப்பட்டதற்கு இத்தகைய பார்வையே காரணமாகி உள்ளது.

ஹல்லாஜ் சூபி பிரிவின் மாபெரும் சூஃபித் தலைவர் 'மன்சூர் அல்லாஜ்' சித்திரவதை செய்யப்பட்டுக் கொடூரமாகக் கொலை செய்யப்பட்டதற்கு இத்தகைய பார்வையே காரணமாகியுள்ளது. இமாம் கஸ்ஸாலி போன்ற மாபெரும் இசுலாமிய சூஃபி அறிஞர்களால் இத்தகைய வேற்றுமை மிகுந்த அளவு சரிசெய்யப்பட்டது.

சூஃபியர் அடக்கமாகியுள்ள தர்காக்களின் கந்தூரி விழாக்கள் இசுலாத்திற்கு விரோதமானது என்ற கருத்தே முன் வைக்கப்படுகிறது. 'தர்கா கலாச்சாரம்' எனச் சிலவேளைகளில் கொச்சையாக விமர்சனம் செய்யப்படுகிறது.

ஆனால் நடைமுறையில் சமூக நல்லிணக்கத்திற்கு ஒரே அடையாளமாகப் பெருந்திரள் மக்களால் ஏற்றுக்கொள்ளப்படுவது தர்காக்களே. அனைத்து மதத்தினரும் கலந்து கொள்ளும் விழாக்களாக தர்காக்கந்தூரி விழாக்கள் அமைந்துள்ளன.

'காங்கா' என்ற சூபி சத்திரங்களில் சைவ உணவே பரிமாறப்படுகின்றது. அஜ்மீர் காஜா மொய்நுதீன் சிஸ்தியின் மடைப்பள்ளியில் சைவ உணவே வழங்கப்படுகிறது. சகோதரச் சமயமான இந்துப் பெருமக்களும் உண்ணுமாறு சைவ உணவு படைப்பது மேலான சமூக நல்லிணக்கத்திற்கு நம்மை அழைத்துச் செல்வதின் அடையாளம்.

மேலும் சூஃபிகள் உள்ளூர் மொழிகள் மற்றும் கலாச்சாரத்திற்கே பெரிதும் முக்கியத்துவம் தருகின்றனர் என்பது சமூக நல்லிணக்கத்திற்கான மேலும் ஒரு நகர்வாகிறது.

பள்ளி வாசல்கள், நிறுவன இசுலாத்தின் ஆன்மீக மையமாகவும், தர்காக்கள் பெருந்திரள் அனைத்து மதத்தினரின் ஆன்மீக மையமாகவும் நம் சமூகத்தில் மாறியுள்ளதை எளிதில் புறந்தள்ளிவிட முடியாது.

நிறுவனச் சமயத் தலைவர்களுடன் உறவாடினால், நம்மை மத மாற்றம் செய்து விடுவார்களோ என்ற அச்சம் பிற சமயத்தாருக்கு உண்டு. ஆனால் சூஃபியர்கள் மதம் மாற்றி விடுவார்கள் என்று யாரும் அச்சப்படுவதில்லை. ரிஸ்வி, ஹபீப் போன்ற வரலாற்றாசிரியர்கள், மதமாற்றத்தை சூஃபியர் செய்வதில்லை என்றே தெரிவிக்கின்றார்கள்.

சகோதரச் சமயத்தவர்களுக்கு மதத்தலைவர்களைவிட சூஃபியர் மேல் ஒரு நம்பிக்கை உள்ளது. பற்பல சமயத்தவர் வாழும் இந்தியச் சமூகத்தில் சமய நல்லிணக்கத்திற்கு தர்காவையும் சூஃபியரையும் நாம் நாடவேண்டியுள்ளது என்பதில் இருவிதக் கருத்து இருக்க முடியாது.

குணங்குடி மஸ்தானுக்கு மகாவித்வான் திருத்தணிகைச் சரவணப் பெருமாள் அய்யர், கோவளம் சபாபதி முதலியார் மற்றும் வேங்கிட இராயப்பிள்ளை முதலானோர் சீடர்களாக இருந்துள்ளனர். தமிழகத்துத் தலைசிறந்த எழுத்தாளர் கோணங்கி, சென்னையில் குணங்குடியாரின் அடக்க இடத்தை அடையாளம் கண்டு வெளிப்படுத்தியுள்ளார்.

இதிலிருந்தே சூஃபியர் கற்பித்த சமய நல்லிணக்கம் எவ்வாறு தொடர்ந்து செயல்பட்டு வருகின்றது என்பதை அறியலாம்.

5. யோகம்/தியானம்

தவம், யோகம், தியானம், மூச்சுப்பயிற்சி என்பது உலகப் பொதுவானது. சித்தயோகம் என்றே தமிழகத்தில் யோகம் வழங்கப்படுகின்றது.

புத்தர், இயேசு, முகமது நபி ஆகியோர் தவம், தியானம் என்ற இறைச் சிந்தனையில் மூழ்கியவர்களே. குணங்குடி மஸ்தான் தான் பயணம் செய்யும் ஊர்களில், ஊருக்கு வெளியே தங்கியிருந்து தவம் செய்த செய்திகள் கிடைக்கின்றன. மதுரை, நாகமலை, யானை மலைகளில் தவம் செய்ததும், சிக்கந்தர் அவுலியா அடக்கமாகியுள்ள சிக்கந்தர் மலை என வழங்கும் திருப்பரங்குன்றம் மலையில் யோகநிலையில் ஆழ்ந்திருந்ததும் தெரிய வருகின்றது.

6. பரிபாஷை

சித்தர் பரிபாஷை என்றே ஒரு வழக்கு தமிழகத்தில் உண்டு. இதே போல் குணங்குடியார் ஏனைய சூஃபி ஞானியர் போல் பரிபாஷைகளைத் தத்தம் பாடல்களில் பதித்து வைத்திருக்கின்றார். சிவம், உமை, தட்சிணாமூர்த்தி, வாலை, மனோன்மணி போன்ற பரிபாஷைச் சொல்லாடல்களை உள்ளூர் மொழியான தமது தாய்மொழிகளிலேயே பதிவு செய்துள்ளார். வாலை, மனோன்மணி என்பவை குண்டலினி சக்தியைக் குறிப்பிடுகின்றன. இறைவனையும் இறைக்காதலியையும் குறிப்பிடுகின்றது. இவ்வாறு பரிபாஷை என்பது சித்தர் சூஃபியரின் அடையாளமாக உள்ளது.

7. படைப்பின் அவதார நம்பிக்கை

அவதாரம் என்பது மேலிருந்து கீழாக இறங்குவது என்று பொருள்படுவது. எட்டாத உயரத்தில் இருப்பதாக நம்பப்படும்

இறைவனை, பூமிக்கு வரவழைத்து மனிதனுடன் உலவவிடும் ஒரு முயற்சியே அவதாரக் கொள்கை. இது வைணவ சம்பிரதாயத்தில் பெரு வழக்குப் பெற்றது. இதன் மாற்றாகத் 'திருவிளையாடல்' என்பது சைவத்தின் வழக்காகியுள்ளது. இறைவன் நேராகவே வந்து நம்முடன் திருவிளையாடல் புரிவது.

ஆனால், அவதாரக் கொள்கையிலோ, இறைவன் நேரடியாக வருவதிலோ இசுலாம் நம்பிக்கை கொள்வதில்லை. ஆயினும் ஒருவித அவதாரக் கொள்கையில், 'தனஸ் ஸுலத்' - சூஃபியம் நம்பிக்கை கொள்கிறது. உலகப் படைப்புகள் யாவும் பரம்பொருளின் அவதாரமே என்பது சூஃபியர் கொள்கை.

மிகச்சிறந்த பாரசீக சூஃபி ஞானியும், கவிஞருமான ஜலாலுதீன் ரூமியின் 'மஸ்னவி சரிப்' என்ற நூலிலுள்ள ஓர் இசைப்பாடல் இவ்வாறு செல்கிறது:

''நானே நற்செய்தியாளன் (நபி);

நானே தாவீதின் இசைப்பாடல்;

நானே குர்-ஆன்;

நானே உஸ்ஸா; லாத்து;

நானே வன தேவதை;

நானே சாத்தான்;

நானே ஆவி;

நானே மனிதன்''[4]

புகழ்பெற்ற தமிழக சூஃபி ஞானி தக்கலை பீர்முகமது இவ்வாறு பாடுகிறார்;

''கானும் எழுகாடு உயர் கானமும் நீயே

காசினியும் வான் உலகும் கடல் மலையும் நீயே

தானம் ஒரு சொர்க்கம் எரி நரகமும் நீயே

கருதிய நெஞ்சத்து அருளிய கஃ்பத்துல்லாவே''[5]

குணங்குடியார்,

''ஆதிமுன்னிற்கவே அகது உகது வாகி

....

அத்துவித வந்து முன்னிற்கவே

....

நாத முன்னிற்கவே நாதனொளி பெற்ற நபி

நாயகம் முன்னிற்கவே .....''

(முகியித்தின் சதகம். பாடல் 1)

என்று பாடி, படைப்பு எல்லாம் நபிகள் உட்பட இறைவனின் வெளிப்பாடா கவே காண்கின்றார்.

8. நாயகி பாவம்

நாயக நாயகி பாவம் என்பது இறைக்காதலைக் குறிப்பது. (ஆன்மாவை) நாயகியாகவும் இறைப்பேரான்மாவை நாயகனாகவும் பாவிப்பது நாயக நாயகி பாவம் *(Bridal Mysticism)*

ஆனால் தன்னை ஆணாகவும், இறைவனைக் காதலியாகவும் பாவித்துப் பாடுவது சூஃபியர் மரபு. இறைவனை வாலைக்குமரி என்றும், மனோன்மணி என்றும் காதலியாகப் பாடுவது சித்தர், சூஃபியர் மரபு.

''கல்வி நிறை வாலைப் பெண் காதலி ...''[6]

என்றும்,

''வாலைக்கு மேலான தெய்வமில்லை''[7]

என்றும் கொங்கணச் சித்தர் 'வாலைக்கும்மி' பாடுவார்.

இங்கு வாலை என்பது இறையைக் காதலியாகப் பாவித்துப் பாடுவது. பாரதியும்

''...... வாலைக்குமரியோடி கண்ணம்மா ....'' என்று இறைவனைக் கண்ணம்மா என்று காதலியாக பாவித்துப் பாடுகிறார்.

''வீண் காதல் தந்தது அல்லால் வேற்றில் உனைக் கண்ணாலும் காண்க அரிதாகிவிட்டாய் கண்ணே பராபரமே''[8]

என்று கண்மணி மாலைக் கண்ணியிலும்,

''என்னைவிட்டால் மாப்பிள்ளைமார் எத்தனையோ உந்தனுக்கே

உன்னைவிட்டால் பெண் எனக்கும் உண்டோ மனோன்மணியே''[9]

என்றெல்லாம் குணங்குடியார் பாடுவார்.

''என்னைவிட்டால் யாருமில்லை கண்மணியே உன்கை அணைக்க உன்னைவிட்டால் வேறொருத்தி எண்ணவில்லை நான் காதலிக்க''

என்று இறைவனைக் காதலியாகப் பாவித்தே கண்ணதாசனும் பாடுகின்றார்.

ஓர் எல்லையில்,

''வேத வேதாந்தமெல்லாம் விட்டேறியே கடந்து

காதலித்துநின்றேன் கண்ணே இரகுமானே''

என்று வேத. வேதாந்தங்களையெல்லாம் தூக்கியடித்துவிட்டு இறைக்காதலுக்கு குணங்குடியார் முதன்மை தருகிறார். இவ்வாறு இறைவனைக் காதலியாகவும் தன்னைக் காதலனாகவும் பாடுவது என்ற மாற்று மரபு சூஃபிய மரபாகிறது.

9. இசை

சாதி, சமய, மொழி, நாடு என்று எந்த பேதமும் இல்லாதது இசை. எந்த பேதமும் இல்லாத சூஃபிய மரபும் இசையைக் கையில் எடுத்துக் கொண்டதில் அதிசயமில்லைதான். இறையை நாதமயமாகக் கண்டு நாதம் மூலமே இறையை அடைய வழிகண்டது சூஃபிய மரபு.

குணங்குடியாரும் மற்ற எந்த சூஃபியையும் போலத் தம்மை ஒரு பாட்டுக்காரராகவே அடையாளம் காட்டுகிறார்.

புலவர் மரபிலான வெண்பா, ஆசிரிய விருத்தம், சதகம், பத்து பாடியிருந்தாலும், ஆனந்தக் களிப்பு, நிராமயக் கண்ணி, பராபரக்கண்ணி, இரகுமான் கண்ணி, எக்காலக் கண்ணி, நந்தீஸ்வரக்கண்ணி என்று மக்கள் இசையான, இசைப்பாடல்கள் பாடுகிறார்.

குணங்குடியார் 'காதரிய்யா தரீக்கா' என்ற சூஃபி பிரிவைச் சேர்ந்தவர். தனது சூஃபியக் குருவான முகைதீன் அப்துல்காதர் ஜெய்லானி மீது முகியித்தீன் சதகம் பாடுகிறார். ஒவ்வொரு சூஃபியும் தனது முதல் குருவாக முகமது நபியையே வரித்துக் கொள்கிறார். குணங்குடியார் தனது முகியித்தின் சதகத்தில் ஒவ்வொரு பாடலின் இறுதியிலும்,

''வள்ளல் இறசூல் வருகவே''

என்றே பாடுகிறார், ஈற்றடிகளில்,

''வளம் அருள் நிறை குணங்குடி வாழும் என் இருகண்

மணியே முகியித்தீனே''

என்று தனது சூஃபிய ஞான குருவை வாழ்த்துகிறார்.

குணங்குடியார் வாழ்ந்த காலம் தமிழிசை மரபில் கீர்த்தனைகள் கோலோச்சிய காலம். மிகச்சிறந்த கீர்த்தனைப் பாடல்கள் பாடிய சூஃபியர்களில் ஒருவர் குணங்குடியார்.

பாடல்களின் ஈற்றில் ஒத்த சொற்கள் இயைந்து வருவது ‘இயைபு’ என்ற தொடை, சொற்களுக்குச் சிறந்த ஓசை நயம் அளிக்கிறது, பாடல்களில் இனிமையை அதிகப்படுத்துவதில் இந்த இயைபுகளுக்குப் பெரும் பங்கு உண்டு. சான்றாக,

‘‘யானே உனை நம்பினேன்’’ என்று தொடங்கும் கீர்த்தனையில் ‘செய்வையோ’ எனும் இயைபுச் சொல்லை 36 தடவைகள் பயன்படுத்திக் காட்டுகிறார்.

‘‘இந்த அமைப்புப் பெரும் வியப்பை உண்டாக்குகிறது’’[11]

என்பார் தமிழிசை ஞாயிறு வீ.ப.கா. சுந்தரம்.

குணங்குடி மஸ்தான் பிறந்த ஊர் தொண்டிக்கு அருகிலுள்ள குணங்குடி. குணங்குடியாரை மக்கள் தொண்டியார் என்றும் அழைத்திருக்கின்றனர்.

குணங்கள் அனைத்தும் குடிகொண்டவன் இறைவன் என்ற பொருளில் இறைவனைக் குணங்குடியார் என்றும் பாடுகிறார். தனது பாடல்களில்

‘‘ஆண்டவன் என் செய்வானோ-குணங்குடி

ஆண்டவன் என் செய்வானோ’’

என்றெல்லாம் பல இடங்களில் இறைவனை குணங்குடி என்றே அழைக்கிறார்.

‘‘கத்திக்கத்தித் தொண்டையும் கட்டிச் செத்தேனே

காணும் எங்கள் குணங்குடிச் சித்தனே’’

என்று தனது கீர்த்தனை ஒன்றில் குணங்குடி சித்தனாகவே தன்னை அடை யாளம் காட்டுகிறார்.

இசுலாமும் சூஃபியமும்

ஒவ்வொரு சூஃபியும் இசுலாத்தின் தலையாய கொள்கையான ஓர் இறைக் கொள்கையை ஏற்றுக் கொள்கின்றனர். ஆயினும் உலகிலுள்ள படைப்புகள் அனைத்தையும் இறையின் அம்சமாகவே சூஃபியர் கருதுகின்றனர். இசுலாமிய ஓர் இறை நெறியிலிருந்து, பிறழாததும் சற்றுப் பிறழ்ந்ததுமாக சூஃபிய மரபு நிற்கிறது.

"வானாகி ஊனில் உயிராகி எவ்வுலகுமாய்" என்று தொடங்கும் பாடலில், "கானாகி, மலையாகி ..." என்று அனைத்துப் படைப்புகளையும் இறைவனாகவே பாடுகிறார். இசுலாமிய ஏக இறைக் கொள்கைக்கு இது மாறுபட்டதே.

பிரம்மம் மட்டுமே உண்மை ; ஏனைய

யாவும் மாயை என்று வைதீகம் கூறும்.

ஆனால், கடவுள் உண்மை; கடவுளின் வெளிப்

பாடான உலகும் உண்மை என்று சூபியம் கூறும்.

ஜீவாத்மா - பரமாத்மா ஒன்றிக் கலத்தல் *(Fana Extinction)* என்பதில் வைதீகத்தை சூஃபியம் நெருங்குகிறது.

குர்-ஆன் மறையை இறை ஞானத்தின் வெளிப்பாடு *(Spiritual Revelation)* என இசுலாம் கூறுகின்றது. காடு, மலை, ஆறு, கடல் என்றிவைகளை இறைவனின் பொருள் நிலை வெளிப்பாடு *(Material Revelation)* என்று சூஃபிய மரபு கருதுகிறது.

குருமுறை இசுலாத்தில் இல்லை. நபிகள் நாயகம் ஓர் இறைத் தூதர் மட்டுமே. ஆனால் குருமுறை என்பது சூஃபியத்தில் மிக முக்கியமானது. குருவின் பெயராலேயே சூஃபியப் பிரிவுகள் பெயர் பெருகின்றன.

இவ்வாறு இசுலாத்தைத் தழுவியும் சற்றே விலகியும், நெகிழ்ந்த தன்மையான ஓர் இசுலாமிய மரபாக சூஃபியம் தன்னை அடையாளப்படுத்தியுள்ளது.

சாமுன் சாதல்

‘நான்’ என்ற செருக்கை அறுக்க வேண்டும் என்பதே நம் நாட்டில் தோன்றிய முனிவர், சித்தர், சூஃபியரின் முதன்மைக் கொள்கை.

‘‘நான் சாமுன் நான் சாக நாடினேன் நான் சாமுன்

நான் சாக அருள் புரியவும்

நாள் வருமுன் நான் சாக நாள்வந்து நான் சாக

நாள் வருமுன் அருள் புரியவும்’’

என்று மடித்துமடித்துப் பாடி, சூஃபியர்க்கே உரிய செருக்கு அறுக்கும் கொள்கையைப் பாடுகின்றார் குணம் குடிகொண்ட குணங்குடியார்.

‘மஸ்த்’ என்றால் இறைக்காதல் மற்றும் போதை என்று பொருள். இறைக்காதலாளன் என்று பொருள்படும் ‘மஸ்த்தான்’ என்றே தன்னைப் புனைந்து கொள்கிறார்.

(இயற்பெயர் சுல்த்தான் அப்துல் காதர்)

தமது 17ஆம் வயதில் சூஃபியப் பயணத்தை மேற்கொண்டு சமய நல்லிணக்கத்திற்கு ஓர் அடையாளமாக வாழ்ந்து,

‘‘சொல்லு மெய்ஞ்ஞானச் சுகக்கடலை உண்டுயான்

சும்மா இருக்க அருள்வாய்’’

என்று இரக்கத்தின் ஆனந்தம் பாடி, தம் 47ஆம் அகவையில் தன் இறைக்காதலியுடன் இறண்டறக் கலந்துவிடுகிறார் குணங்குடி மஸ்த்தான்.

அடிக்குறிப்பு

1. எஸ்.வி. இராசதுரை, எக்ஸிஸ்டென்சியலிசம் பக். 38

2. ஹாமீம் முஸ்தபா (தொ.ஆ) சூஃபிகள் தர்காக்கள் - சில மாற்று உரையாடல்கள் பக். 18

3. *Idries shah. The Sufis P. XII 1990*

4. Thomas Patrick Hughes, Islamic Encyc. 2002 p. 752

5. சூஃபி ஞானி தக்கலை பீர்முகமது. ஞானப் புகழ்ச்சி பாடல் 70

6. கொங்கணச்சித்தர் - வாலைக்கும்மி காப்புச்செய்யுள்

7. மேலது பாடல் 75

8. குணங்குடியார் பாடல் கோவை கண்மணிமாலைக்கண்ணி 24

9. குணங்குடியார் பாடல் கோவை மனோன்மணிக்கண்ணி 73

10. குணங்குடியார் பாடல் கோவை இரகுமான்கண்ணி 88

11. வீ.ப.கா. சுந்தரம் தமிழிசைக் கலைக் களஞ்சியம் பக் 148/11

அருஞ்சொல் விளக்கப்பட்டியல்

1. தர்கா - சூஃபியரின் அடக்க இடம் *(Grave Yard)*

2. கந்தூரி - நினைவுநாள்

3. ருஹூ - உயிர்மூச்சு

4. வஹி - இறைச்செய்தி

5. சுப் - கம்பளி

6. சஃபா - தூய்மை

7. முரீது - தீட்சை

8. தவ்ஹீத் - ஓர் இறைக்கோட்பாடு

9. ஷிர்க் - இறைக்கு இணைவைத்தல்

10. ஷரீயத், தரீக்கத், ஹகீகத், மரீஃபத்-சூஃபி ஞானப்படித்தரம். சைவ சமயத்தின் சரியை, கிரியை, யோகம், ஞானம் என்பவைக்கு ஒப்பானவை.

11. சஃபர் - பயணம்

12. சாலிஃகு - பயணி

13. மரிஃபத் - மூதறிவு

14. தரிக்கா - வழிமுறை, பள்ளி *(school)*, குருமுறை

15. திக்ரு - இறை தியானம்

16. 'ஜகிலியா' - அறியாமைக் காலம் - நபிகளாரின் காலத்திற்கு முந்திய காலத்தை அரபிய வரலாற்றில் இவ்வாறு குறிப்பிடுகின்றனர்.

17. பாங்கு - ஐங்கால இறைத்தொழுகைக்கான அழைப்பு

18. மூசா - மோசஸ்

19. ஈசா - இயேசு

20. ரசூல் - முகமது நபி

21. தௌராத் - யூதமறை

22. இஞ்சீல் - திருவிவிலியம்

23. புறுக்கான் - திருக்குர் ஆன்

24. சபூர் - தாவூதின் (சங்கீதம்) இசைப்பாடல்கள்

25. இத்திஃகாத் - பேரின்ப நிலை (பரவச நிலை)

26. காஃபா - மக்காவிலுள்ள பள்ளிவாசல்

27. பராபரம் - அருஉரு - உருவமற்றது

28. நிராமயம் - நோயின்மை

29. மனோன்மணி - குண்டலினி, இறை

30. வாலை - குண்டலினி, இறை

31. சந்ததம் - நிரந்தரம்

32. நூறு - ஒளி

33. சிர்க் - மாறானது

34. ஆலிம் - சமயக் கல்வி அறிஞர்

35. சப் - வரிசை

36. பனு சூபா - காஃபா பணியாளர்

37. மகாமத் - ஆன்மப் படிநிலை

38. கல்வத் - யோக நிட்டை

39. மஸ்த்து - பித்து, போதை, சித்து, இறைக்காதல்

40. மஸ்த்தான் - சித்தன், பித்தன், இறைக்காதலன்

41. சோபியா - அறிவு

42. மஜ்னு - காதல் பித்தன்

43. தைக்கா - ஆசிரமம்

44. பாத்திகா - நேர்ச்சைப் படையல்

45. தனஸ்ஸுலத் - அவதாரம்

46. மகபூபு சுபஹானி - இறைவனின் காதலர்

47. இஷ்க் - காதல்

48. கீகத் - துறவு

49. வஸல் - ஒருமை

50. பஃனா - கலத்தல்

51. பஃகா - ஒருமை நிலையில் நிலையாகத் தங்குமிடம்

சங்க இலக்கியம் காட்டும் தமிழிசை வரலாறு

ஈராயிரம் ஆண்டுத் தொன்மையுடைய பத்துப்பாட்டையும், எட்டுத் தொகை நூல்களையும் 'சங்க இலக்கியம்' என்று ஒரு மரபாக நாம் கொள்கின்றோம். 473 புலவர்கள் (இவர்களில் அரசர்களும் பாடினிகளும் அடங்குவர்) 2381 பாடல்களைப் பாடியுள்ளனர்.

சங்க இலக்கியத்திற்கும் முன்பான மரபை உடையது தமிழிசை. அந்த மரபான தமிழிசையை இச்சங்கச் சான்றோர்கள் தம் பனுவல்களில் மிகச்சிறப்பாகப் பதிவு செய்திருக்கின்றனர்.

1. சுருதி என்ற அலகு

ஒரு பாடலுக்கான இரு கூறுகள் யாப்பும் இசையும். இசைக்கு அடிப்படையானது தாளமும் பண்ணும். இத்தாளத்திற்கும் பண்ணிற்கும் அடிப்படையானது ஒத்து (சுதி என்ற சுருதி).

சுருதி பற்றிய செய்திகளைச் சங்கப் பனுவல்கள் மிகவிரிவாகவும், ஆழமாகவும் பதிவு செய்திருக்கின்றன.

வீக்கம், இனி, நரம்பு, தொடை, தன், பயிர், பண், குரல், தாது, ஆர்ப்பு, இமிர்பு, பற்று, ஒத்து, கேள்வி, ஒற்று, அலகு, மாத்திரை என்று பல்வேறு பெயர்களில் சுருதியைப் பற்றிச் சங்கப்பாடல்கள் பலப்பல செய்திகளைத் தருகின்றன.

நரம்பு

'நரம்பின் தீங்குரல் நிறுக்கும் குழல்போல' - கலித் 33:22

குரல்

'தன்மையில் திரிந்த இன்குரல் தீந்தொடை

கொம்மை வருமுலை வெம்மையில் தடைஇ' - நெடுநல் 65-69

'வண்டு கதுப்பின் குரல் ஊத' - பரிபாடல் 10:10

'குரல் குரல் தும்பி அவிழ்மலர் ஊத' - மேலது 21:34

என்றெல்லாம் சுருதியைக் குரல் என்ற சொல்லால் தெரிவிக்கின்றன.

தாது

'இரங்கு இசை மிஞிறொடு தும்பி தாதுஊத - கலித். 33:23

'தாழு மலர் வரிவண்டு தாது பிடிப்பன போல் - பெரியபு ஆனாய 23

ஆர்ப்பு

'வடி நரம்பு இசைப்பபோல் வண்டொடு சுரும்பு ஆர்ப்ப' - கலித் 36:3

'அணிமிகு மிஞிறு ஆர்ப்ப' - குறிஞ். 111

இமிர்பு

'கைகவர் நரம்பின் இம்மென இமிரும்' - குறிஞ். 147

'புதைவிடு நரம்பின் இம்மென இமிரும்' - அகநா. 317:13

'சிறு வெதிர்ங்குழல் போலச் சுரும்பு இமிர்ந்து இம்மென - கலித். 119:8

(மகரத்தின்) ஒற்று

'மகரத்தின் ஒற்றால் சுருதி விரவும்' - சிலப் 3:26 நூற்பா பகுதி. உரை வகுக்கும் போது, 'ம்ம்ம்...' என்று சுருதி கூட்டும் முறையை அடியார்க்கு நல்லார் தெரிவிக்கின்றார். இவ்வாறு மகரத்தின் ஒற்றால் சுருதி கூட்டுவதால் சுருதிக்கு ஒற்று என்றோர் பெயர் ஏற்பட்டிருக்கின்றது.

ஒத்து

நாகசுரத்திற்குச் சுருதி தரும் கருவி ஒத்து நாகசுரம். வடநாட்டில் ஷெனாய் வாத்தியத்திற்குச் சுருதி தரும் கருவி ஒத்து ஷெனாய். (ஒத்து என்ற வழக்குச் சொல், புலவர் வழக்கில் ஒற்று ஆகியுள்ளது. நெத்து-நெற்று; காத்து-காற்று என்பதும் ஆய்வுக்குரியது...... ஒத்துடனே மங்கலம் பாடுவார் ...... தேவாரம் 118 : 50

பற்று

'ஒற்றுறுப்புடைமையின் பற்று வழிச் சேர்த்து - சிலப் 13:1. இங்கு இளங்கோ அடிகளார் கூறும் 'ஒற்றுறுப்பு' என்பது யாழின் பக்கச் சாரணிகள். ஒரே சமயத்தில் சுருதிக் கருவியாகவும், தாளக் கருவியாகவும் அமைந்த யாழின் உறுப்பு இது.

சங்கச் சான்றோர் காட்டும் சுருதிமுறைகள்

ஒரு கட்டை சுருதி அளவு குரல் வளம் உள்ளவர்களுக்கு நடுந்தானத்து (மத்திய ஸ்தாயி சட்சம்) குரல் சுரத்தைத் தொடர்ந்து ஒலிக்கும் முறை. (சுதிப்பெட்டி, ஒத்திசைப் பெட்டி *(Harmonium)*

ஆகிய சுருதிக்கருவிகள் இவ்வகை சுருதியைத் தருகின்றன) எனவே சங்கப்பனுவல்கள் சுருதியைக் ‘குரல்’ (சட்சம்) என்ற சொல்லால் குறிப்பிடுகின்றன.

சபச் என்று ச, ப முறையில் சுருதி சேர்ப்பது மற்றொரு வகை. தம்புரா சுருதி இந்த வகையைச் சேர்ந்தது.

‘இளிப்பயிர் இமிரும் குறும்பரம் தூம்பொடு’ - மலைபடு. 7

இளிதேர் தீம்குரல் இசைக்கும் அத்தம்’ - அகநா. 33:7

‘இளி’ என்ற பஞ்சமத்தையும் சேர்த்துச் சுருதி சேர்த்த முறையை மேற்கண்ட மலைபடுகடாமும் அகநானூறும் தெரிவிக்கின்றன. மேலும்

‘இரங்கு இசைமிஞிறொடு தும்பிதாது ஊ த’ - பாலைக்கலி 33:23

‘வரி ஞிமிறு இமிர்ந்து ஆர்ப்ப, இருந்தும்பி இயைபு ஊத’ - நெய்தல் கலி.10

‘சுரும்பு ஆர்க்கும் குரலினொடு இருந்தும்பி இயைபு ஊத’ - மேலது 6 : 2

குரல் என்ற சட்சத்துடன். இயைபு என்ற பஞ்சமம் சேர்த்து சுருதி கூட்டிய முறையை இக்கலிப்பாடல்கள் தெளிவாகத் தெரிவிக்கின்றன.

2. நிறை, குறை,

குரல் (ச) மற்றும் இளி (ப) என்ற இருசுரங்கள் தவிர ஏனைய துத்தம் (ரி), கைக்கிளை (க), உழை (ம), விளரி (த) தாரம் (நி) என்ற ஐந்து சுரங்களும் இருவகைமை, அதாவது மென்மை, வன்மை பெறும் சுரங்கள். இந்துஸ்தானியில் கோமளம், தீவிரம் என்றும் ஐரோப்பிய இசையில் *(Flat, Augmentcd (Sharp)* என்றும் வழங்குகின்றனர். சங்கப் பனுவல்கள் நிறைகுறைஎன்று இவற்றைப் பதிவு செய்திருக்கின்றன.

‘நீடுகிளர் கிழமை நிறைகுறை தோன்ற - பரிபாடல் 17:18

(ரி) துத்தம் என்பதை மென்துத்தம் (சுத்த ரிசபம்) வன் துத்தம் (சதுசுருதி ரிசபம்) என்பது தவிர சட்சுருதி ரிசபம் என்று மூன்றாவது ஒரு வகைமையாக வேங்கிடமகி வகுத்ததுபோல் பண்டைத்தமிழர் சுரமுறையை வகுக்கவில்லை.

'பன்னிருகால் திரிக்கப் பன்னிரு பாலைவரும்' சிலப். 3:72-78. (அரும்பதஉரை) என்று ஓர் இயக்கில் (ஸ்தாயி), 12 தான சுரங்கள் பற்றியே நம் இலக்கியங்கள் பேசுகின்றன. 16 தான சுரங்கள் என்ற கற்பிதங்களால் இசையைக் குழப்பிய செய்திகள் சங்க இலக்கியத்தில் இல்லை.

3. ஏழ்பெரும் பாலை

பாலை என்பது 7 சுரப்பண்; பெரும்பண், மேளம், கர்த்தா இராகம், மேளகர்த்தா என்று 7 சுரப்பண் பலவாறு பெயர் பெறும். நம் முன்னோர் இதை யாழ் என்றும் பாலை என்றும் வழங்கி வந்துள்ளனர். முல்லை. குறிஞ்சி என்றெல்லாம் திணைப் பெயர்களாலும், யாழ் என்று தொல்காப்பியத்திலும் தொல்காப்பிய உரைகளிலும் பெயர் பெறுகின்றது. சங்கப்பாடல்களிலும் சிலம்பிலும் பாலை என்று வழங்குகின்றது.

பல்வேறு திறப்பண்களைத் (ஜன்ய இராகங்கள்) தோற்றுவிப்பதால் இந்த ஏழு பாலைகளையும் கர்த்தா இராகங்கள் *Generative scale* என்று அழைக்கிறோம். எனவே தமிழிசையில் இவற்றை ஏழ்பெரும் பாலைகள் *(7 Primary Modes)* என்று அடையாளப்படுத்தியுள்ளனர். மேலை இசையில் இவ்வகை 7 சுரப் பண்கள் *Diotonic Scale* என்றும் *Mode* என்றும் பெயர் பெறுகின்றன. இந்த 7 முதன்மைப்பாலைகளைப் பற்றிச் சங்க இலக்கியங்கள் விரிவான செய்திகளைத் தருகின்றன.

I. முல்லை - முல்லை யாழ் - பாலை யாழ் - செம்பாலை - அரிகாம்போதி

தமிழிசையின் அடிப்படைப்பாலை *(Primordial Scale)* அரிகாம்போதி. முல்லை. முல்லையாழ் என்று தொல்காப்பிய உரைகளிலும், செம்பாலை என்று சிலம்பிலும் இப்பெரும்பண் பெயர் பெறுகின்றது. இது முல்லைநிலப் பெரும்பண். ‘குரல்துலை .... தொல் ஏழிசை நரம்பிற்காம்’ சிலப் 17 : (13) அரும்பத. என்ற மேற்கோள் நூற்பாவாலும், அரங்கேற்றுக் காதை கூத்துள் படுதலில் இளங்கோ அடிகள் காட்டிய குரவைக் கூத்தாலும் இப்பண் இன்றைய அரிகாம்போதியே என்று தெளிவாக அறிய முடிகின்றது. ‘தொல் ஏழ் இசை’ என்பதால் தமிழிசையின் தொன்மையான அடிப்படைப் பாலையையும், ஏழுசுரங்களை நூற்பாவில் அமைத்துக் காட்டியதாலும் இப்பண் அரிகாம் போதியே என்று நம்மால் விளங்கிக்கொள்ள முடிகிறது. இதை நம் சங்கப் பனுவல்கள்,

‘தொல் இசை நட்ட குடியொடு தோன்றிய’ - கலித். 104:5

‘தொல் இசைத் தொழில் மக்கள்’ - பட்டினப். 121

‘தொல் இசை நிறீஇய உரைசால் பாண் மகன்’ - அகநா. 35 : 15

‘தொலையா நேமிமுதல் தொல்இசை அமையும் - பரிபா. 15 : 3 என்றெல்லாம் தெரிவிக்கின்றன.

‘முல்லை நல்யாழ்ப்பாண...’ - ஐங். 478 : 5

‘பாணர்முல்லை பாட’ - ஐங். 408 : 1

‘கூடுகொள் இன்னியம் குரல் குரலாகி

நூல் நெறி மரபிற் பண்ணி’ - சிறுபாண் 229-30

குரல் குரலாக வரும்பாலை அரிகாம்போதி என்று இச்சிறுபாண் அடிகள் தெரிவிக்கின்றன.

‘குரல் குரலாக வருமுறைப் பாலையில்’ - சிலப். 28 : 33

என்று இளங்கோ அடிகளாரும் இச்சீரிய இசைச் செய்தியைப் பதிவு செய்கிறார்.

மேற்கண்ட சிறுபாணாற்றுப்படை அடிகளுக்கு உரை கூறுங்கால், குரல் குரலாக வரும்பாலை 'செம்பாலை' என்றே நச்சினார்க்கினியர் உரை கூறுகின்றார்.

'தொல் இசை' மற்றும் 'தொல் இசை நட்டகுடி' என்ற சொல்லாட்சிகளால் சங்க இலக்கிய காலத்திற்கு முன்பே தொன்மையான இசை மரபு நம்மிடம் இருந்து காலந்தோறும் வளர்ச்சி பெற்று வந்துள்ளதை நாம் அறிய முடிகின்றது.

இப்பாலையின் சுரவரிசை சரி^{2}க^{2}ம^{1}பத^{2}நி^{1}

ஆய்ச்சியர் குரவைக் கூத்துள் படுதலில் இச்சுரங்களை இளங்கோ அடிகள் மிகத் தெளிவுபடக் காட்டுகின்றார்.

II. குறிஞ்சி - குறிஞ்சி யாழ் - படுமலைப்பாலை - யாமயாழ் - நடபைரவி

ஏழ்பெறும் பாலையில் இரண்டாவதாக வரும்பாலை 'குறிஞ்சி' என்பது, குறிஞ்சி, குறிஞ்சி யாழ் என்று தொல்காப்பிய உரைகளிலும் மற்றும் சங்கப் பாடல்களிலும், சிலம்பிலும் மற்றொரு பெயரான படுமலைப் பாலை என்றும், குறிஞ்சித் திணையின் சிறுபொழுதுப் பெயரால் 'யாமயாழ்' என்றும், தற்காலம் 'நடபைரவி' என்றும் இப்பெரும்பாலை பெயர் பெற்றுள்ளது. இது குறிஞ்சி நிலப்பெரும்பண்.

'உருகெழு மரபின் குறிஞ்சி பாடி' - நற். 255-2

'வில் யாழ் இசைக்கும் விரல் எறிகுறிஞ்சி' - பெரும்பாண். 182 என்பதனால் வில்யாழ் தோன்றிய தொன்மைக் காலத்திலேயே இப்பெரும்பாலை தமிழர்களால் பாடப்பட்ட வரலாறு தெரிகின்றது.

'பெருவரை மருங்கில் குறிஞ்சி பாட' - அகநா. 102 : 6

'நறுங்கார் அடுக்கத்துக் குறிஞ்சி பாடி' - மலைபடு. 359

'கருங்கோல் குறிஞ்சி அடுக்கம்பாட' - புறநா. 374 : 8

என்ற சங்கப்பாடல் அடிகளால் இது குறிஞ்சிநில - மலையகப் பண் அறியலாகிறது.

'படுமலை நின்ற பயங்கெழு சீறியாழ்' - புறநா. 135 : 7

'பாணர் படுமலை பண்ணிய எழாலின்' - குறுங். 323 : 2

'படுமலை நின்ற நல்யாழ் வடிநரம்பு' - நற். 139 : 4

என்றெல்லாம் 'படுமலை' என்ற சொல் இது மலை நிலத்துப் பண் என்பதைக் குறித்தே நிற்கின்றது.

'துத்தம் குரலாயது படுமலைப்பாலை' - சிலப். 17(13) என்பது அடியார்க்கு நல்லார் உரை

'துத்தம் குரலாக அக்குரல் முதல் ஏழும் ....' சிலப். 17(15) அரும்பத உரை

'குரல்குரலாக வருமுறைப் பாலையில்

துத்தம் குரலாத் தொன்முறை இயற்கையின்

அம்தீம் குறிஞ்சி அகவர் மகளிர்' - சிலப். 28 : 33-35

என்பதால்,

குரல்குரலாக வரும் அரிகாம்போதியின், துத்தம் ($ரி^2$) குரலாகப் பண்பெயர்த்தால், இன்றைய நடபைரவி கிடைக்கும். எனவே குறிஞ்சி, குறிஞ்சியாழ், படுமலைப் பாலை என்று நம் பனுவல்கள் கூறும் பெரும்பண் இன்றைய நடபைரவியே என்ற தெளிவு நமக்குக் கிடைக்கிறது.

'குறிஞ்சி பாடுமின் நறும்புகை எடுமின்' - சிலம். 24 : 18

என்று இப்பெரும்பண், சிலம்பில் மேலும் ஒரு பதிவு பெறுகின்றது. பத்துப் பாட்டின் முதல் பாட்டாகக் கருதப்படும் திருமுருகாற்றுப் படையில் ‘நறும்புகை எடுத்துக் குறிஞ்சிபாடி’ - முருகு. 239 என்று இப்பெரும்பண் பற்றிய செய்தியை நக்கீரர் பதிவு செய்கிறார்.

103 பண் வரிசையில் இறுதி, 103ஆவது பண்ணாக படுமலைப்பாலை குறிப்பிடப்படுகின்றது.

குறிஞ்சி நிலச் சிறுபொழுதின் பெயரால் ‘யாமயாழ்’ என்றும் இப்பண் பெயர் பெறுகின்றது.

‘யாமநல்யாழ் நாப்பண் நின்ற’ - மதுரைக். 584 இப்பாலையின் சுரவரிசை ச ரி^{2}க^{1}ம^{1}பத^{1}நி^{1}

III. செவ்வழிப்பாலை - இருமத்திமைத் தோடி - செவ்வாழியாழ்

ஏழ்பெரும்பாலை வரிசையில் மூன்றாவதாக வரும் பெரும்பண் செவ்வழிப் பாலை. நெய்தல் நிலப் பெரும்பண்.

‘செவ்வழி நல்யாழ் இசையினன் பையென’ - அகநா. 14 : 15

‘சாய என் கிளவி போல் செவ்வழியாழ்...’ - கலித் 143 : 38

‘சீறியாழ் செவ்வழிபண்ணி’ - புறநா. 144 : 2/146 : 3/147 : 2

‘திவவு மெய்நிறுத்துச் செவ்வழி பண்ணி’ - மதுரைக். 604

என்றெல்லாம் இப்பெரும்பாலையைச் சங்கப் பனுவல்கள் பதிவு செய்கின்றன.

‘பையுள் நல்யாழ் செவ்வழி வகுப்ப’ - அகம் 214 : 13

‘பையுள் நல்யாழ் செவ்வழி வகுப்ப’ - அகம் 314 : 12 என்பதாலும் (பையுள்-துன்பம்) இப்பண் இரங்கல் சுவையுடையது. எனவே நெய்தல் நிலப்பண் என்றும் அறியலாகிறது.

'மாலை மருதம் பண்ணிக் காலைக்

கைவழி மருங்கில் செவ்வழி பண்ணி' - புறநா. 149 : 2-3

'பாலை யாழொடு செவ்வழிப் பண்கொள

மாலை வானவர் வந்து வழிபடும்' - (அப்பர்) 5 : 12 : 10

என்ற குறிப்புகளால் செவ்வழிப்பாலை மாலை நேரப்பண் என்பதை நாம் அறிய முடிகின்றது.

'காந்தள் மெல்விரல் கைக்கிளை சேர்குரல்

தீந்தொடைச் செவ்வழிப் பாலை' - சிலப். 7 : 47 ஆம் பாடல் செய்தியால், முதல்பாலையான அரிகாம் போதியின் ($க^2$) காந்தார சுரத்தைக் கொண்டு பண் பெயர்த்தால் செவ்வழிப்பாலை கிடைக்கும் என்பதை அடிகளார் தெளிவுபடுத்தியுள்ளார்.

சிலம்பின் கானல்வரியில் இப்பண் வரும் முறையை அடிகளார் அமைத்துக் காட்டுவதால், இது நெய்தல்நிலப் பெரும்பண் என்பதையும் அடிகளார் காட்டியுள்ளார். தோடியின் மென்மையான சுரங்களையும், மெல்லுழை, வல்லுழை என்று இரு மத்திமங்களையும் பெற்றுள்ளதால் 'இருமத்திமத்தோடி' என்றும் பெயர் பெறுகின்றது. இப்பாலையின் சுரவரிசை ச ரி^{1} க^1 ம^1 ம^2 த^1 நி^{1}

IV. பாலை - பாலையாழ் - அரும்பாலை - பஞ்சுரம் - பழம் பஞ்சுரம் - பழஞ்சுரம் - சங்கராபரணம் - மருவின்பாலை

ஏழ்பெரும் பாலை நிரலில் நான்காவதாக வரும் பாலை ; பாலை - பாலையாழ் - அரும்பாலை - பஞ்சுரம் - பழம் பஞ்சுரம் - பழஞ்சுரம் - சங்கராபரணம் என்றெல்லாம் பெயர் பெறுகின்றது. பாலைத் திணைக்குரிய பெரும்பண், இப்'பாலையாழ் என்ற சங்கராபரணம்

'இடனுடைப் பேரியாழ் பாலை பண்ணி' - பதிற். 66 : 2

'விரல்கவர் பேரியாழ் பாலை பண்ணி' - பதிற். 57 : 8

‘தொடைபடு பேரியாழ் பாலை பண்ணி’ - பதிற். 46 : 6

‘வல்லோன் தைவரும் வள்ளுயிர்ப் பாலை’ - அகநா. 355 : 6

‘ஆறலை கள்வர் படைவிட அருளின்

மாறுதலைப் பெயர்க்கும் மருவின் பாலை’ - பொருந. 21-22 என்பதால், இப்பெரும்பண், பாலைத்திணைக்குரியது என்று அறியலாம்.

‘வேங்கை கொய்யுனர் பஞ்சுரம் விளிப்பினும்

ஆரிடை செல்வோர் ஆறுநனி வெரூவம்’ - ஐங். 311 : 1-2 என்பதால் சுரம் என்ற பாலை நிலவழி ‘பஞ்சுரம்’ என்ற பெயரும் இப்பாலைக்கு உண்டு என்பது அறியப்படுகின்றது. (பண் + சுரம் - பஞ்சுரம்)

தலைமைப் பாலையாகிய செம்பாலையின் (அரிகாம்போதி) உழை(ம)யைக் குரலாக வைத்துப் பண்ணுப் பெயர்த்தால் கிடைக்கும் அரும்பாலை என்பதே இன்றைய சங்கராபரணம் என்றறியலாம்.

‘‘உழை குரலாயது அரும்பாலை’’ - சிலப் 17 : (13) அடியார்க்கு நல்லார் உரையில் உழைப்பண் (உழைச் சுரும்பு-பரிபா.11:126) என்றொரு பெயரும் இப்பாலைக்கு உண்டு.

இப்பாலையின் சுரவரிசை ச ரி^{2}க^{2}ம^{1}பத^{2}நி^{2}

V. மருதம் - மருதயாழ் - கோடிப்பாலை - பஞ்சமம் - நேர்பாலை - கரகரப்பிரியா.

ஏழ்பெரும் பாலை வரிசையில் ஐந்தாவதாக வரும் பாலை மருதம் என்பது.

‘மாலை மருதம் பாடி காலைக்

கைவழி மருங்கில் செவ்வழிபாடி’ - புறநா.149 : 2 என்பதால் இப்பாலை காலை நேரத்திற்குரியது என்பது பெறப்படுகின்றது.

'யாழோர் மருதம்பண்ண' - மதுரைக். 658

'மருதம்பண்ணி இசையினிர் கழிமின்' - மலைபடு. 470

'கானவர் மருதம் பாட ...' - பொருந. 216

'மருதம் பண்ணிய கருங்கோட்டுச் சீறியாழ் - மலைபடு. 534

'தெறிமருதம் பாடும்பிணிகொள் யாழ்ப்பாணர்' - பரிபா. திரட்டு 2 : 73

குலமுதல் பாலையான செம்பாலையின் இளி குரலாக

பண்ணுப்பெயர்ப்பில் கிடைக்கும் பாலை மருதம். இதை,

'பட்டடை எடுத்துப் பாலையில் கொளுவி' - கல்லாடம் 100:13

'கூறிய பட்டடை குரலாய்க் கோடிப்பாலையில் நிறுத்தி' - பெரியபு. ஆனாய. 25 என்று தெரிவிக்கின்றன

'............... இளி குரலில் தோன்ற மருதயாழ்' என்பது சிலப் 17 : (13) அடியார்க்கு நல்லார் கூற்று. இவ்வாறு கல்லாடர், சேக்கிழார் மற்றும் அடியார்க்கு நல்லார் கூறியுள்ளதால் மருதயாழ் மற்றும் மருதம் என்பது இன்றைய கரகரப்பிரியா என்று அறியமுடிகின்றது.

(பட்டடை - இளி நரம்பு (பஞ்சமசுரம்)

இப்பாலையின் சுரவரிசை : ச ரி^{2}க^{1}ம^{1}பத^{2}நி^{1}

VI. விளரி, விளர், விளரிப்பாலை - நெய்தல் - தோடி

ஏழ்பெரும்பாலையில் ஆறாவதாக வரிசையில் வரும்பண் விளரி - விளரிப் பாலை என்ற இன்றைய தோடி.

'விளரி உறுதரும் தீந்தொடை ...' புறம். 260 . 2

'விளரிக் கொட்பின் வெள்நரி கடிகுவென்' புறம். - 291 : 4

'விருந்தின் பாணர் விளர் இசை கடுப்ப' - நற். 172 : 7 என்றெல்லாம் சங்கப் பனுவல்கள் இப்பாலையைக் காட்டியுள்ளன.

'கள்கமழ் நெய்தல் ஊதி' - முருகு. 74 என்பதால் இப்பாலைக்கு 'நெய்தல்' என்றொரு பெயர் வழங்கியுள்ளதை அறியமுடிகிறது.

'நுழையர் விளரி நொடிதரும் தீம்பாலை' - சிலப். 748ஆம் பாடல் மூலம், இப்பாலை நெய்தல் திணைக்குரியது என்பதையும், அடிகளார் இதன் சுரவரிசைகளையும் கூறுகின்றார். சுரவரிசைப்படி இது இன்றைய தோடி. விளரி என்ற தோடியின் சுரங்கள் அனைத்தும் மென்மையானவை. அதை,

'சிறுநா ஒண்மணி விளரி ஆர்ப்ப' - குறுந். 336 : 3 என்ற பாடலடி தெரிவிக்கின்றது.

இப்பாலையின் சுரவரிசை : ச ரி^{1}க^{1}ம^{1}பத^{1}நி^{1}

VII. **குரல்புணர்யாழ் / தாரப்பண் / தழிஞ்சி-மேற்செம்பாலை - கல்யாணி**

ஏழ்பெரும் பாலை வரிசையில் இறுதியாக வருவது ஏழாவது பெரும் பாலையான இன்றைய கல்யாணி.

'கூடு இயத்து அன்ன குரல்புணர் புள்ளின்' - மலைபடு. 269

குரல் புணர் நல்யாழ் முழவொடு ஒன்றி' - மதுரைக். 605 குரல் (ச) நரம்பு இளி (ப) நரம்புடன் ஒன்றித்துச் சேரும். இதையே 'குரல்புணர்' என்ற தொடர் சுட்டுகிறது. அவ்வாறு இணை நரம்பாக (ஏழாவது ஏழாவதாக) (ச-ப) 0 - 7

(ச ரி^{1}ரி^{2}க^{1}க^{2}ம^{1}ம^{2}ப)

0 1 2 3 4 5 6 7

தொடுத்துச் சென்றால் கிட்டுவது குரல்புணர் யாழ் :

சப;பரி^{2};ரி^{2}த^{2};த^{2}க^{2};க^{2}நி^{2};நி^{2}ம^{2} - ச ரி^{2}க^{2}ம^{2}பத^{2}நி^{2} = கல்யாணி

மங்கலப் பண்ணான செம்பாலையின், தார சுரத்தைக் குரலாகப் பண் பெயர்த்தால் கிடைப்பது மேற்செம்பாலை;

'தாரம் குரலாயது மேற்செம்பாலை' - சிலப் 17:(13) அடியார்க்கு நல்லார் உரை. இதை 'தலையின தாரம் செய்யும் தாரம்' என்ற மேற்கோள் நூற்பாவும் தெரிவிக்கின்றது.

இப்பாலையின் சுரவரிசை : ச ரி^{2} க^2 ம^2 ப த^2 நி^{2}

I. திறப்பண்கள் கிளைப்பண்கள் (ஜன்ய ராகங்கள் *Derivatives*) (*Chromatic Scales*)

ஆம்பல் / ஆம்பல் குழல் / ஆம்பலந்தீங்குழல் - சுத்த தந்யாசி

'ஆம்பல் அம்தீங்குழல் தெள்விளி பயிற்ற' - குறிஞ். 222

'ஆபெயர் கோவலர் ஆம்பலொடு அளைஇ' - அகம் 214 : 12

'ஆம்பல்குழலால் பயிர்பயிர் எம்படப்பை' - கலித். 108 : 62

'ஆம்பல் அம்குழலில் ஏங்கி' - நற். 113 : 11

'தீங்குழல் ஆம்பலின் இனிய இமிரும் - ஐங். 215 : 4

'ஐயவி சிதறி, ஆம்பல் ஊதி' - புறம். 281 : 4

'க' என்ற சுரத்தை முதல் சுரமாகக் கொண்டு இணை முறையில் (சப), தொடுத்துச் சென்றால் 6 சுழற்சியில் கரகரப்பிரியா வரும். முதல் 4 சுழற்சியில் சுத்த தன்யாசி வரும். ஆம்பல் மருதநிலமலர். கரகரப்பிரியா மருதநிலப் பண். எனவே ஆம்பல் குழல் என்ற இந்தப்பண் சுத்ததன்யாசி என்பார் வீ.பா.கா. சுந்தரம் (பக் 222/ *II* தமிழிசைக் கலைக்களஞ்சியம்)

II. காமரப்பண்

'காமரு தும்பி காமரம் செப்பும்

தண்பணை தழீஇய தளரா இருக்கை' - சிறுபாண், 77 இதற்கு உரை தரும் நச்சினார்க்கினியர் கூறுவது : 'காமரம் என்பது சீகாமரப்பண்'. ஆனால் சீகாமரம் என்ற பெயர் இக்காலத்தில் வேறு பண்ணிற்குரிய பெயராய் மாறியுள்ளது. அதாவது நாதநாமக் கிரியையாக.

'காரடைந்த சோலை சூழ்ந்து காமரம் வண்டிசைப்ப - (சம்பந்தர்) 1:47:3

மேற்கண்ட பாடலடிகளால் இப்பண் மருதநிலச் சிறுபண் என்று தெரியவருகிறது.

'காரணன் காமரம்பாட ஓர்காமர் அம்பு ....' - திருமுறை 11 : 6 : 16

'பின்னுமோர் காமரயாழ் அமைத்து' - ஆதிஉலா

என்று தமது பொன்வண்ணத்து அந்தாதியிலும், ஆதி உலாவிலும் சேரமான் பெருமாள் நாயனார் இப்பண் பற்றிக் குறிப்பிடுகிறார்.

'தமிழ்பாடல் பாடும் ஒருவனுக்குப் பட்டாலகன் காமரப் பேரரையனுக்குப் பங்கு ஒன்றையும்' - கல்வெட்டு (ஐயாறப்பர் - பஞ்சநதீசுரர் கோவில்)

என்ற செய்திகளால் இப்பண் குறித்துப் பிற்காலப் பதிவுகளும் உள்ளன என்பது தெரிய வருகின்றது.

உமாபதி சிவத்தின் திருமுறை கண்ட புராணம் தரும் செய்தி:

'தாவில் புகழ்க் காமரத்தின் தன்மை தனக்கு இரண்டமைத்தார்'

-பாடல். 36

காமரப்பண் பதிகம் - 2ஆம் திருமுறை - 40-53 பதிகம் - சம்பந்தர்

4ஆம் திருமுறை - 19-20 பதிகம் - அப்பர்

7ஆம் திருமுறை - 86-89 பதிகம் - சுந்தரர்

'..................' தும்பி காமரம் இசைப்ப .... - திருவிளை. 3:20

இப்பண் சுத்தன்யாசியே என்று வீ.ப.கா. சுந்தரம் குறிப்பிடுகின்றார்.

-பக் 88/II. தமிழிசைக் கலைக்களஞ்சியம்.

III. கொன்றை / கொன்றைக்குழல் - கொன்றையம் தீங்குழல்

‘கொன்றை அம் தீங்குழல் மன்று தோறுஇயம்ப - நற். 364:10

‘கொன்றை அம்குழலர் பின்றைத்தூங்க’ - அகம். 54:1

‘கொன்றைக் குழலூதிக் கோவலர் ...’ - ஐந்.எழுபது.22:1

‘கோவலர் கொன்றைக் குழலர்’ - அகம் 11

‘ம’ முதல் இணைதொடுத்தால் 6 சுழற்சியில் சங்கராபரணம் வரும். நான்கு சுழற்சியில் சுத்த சாவேரி கிடைக்கும். பாலைத் தெய்வமான சிவனுக்கு உரிய மலர் கொன்றை மலர். சிவனுக்குகந்த சங்கராபரணத்தில் சுத்த சாவேரி பிறப்பதால் கொன்றையந்தீங்குழல் என்று இப்பண் பெயர் பெறுகிறது. வீ.ப.கா. சுந்தரம் பக் 222/II தமிழிசைக் கலைக்களஞ்சியத்தில் கொன்றையந்தீங்குழல் சுத்த சாவேரியே என்கிறார்.

IV. நைவளம் - நட்டபாடை - நாட்டை - கம்பீர நாட்டை

‘நைவளம் பூத்த நரம்பு இயை சீர் ...’ - பரிபா. 18:20

‘நைவளம் பழுநிய பாலை வல்லோன்’ - குறிஞ். 146

‘நைவளம் பழுநிய நயம்தெரிபாலை’ - சிறுபாண். 36

இப்பாடல் அடிகள் மூலம் நைவளப்பண் என்பது பாலையாழாகிய சங்கராபரணத்தில் பிறக்கும் செய்தியை அறியலாம். மேலும் இச்சிறுபாண் அடிக்கு நச்சர் உரை தரும்போது நைவளம் என்பது நட்டபாடை என்கிறார்.

நைவளம் = நட்டபாடை - பிங்கலம். நடம் - நட்டம் என்பது ’ஆடல்’ பற்றிய சொற்கள். நட்டம் - நாட்டை. அதாவது இப்பண் நாட்டியத்திற்குரியது. தெருக்கூத்தில் நடுயாமத்தில் தூங்கும் பாாவையாளரை எழுப்ப இப்பண் பாடப்படுவதால் இக்கூத்தும் ‘நாட்டைக் கூத்து’ என்று அழைக்கப்படுகிறது. சங்கீத இரத்தினாகாரம் என்ற தனது நூலில் வடநாட்டு சாரங்கதேவர் ‘நட்டபாஷா’ என்றொரு

பண் பற்றிக் குறிப்பிடுகிறார். பாஷா என்பது தமிழ்மொழியைக் குறிப்பது. அதாவது அவர் குறிப்பிடும் இப் பின் வீட்டு இது தமிழ்ப்பண் என்பதைக் குறிக்கிறது. நட்டபாசா - நட்டபாடை என்று ஆகியுள்ளது. அண்ணாமலைப் பண் ஆராய்ச்சி மன்றத்தில் நட்டபாடை என்பது இன்றைய நாட்டை என்று கண்டுள்ளார்கள். மூத்த திருப்பதிகமும், தோடுடைய செவியன் என்ற சம்பந்தரின் தொடக்கப் பாடலும் நைவளப் பண்ணில் அமைந்தவை.

V. நோதிறம்

பரிபாடலின் 13-17 பாடல்கள் நோதிறத்தில் பண் அமைக்கப் பட்டவை. நோதிறம் என்பது நொந்ததிறம். அதாவது இரங்கல் சுவைப்பண். நாற்பெரும் பண்ணில் இரங்கற் சுவைப் பெரும்பண் செவ்வழி. அதன் கிளைப்பண் இந்தளம். எனவே இந்தோளம் என்பதே நோதிறம் என்று சங்க காலத்தில் வழங்கியுள்ளது.

VI. காந்தாரம்

பரிபாடல் 18-21 பாடல்கள் காந்தாரத்தில் இசையமைக்கப் பட்டவை.

'காந்தார இசையமைத்துக் காரிகையார் பண்பாட' சம்பந் 1 : 130 : 6 என்று இப்பண் பற்றி சம்பந்தர் குறிப்பிடுகின்றார்.

மலை நாட்டுக் கதகளியில் பாடப்படும் ஒரு பண்ணாகக் காந்தாரம் குறிப்பிடப்படுகிறது.

பண்டைய 'காந்தாரம்' என்ற பண்ணே இன்றைய 'கருநாடக தேவ காந்தாரி' மற்றும் 'ஆபேரி' என்றெல்லாம் புதிய பெயர் பெற்றுள்ளது. இந்துத்தானி இசையில் 'பீம்ப்ளாஸ்'

இவ்வாறு ஈராயிரம் ஆண்டுகளுக்கு முன்பே நமது இசை உருவாகியிருந்த தொன்மரபுச் செய்திகளை சங்க இலக்கியங்கள் நெடுகவே பதிவு செய்துள்ளன.

உ.வே.சா – சிலப்பதிகாரப் பதிப்பு குறித்து

"உ.வே.சா. மறைந்து அறுபது ஆண்டுகளில் தமிழில் உ.வே.சா.வைப் போல் யாரும் தோன்றாதது ஏன்? என்பது தமிழ்ப்புலமை நடாத்தும் பேராசிரியர்கள் தங்களைக் கேட்டுக் கொள்ளவேண்டிய கேள்வி"[1]

- பேரா. கி. நாச்சிமுத்து

"சிலப்பதிகாரம் ஒன்றுதான் இரண்டாயிரம் ஆண்டுகளாகப் பொது மக்களாலும் புலவராலும் முற்றிலும் மறக்கப்பட்ட செல்வமாக இயங்கிற்று"[2] என்று பன்மொழிப்புலவர் கா. அப்பாதுரையார் கூறுவது முற்றிலும் உண்மையே. இலியட், ஒடிசி, சாகுந்தலம் போன்ற உலகப்

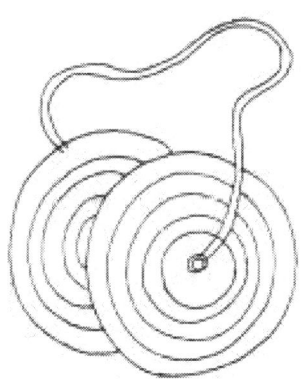

நா.மம்மது

பெரும் காப்பியங்களுக்கு இணையான சிலப்பதிகாரம் அது தோன்றிய காலத்திலிருந்து இருபதாம் நூற்றாண்டின் தொடக்கம் வரை தமிழ்ப்பரப்பின் அறிவுலகம் அறியாமல் இருந்த ஒன்று; அது ஏன் என்பது விடை காண முடியாத புதிராகவே இன்றுவரை உள்ளது. இது குறித்து உ.வே.சாவின் கருத்து

"அநேக வருடங்களாகத் தம்மைப் படிப்போரும் படிப்பிப்போரும் இல்லை என்பதையும், நூல்களைப் பெயர்த்து எழுதித் தொகுத்து வைத்தலையே விரதமாகக் கொண்ட சில புண்ணியசாலிகளாலேயே தாம் உருக்கொண்டிருத்தலையும் நன்கு புலப்படுத்தின"[3]

சிலப்பதிகாரத்தின் இந்திரவிழவூரெடுத்த காதையில் வரும் (அடிகள் 72-73)

'பசியும் பிணியும் பகையும் நீங்கி
வசியும் வளனும் சுரக்கென வாழ்த்தி'

என்ற வரிகளை, மணிமேகலை எடுத்தாண்டதைப்போல், ஒன்றிரண்டு தவிர ஈராயிரமாண்டுத் தமிழ் இலக்கிய நெடும்பரப்பில் சிலம்பின் வரிகளைத் திருத்தக்கத் தேவர், கம்பர், சேக்கிழார் என எந்தப் புலவரும் எடுத்தாண்டதில்லை. இந்த நெடுங்காலப் புறக்கணிப்பின் மர்மம் என்ன?

இவ்வாறு புலவராலும், அறிஞராலும், ஏன் பொதுமக்களாலும் கூடப் புறந்தள்ளப்பட்ட சிலப்பதிகாரம் கடந்த நூற்றாண்டோடு பழைய ஏடாகி மட்கிப் பொடிப்பொடியாக உதிர்ந்திருக்க வேண்டியது; ஆடிப்பெருக்கில் ஆற்றோடு போயிருக்க வேண்டியது; போகியில் சொக்கப்பனை கொளுத்தப்பட்டிருக்க வேண்டியது. ஆனால் அதை உயிரோடு உலவவிட்ட பெருந்தொண்டுப் பெருமைக்குரியவர் உ.வே.சா.

உ.வே.சாவின் இந்த அருட்கொடைக்காகத் தமிழ் இயல் உலகும், இசைப் பரப்பும், நாடக அரங்கும் உ.வே.சா.வை நித்தம் கும்பிட்டுத் தொழ வேண்டும்.

மூலபாடம், உரை, பதிப்பு முகவுரை, அடிக்குறிப்பு, மேற்கோள், ஒத்த இடம், அருஞ்சொல் அகராதி, விளங்கா மேற்கோள் அகராதி என ஆய்வாளருக்குப் பயன்படும் மேம்பாட்டினைக் கையாளும் பதிப்பு முறையில் சிலம்பையும் அதன் உரைகளையும் கொண்டு வந்ததில் தமிழ்ப் பதிப்புத் துறைக்கு உ.வே. சாவே முதல் சொந்தக்காரர்.

"ஆராய்ச்சியாளருக்கு இவருடைய பதிப்பைப் போலப் பயன்படத்தக்க ஒரு பதிப்பைப் படைக்கும் ஆற்றல் உடையவர் இனித்தான் பிறக்க வேண்டும்"[4] என்று வியப்படைகிறார் பேரா. மு. அருணாசலம்.

87 ஆண்டுகள் பெருவாழ்வு வாழ்ந்த (1855-1942) அப்பெரியார் 102 நூல்களை வெளிக்கொண்டு வந்திருக்கிறார். அறிவியலின் புதுமையும் வளமையும் வெளிச்சம் கொள்ளாத அவருடைய காலத்தில் இது மலைக்க வைக்கும் பணி.

இந்தத்தருணத்தில் 1872இல் தொடங்குகின்ற சிலப்பதிகாரப் பதிப்பு வரலாற்றை ஒரு மீள் பார்வை பார்ப்பது அவசியம்.

முதன் முதலில் 1872இல் தி.ஈ. சீனிவாசராகவாச்சாரியார் சிலம்பு பதிகம் முதல் புகார்க்காண்ட வேனில் காதை முடிய எட்டுக்காதைகளின் மூலத்தைப் பதிப்பிக்கிறார். (கரந்தைத் தமிழ்ச்சங்கத்தாரும் புகார்க் காண்ட மூலத்தைப் பதிப்பித்துள்ளனர்) அவரே 1876இல் புகார்க் காண்டம் முழுமையும் வெளியிடுகின்றார்.

1880இல் சோடசாவதானம் தி.க. சுப்பராயச் செட்டியார் புகார்க் காண்டத்தை அடியார்க்கு நல்லார் உரையுடன் வெளிக்கொண்டு வருகிறார். (இது முக்கியமான பதிப்பு. அதுபற்றிப் பின்னால் பார்க்கலாம்) உ.வே.சா முதல் பதிப்பை 1892இலும், இரண்டாம் பதிப்பை 1920இலும், மூன்றாம் பதிப்பை 1927இலும் முழுமையான பதிப்பாகக் கொண்டுவருகிறார். இந்த இடத்தில் நாம் கவனம் கொள்ள வேண்டிய ஒன்று :

சிலப்பதிகார முதல் பதிப்பு வந்த 1892ற்குப் பின் இரண்டாம் பதிப்பு (1920) வெளிவரத் தமிழ் அறிவுச் சூழலில் 28 ஆண்டுகள் ஆகியுள்ளன.

மூவாயிரம் ஆண்டு இலக்கியப் பாரம்பரியத்துடன் மார் தட்டும் நாம் நாணித் தலை குனியுமிடம் இது.

சிலம்பு முழுவதையும், ந.மு. வேங்கடசாமி நாட்டார் 1942லும் புகார்க் காண்டத்தை ஆர்.கே. சண்முகம் செட்டியார் 1946லும் வெளியிட்டுள்ளனர். மூலப் பதிப்பினைச் சீர்பிரித்து 1957இல் மர்ரே எஸ். இராஜம் வெளியிட்டுள்ளனர்.

1958இல் இரட்டைக் காப்பியங்களை பேரா. வ.சு.ப. மாணிக்கம் வெளிக் கொணர்கிறார்.

தோழி கூற்றையும், கூத்தி கூற்றையும் ஆய்ந்து ஆய்ந்து மாய்ந்து மாய்ந்து முனைவர் பட்டங்களை அள்ளிக்கொண்டு போகும் நாம், உ.வே.சாவின் முதல் பதிப்பு வெளிவந்து 115 ஆண்டுகள் ஆகியும், அதன் மூலபாடத்தையோ, உரைகளையோ ஒட்டுமொத்தப் பதிப்பையோ ஆய்வு செய்யும் அறிவுத் தளத்தை எட்டவில்லை.

முதல் பதிப்பிற்கு 14 கையெழுத்துப் பிரதிகளும் (அடியார்க்கு நல்லார் உரையுடன்), மூலபாடப் பிரதிகள் எட்டும், இரண்டாம் பதிப்பிற்கு மேலும் கிடைத்த கையெழுத்துப் பிரதிகள் மூன்றும் என்பதாக மூன்றாம் பதிப்பின் முகவுரையில் உ.வே.சா. குறிப்பிடுகின்றார்.

மூன்றாம் பதிப்பு குறித்து சிலம்பில் அவர் விரிவாக எதுவும் தெரிவிக்கவில்லை. ஆனால் முக்கியமான செய்தி ஒன்றை அவரே கூறுகிறார்:

''இதன் இரண்டாம் பதிப்பு 1920-ஆம் வருஷத்தில் வெளியாயிற்று. அதன் பின்பு செய்து வந்த ஆராய்ச்சியால் இதன் மூலமும் உரை முதலியனவும் சில திருத்தங்களைப் பெற்றுள்ளன''

‘அதாவது மூலமும் உரையும் திருத்தம் செய்யப்பட்டுள்ளன. ‘‘முதற்பதிப்பில் ‘என’ என்று கொண்ட ஆசிரியப்பாக்களின் இறுதி அசை அப்பால், ‘என்’ என்று கொள்ளப்பட்டது’’ இது உ.வே.சாவே பதிவு செய்துள்ள செய்தி.

‘ஆசிரியப்பாவின் ஈறுகள் ஏ,ஓ,ஈ,ஆய்,என்,ஐ, ஆ முதலாகப் பலவாம் - யா.க. 69 உரை.

அப்படியாயின் இங்கு ஒரு கேள்வி எழுகிறது. சிலம்பின் மூலபாடம் ‘என’ என்பதா? அல்லது ‘என்’ என்பதா? உ.வே.சாவின் கூற்றில் உள்ள ‘கொள்ளப்பட்டது’ என்ற சொல்லாட்சியின் பொருள் என்ன?

அரும்பத உரைக்கு ஒரேயொரு கையெழுத்துப் பிரதி மட்டுமே கிடைத்ததாக உ.வே.சா. குறிப்பிடுகிறார். அடியார்க்கு நல்லார் உரையுடன் 14 கையெழுத்துப் பிரதிகள் கிடைத்திருந்ததால் அடியார்க்கு நல்லார் கொண்ட மூல பாடத்தை யே 18 காதைகளுக்கு (இவைகளுக்குத்தான் அடியார்க்கு நல்லார் உரை கிடைத்துள்ளது) சிலம்பின் மூல பாடமாகவும், அவர் உரை கிடைக்காத 12 காதைகளுக்கும் அரும்பத உரைகாரர் கொண்ட மூலபாடத்தையும் உ.வே.சா. பதிப்பித்திருக்கின்றார். இதில் முக்கியமானது அரும்பத உரைகாரர் கொண்ட பாடம் சில இடங்களில் வேறாக உள்ளது. அதைப் பாட பேதம் என்று உ.வே.சா குறிப்பிடுகின்றார்.

உ.வே.சா.வின் சிலப்பதிகாரப் பதிப்பின் அநுபந்தத்தில் ‘சென்னைத்துறைத்தனத்துக் கையெழுத்துப் புத்தக சாலையில் உள்ள அரும்பத உரை ஒன்று கிடைத்ததாகக் குறிப்பிடப்பட்டுள்ளது.

அரும்பத உரைகாரர் கொண்ட மூலபாடத்தையும் உரையையும் உ.வே.சா. தனியே பதிப்பிக்காததால் ஆய்வில் நெருக்கடியைச் சந்திக்கும் இடங்கள் பல உள்ளன. சான்றாக, உ.வே.சா. சிலம்பு பக். 50 - அரங்கேற்றுக் காதை (3 : 4)

‘மலைப் பருஞ் சிறப்பின் வானவர் மகளிர்’

என்ற சிலம்பு வரிக்கான அரும்பத உரைப்பதிப்பில்,

‘ஆவார்-தளியிலார்’ என்று பதிப்பிக்கின்றார். ஆனால் அப்பகுதியில் மேலே பதிப்பித்துள்ள மூலத்தில் ‘ஆவார்’ என்ற சொல் இல்லை. இந்த இடத்தில் மூலத்தில் இல்லாத சொல்லுக்கு உரைகாரர், உரை வகுத்தது போன்ற தோற்றம் ஏற்படுகின்றது. அரும்பத உரைக்கு அவர் கொண்ட பாடமில்லாத அடியார்க்கு நல்லார் கொண்ட பாடத்தைப் பதிப்பித்துள்ளதால் படிப்பாளிக்கு ஏற்படும் இடர்ப்பாடு இது.

உ.வே.சா சிலம்பு பக். 125 - அந்திமாலை சிறப்புச் செய்த காதை (4 : 51) - 51ஆம் வரி - ‘வீழ்காதினள்’ என்ற பகுதிக்கு ‘வியர்ப்பு இரிய’ என்று கொண்டு அரும்பத உரைகாரர் உரை வகுத்திருக்கின்றார்.

உ.வே.சா. சிலம்பு பக் 253. நாடுகாண் கதை (10 : 15-17) அரும்பத உரைகாரர் கொண்ட பாடம் வேறானது என்பதை உ.வே.சா. குறிப்பிடுகின்றார். ஆனால் அவர்கொண்ட பாடம் எது என்பது பதிப்பில் இல்லை.

சிலம்பில் 1275 பாட பேதங்கள் உள்ளதாக ச.வே.சு. (குடிமக்கள் காப்பியம் பக். X) குறிப்பிடுகின்றார். (உ.வே.சா. சிலம்பு பதிப்பில் உள்ளதையே ச.வே.சு. குறிப்பிடுவதாக எண்ணுகிறேன்)

மூலப்பிரதிகள் மற்றும் அடியார்க்கு நல்லார் உரையுடன் கிடைத்த பிரதிகள் ஆகியவற்றிலுள்ள பாடபேதத்தை ‘பிரதி பேதம்’ என்றும் அரும்பத உரைகாரர் கொண்ட மூல பாட வேறுபாட்டை ‘பாடபேதம்’ என்றும் உ.வே.சா பதிப்பிக்கின்றார்.

இனி உ.வே.சா. சிலம்பில் பதிப்பித்துள்ள மூலத்தில் உள்ள சில ‘விடுதல்’களைப் பற்றிப் பார்க்கலாம்:

உ.வே.சா. சிலம்பு பக். 46 ‘‘உரைசால் சிறப்பின்’’ என்று தொடங்கும் அடிக்கு முன்னர் (2 : 1)

‘‘திருவின் செல்வியோடு ... இசையொடு சிறந்த’’ என்னும் அடிகள் பதின்மூன்றும் மிதிலைப்பட்டி அழகிய சிற்றம்பலக் கவிராயரின் மூலப்

பிரதியில் மட்டுமே உள்ளது. ஆனால் உ.வே.சா. இதை மூலத்துடன் பதிப்பிக்கவில்லை. அடிக்குறிப்பாக மட்டுமே தருகிறார். இதைப்பற்றிய ஆய்வு எதுவும் இதுவரை வந்ததாகத் தெரியவில்லை.

இப்பகுதிக்கு இரு உரைகாரரும் உரை செய்யவில்லை. எனவே உ.வே.சா. மேற்கண்ட 'மூலப் பகுதியை' (?) சிலப்பதிகார மூல பாடமாகக் கொள்ளவில்லை என்று நாம் கொள்ளலாம்.

அரங்கேற்றுக்காதை 39ஆம் அடியான 'வேத்தியல் பொது இயல் என்றிரு திறத்தின்' என்ற அடிக்குப்பின் 'மாத்திரை அறிந்து மகிழ்தரு மரபின்' என ஓரடி மிகுதியாக ஒரு பிரதியில் காணப்பட்டது என்று உ.வே.சா. (பக். 63) அடிக்குறிப்பு தந்துள்ளார். (இந்த மிகுதியான அடி, இயல், இசை, கூத்து என்ற முத்தமிழுக்கும் முக்கியமான செய்தி தருவது). இதன் மூலம் நாம் அறியவேண்டியது :

வே.சா. சிலம்பைப் பதிப்பிக்கும் போது, சிலம்பு மூலத்திலேயே சில வரிகள் (ஏன், பகுதிகள் கூட) விடுபட்டிருக்க வாய்ப்பு உள்ளது. இது மூலபாட ஆய்வில் மிக முக்கியமானது என்பதை நாம் மனதில் கொள்ள வேண்டும்.

மேலும், உ.வே.சா. பதிப்பின்படி பார்த்தால், சிலம்பின் மூலத்திலேயே சில அடிகள், தொடர்கள் அப்படியே மீண்டும் மீண்டும் சில சமயங்களில் அதே காதையில் வருவதைக்கூடக் காணமுடிகின்றது. சான்றாக,

'நாட்டிய நன்னூல் நன்கு கடைப்பிடித்து' - சிலப். 3 : 40 ; 3 : 158

பக். 63 ; பக். 76

இந்த அடி ஒரே காதையில் அதுவும் நான்கு சொற்களும் அப்படி அப்படியே வருவதாக உள்ளது ஆய்வுக்குரியது.

'சீரியல் வெண்குடைக் காம்பு நனி' - சிலப். 3 : 115 ; 28 : 98

பக். 71 ; பக். 561

'சீரியல் பொலிய நீரல நீங்க' - சிலப்.3 : 135 ; 6 : 38

பக். 73 ; பக். 175

(இது சங்ககாலத்தில் பொதுவான வாழ்த்து முறையாகக் கூட இருக்கலாம்)

இவ்வாறான ‘திரும்பவரல்’ குறித்து புதிய ஆய்வும், புதிய வாசிப்பும் தேவைப்படுகின்றன.

1) ‘‘முகில் தோய் மாடத்து அகில்தரு விறகின்

மடவரன் மகளிர் தடவு நெருப்பு அமர்ந்து’’ - சிலம்பு. 14 : 98-99

இரண்டாம் அடியின் கடைசிச் சொல்லான ‘அமர்ந்து’ என்பதற்கு பிரதிபேதமாக அடிக்குறிப்பில் ‘அயர்ந்து’ என்று ஒரு சொல்லை உ.வே.சா. தருகின்றார். ஆனால் ‘அயர்ந்து’ என்பதே சரியான பாடம். ஏனெனில் இங்கு ‘தடவு’ என்பது இன்றைய இந்தோளம் என்ற பண்ணைக் குறிப்பது.

(இந்தளப் பண்ணின் பழைய பெயர்கள் தடவு, மருள், வடுகு முதலியன)

பண் தடவு சொல்லின் மலை வல்லி உமைபங்கன் எமையாளும் இறைவன்

- (சம்பந்தர்) தேவாரம் 3:74:3/3594

அயர்ந்து என்பது ஆடுதல், கொண்டாடுதல், பாடி ஆடுதல் என்று பொருள் தருவது.

2) ‘‘அடியார்க்கு நல்லார் உரையுள்ள பகுதி வரையில் அவர் கொண்ட மூல பாடமே இப்புத்தகத்தில் பதிப்பிக்கப் பெற்றிருக்கிறது’’ - உ.வே.சா. சிலம்பு பதிப்பு முகவுரை பக் IX.

ஆனால் அடியார்க்கு நல்லார் உரை உள்ள ஆய்ச்சியர் குரவை இவ்வாறு பதிப்பிக்கப்பட்டதாகத் தெரியவில்லை. மாறாக அரும்பத உரைகாரரின் உரையின் மூலமே பதிப்பிக்கப்பட்டதாகத் தெரிகிறது. ஆயினும் ‘குரல் மந்தமாக’ என்று தொடங்கும் பாடல் எண் 18ற்கான

அரும்பத உரை விடுபட்டுள்ளது. இது மிக முக்கியமான பகுதி. மோகனப்பண்ணின் சுரங்களை இளங்கோ அடிகள் கூறிய பகுதி இது.

'கன்று குணிலா' என்ற பாடல் எண் 19 என மூலத்தில் தரப்பட்டுள்ளது. அடியார்க்கு நல்லார் உரையில் பாடல் எண் 18 என்று தரப்பட்டுள்ளது.

'எல்லாநாம்-புள்ளூர்' என்ற குறளின் பாடல் எண் மூலத்தில் இல்லை. அடியார்க்கு நல்லார் உரையில் பாடல் எண் 28 என்று தரப்பட்டுள்ளது. எனவே அடியார்க்கு நல்லார் உரை கிடைத்த ஆய்ச்சியர் குரவையின் மூல பாடம் உ.வே.சா.வின் பதிப்பு முகவுரையில் குறிப்பிட்டபடி அடியார்க்கு நல்லார் மூலமாக இல்லை.

3) சொல், சொற்றொடர் ஆகியன அடியாக (சொற்சீரடி) பாடல் இடையே வரும். இது தனிச்சொல், கூன் என்றெல்லாம் பெயர் பெறும். இச்சொல்/சொற்கள் பாடல்களின் தனி அடிபோல் தனியாகப் பதிப்பிக்கப்பட வேண்டும். ஆனால் வழக்குரை காதையில் பாடல் வரிகளோடு இணைத்து நெடும்பாட்டு போல் உ.வே.சா. பதிப்பித்துள்ளார். அடுத்து வரும் பதிப்புகளில் சரி செய்யப்பட வேண்டிய பகுதி இது.

எ.கா : வாயிலோன்   -   அடி 30

பெண் அணங்கே   -   அடி 63

ஒள் இழை   -   அடி 65

மணிகண்டு   -   அடி 72

இவை தனிச் சொல்லாக, தனியாக அடிபோல் பதிப்பிக்கப்பட வேண்டும்.

வேட்டுவ வரியில். 'இவளோ' என்பதைத் தனிச் சொல்லாகவும், 'கொங்கச் செல்வி குடமலையாட்டி' முதல் வஞ்சிப்பாட்டாகவும் பதிப்பு செய்தல் வேண்டும்.

‘நான்’ என்ற சொல்லாட்சி பழந்தமிழில் இல்லை. ‘யான்’ என்பதே பழைய வழக்கு. ஆனால்

‘‘தென்னவன் தீதிலன் தேவர் கோன் தன்கோயில்

நல்விருந்து ஆயினான் நான் அவன் தன் மகள்’’ சிலப். 29 பாடல் 20 என்பதாக (பக். 573) பதிப்பில் உள்ளது. (கேரளப் பல்கலை - சிலம்பு கருத்தரங்கில் பேரா. பி. கணேசன் ஏற்கெனவே இதைத் தெரிவித்துள்ளார்).

அரும்பத உரைகாரர் அரும்பதங்களுக்கு மட்டுமே உரை கூறுவார். முக்கியமான சில இடங்களில் பொழிப்புரையும் தருகிறார். ஆனால், முக்கியமான பகுதியான இந்திரவிழவு ஊரெடுத்த காதைப் (5:87-93) பகுதிக்கு அவருடைய உரையில்லை. ஆனால் இப்பகுதிக்கு அடியார்க்கு நல்லார் விரிவான உரை தருகிறார். பதிப்பில் விடுபட்டிருக்க வாய்ப்பு உள்ளது (இப் பகுதிக்கான ஏடுகள் அழியாதிருந்தால்)

உ.வே.சா. சிலம்பு (6:143 பக்.181) கடலாடுகாதையின் அடி ‘மொழிபெயர் தேத்தோர்’ என்று பதிப்புப் பெற்றுள்ளது. ஆனால் அரும்பத உரைகாரர் கொண்ட பாடமான, ‘மொழிபெயர் தேஎத்தோர்’ என்றே பதிப்பில் உள்ளது. ‘மொழிபெயர் தேஎம்’ என்பதே பண்டைய வழக்கு. ‘பாடை வேறுபட்ட தேயத்துமிலேச்சர்’ என்றே அடியார்க்கு நல்லார் உரை கூறுகின்றார்.

இதே காதையில் (6 : 134 ; பக். 181), ‘வண்ணமுஞ் சாந்தும் மலருஞ் சுண்ணமும்’ என்று மூலபாடம் பதிப்பிக்கப்பட்டுள்ளது. இது உரைநடை போல் உள்ளது. ஆனால் உ.வே.சா. பிரதி பேதமாகக் காட்டுவது, ‘வண்ணமுஞ் சுண்ணமுந் தண்ணருஞ் சாந்தமும்’ என்பதே. இதுவே கவிதை ; இசைப்பாட்டு. இதை வேட்டுவ வரி (12:36 பக். 312) ‘வண்ணமுஞ் சுண்ணமுந் தண்ணருஞ் சாந்தமும்’ என்று சரியாகக் காட்டுகின்றது.

இந்திரவிழா ஊரெடுத்த காதை (5:191-192) அடிகள், ''இல்வளர்முல்லை மல்லிகை மயிலை தாழிக்குவளை சூழ் செங்கழுநீர்'' என்றவாறு பதிப்பிக்கப்பட்டுள்ளது. இதில் இரண்டாம் அடி உரைநடையாக உள்ளது. இவ்வடிக்கான பிரதிபேதமாக உ.வே.சா. காட்டுவது:

'தாழிக்குவளை தண் செங்கழுநீர்' இதுவே கவிதை. ஆய்ச்சியர்குரவை (17:8 பக். 439) அடியை 'குடமுதல் இடமுறையாக் குரல் துத்தம்' என்று பதிப்பித்து இடமுறை என்பதற்கு 'இடைமுறை' என்ற பிரதி பேதத்தையும் உ.வே.சா. காட்டுகிறார். (இந்த இடத்தில் இளங்கோ அடிகள் காட்டுவது இடமுறைத் திரிபல்ல; இடமுறைத்திரிபில் அடிகள் காட்டும் செம்பாலை உருவாகாது. எனவே இடைமுறை சரியான பாடம். இடைமுறை என்பது சுரங்களுக்கான இடைவெளி: இசை இடைவெளி *(Musical Interval)*. இந்த இடைவெளி மாற்றமே பல்வகைப் பண்களை உருவாக்குகின்றது. இவ்வாறு பிரதிபேதத்தில் உ.வே.சா. காட்டியுள்ளதே சரியான பாடம் என்பதற்கு நிறையவே பதிப்பில் சான்றுள்ளது.

குன்றக்குரவையில் கொளுச் சொல்லை அடுத்து சிறைப்புறம் என்ற பிரிவில் மூன்று தாழிசைகள் (பாடல் 4, 5, 6, பக் 511) வருகின்றன; நாலடிகளைக் கொண்ட அளவடியாய் வந்த இம்மூன்றும் இசைப்பாடல்கள்.

'கல்தீண்டி வந்த புதுப்புனல்', 'பொன்னாடி வந்த புதுப்புனல்' 'போதாடி வந்த புதுப்புனல்' என்று இவ்வாறான அடிகள் மூன்று பாடல்களிலும் முறையே அடிமடங்கி வந்துள்ளன. ஆனால் உ.வே.சா பதிப்பில் இரண்டாம் பாடல்,

'என்னொன்றுங் காணேம் புலத்த லவர் மலைப்

பொன்னாடி வந்த புதுப்புனல் மற்றையார்

முன்னோடினோந் தோழி நெஞ்சன்றே' என்பதாகப் பதிப்பித்துள்ளார். இரண்டாம் அடியாக வர வேண்டிய 'பொன்னாடி

வந்த புதுப்புனல்' என்ற அடி பதிப்பில் விடுபட்டுள்ளது. ஆயினும், நாட்டார் பதிப்பு, வர்த்தமானன், இரட்டை காப்பியங்கள் முதலிய பதிப்புகளில் சரியாக உள்ளது.

அந்தி மாலைச் சிறப்புச் செய்த காதை (4 : 75)யில்,

'பாண் வாய் நோதிறம் பாட' என்பதற்கு

'புறதீர்மை என்கிற பண்ணைப்பாட' என்று அரும்பத உரை பதிப்பிக்கப் பட்டுள்ளது. 'புறநீர்மை என்பது புறதீர்மை என்று அச்சாகியுள்ளதா அன்றி மூலத்திலேயே 'தீர்மை' என்றுள்ளதா என்ற வினா எழுகிறது. ஆனால் பதிப்பில் அநுபந்தமாகக் காட்டியுள்ள சென்னைத் துறைத்தனத்துக் கையெழுத்துப் புத்தக சாலையில் உள்ள அரும்பத உரை (பக். 740)

'புறநீர்மை - நோதிறம் புறநீர்மை' என்று சரியாகவே குறிப்பிடுகின்றது.

இந்திர விழா ஊரெடுத்த காதை (5 : 142 பக். 142) அரும்பத உரையில்,

'பகைப்புறம்' என்பதனைப் 'பகைப்புறம்' என்றது விகாரம் என்று பதிப்பிக்கப்பட்டுள்ளது. இரண்டாவதாக வரும் 'புகைப்புறம்' என்பது 'பகைப்புறத்து' என்றிருக்க வேண்டும். சிலம்பின் மூலத்தில் 'பகைப்புறத்து' என்றே உள்ளது.

'அடித்தோழி அரற்று' (29 : 7) மாறியுள்ளதாகக் 'குடிமக்கள் காப்பியம்' (பக். 103) தெ.பொ.மீ. குறிப்பிட்டுள்ளார்.

அடியார்க்கு நல்லார் உரைப்பாயிரத்தில் (பக்.9) இறந்துபட்ட நூல்களைக் கூறிவரும் அடியார்க்கு நல்லார் பேரியாழ் பற்றியும் அதன் உறுப்புகள் பற்றியும் திடீரென்று கூறத் தொடங்குகிறார். இது மற்றொன்று விரித்தல் என்ற நூல்செய் குற்றத்தின் பாற்பாடும். ஆயினும் பிறகு அதை நூல் என்கிறார். ஏடு இடம் மாறியதோ அன்றிப் பதிப்பிலோ ஏதோ குறை நேர்ந்துள்ளதுபோல் தோன்றுகிறது.

அரங்கேற்று காதை (பக். 88)யில் பல்வரிக் கூத்துகளை அடியார்க்கு நல்லார் ஒரு கலிவெண்பா மூலம் மேற்கோள் காட்டுகிறார். உரையின் இறுதியில் இது கலிவெண்பாட்டு என்றே அடியார்க்கு நல்லார் குறிப்பிடுகின்றார். ஆனால் உ.வே.சா. கலிவெண்பாட்டு யாப்பு வடிவத்தில் இதைப் பதிப்பிக்கவில்லை.

அதுபோல் இருபத்தோராவது காதையான வஞ்சின மாலை இளங்கோ அடிகளால் கலிவெண்பாட்டாகப் பாடப்பட்டுள்ளது. இதையும் உ.வே.சா. ஆசிடையிட்ட தனிச்சொல்லுடன் கண்ணிகளாகப் பதிப்பிக்கவில்லை. ஆசிரிய நெடும்பாட்டுப்போல் பதிப்பித்துள்ளார். (நாட்டார் மரபான கண்ணிகளால் அமைந்த இசைப்பாடலுக்கே புலவர் மரபு இலக்கணப்படுத்தலில் ‘கலிவெண்பா’ என்று பெயர் சூட்டியுள்ளது.

‘முற்பகல் செய்தான் பிறன்கேடு தன்கேடு
பிற்பகல் காண் குறூஉம் பெற்றியகாண் - நற்பகலே’
‘வன்னிமரமும் மடைப்பளியும் சான்றாக
முன்னிறுத்திக் காட்டிய மொய்குழலாள் - பொன்னிக்’
‘கரையின் மணற்பாவை நின்கண வனாமென்று
உரைசெய்த மாதரொடும் போகாள் - திரைவந்து’

இவ்வாறாகக் கண்ணிகள் (கலிவெண்பா) பதிப்புப் பெற வேண்டும். இத்தகைய விடுதல் நாட்டார், வர்த்தமானன் பதிப்புகளிலும் தொடர்கிறது.

மேலும் முதல் காதையின் ‘மங்கல வாழ்த்துப் பாடல்’ அகவல் நெடும்பாட்டைப் போல் உ.வே.சா பதிப்பித்துள்ளார். மூன்று சிந்தியல் வெண்பாவை அடுத்து கலிப்பாவின் உறுப்புகள் அனைத்தும் பெற்று வருவதால் மயங்கிசைக் கொச்சகக் கலிப்பா என்றே இதை அடியார்க்கு நல்லார் (பக். 41) குறிப்பிடுகின்றார். உ.வே.சா.வின் இவ்வாறான பதிப்பு பற்றி பேரா.மு. அருணாசலம் கூறுவது :

''ஐயவரவர்கள் பதிப்பில் எல்லாப் பாடல்களையும் ஒன்று போல ஆசிரியப்பாப் போல், அடிகளைத் தொடராக அச்சிட்டுள்ளார். இடையே யாப்பு விகற்பம் காட்டும் குறிப்பு இல்லை. உரைகாரர் வேறுபாடு கூறி இருந்தும் கூட இவர் பதிப்பில் அப்படிக் காட்டவில்லை. செட்டியார் பதிப்பில் மங்கல வாழ்த்துப்பாடல், கானல்வரி, கனாத்திறம் உரைத்த காதை என்ற மூன்றையும் முறையே மயங்கிசைக் கொச்சகக் கலிப்பா, பலவகையான கொச்சகப்பா, கலிவெண்பா என்ற முறையில் பிரித்து அச்சிட்டிருக்கிறார். முதல் பாட்டில் போற்றுதும் என்ற நான்கையும் சிந்தியல் வெண்பா என்று தொடங்கி தரவு, தனிச்சொல், நான்கடித் தாழிசை மூன்று, இருசீர் ஓரடி, எட்டு அம்போதரங்கம், தாழிசை மூன்று, அராகம் ஆறு, கரிதகம் என்பனவாக அமைத்துக்காட்டி இருக்கிறார். ஐயரவர்கள் ஏன் இந்த அமைப்பையும் பின்னால் தெளிவான கலிவெண்பா முறையையும் கைக்கொள்ளவில்லை என்று விளங்கவில்லை''.[4]

சிலப்பதிகாரத்தின் முப்பது காதைகளையும் அடிகளார் இசைப்பாடல்களாகவே பாடியுள்ளார். முப்பது காதைகளில் 19 காதைகளைப் பெரிதும் நாற்சீர் ஈரடிக் கண்ணிகளாக வரும் தாளத்திற்கேற்ற நிலைமண்டில ஆசிரியப்பாவிலேயே பாடியுள்ளார். மீதியுள்ள 11 காதைகளும் ஏனைய வகை இசைப்பாடல்களே. (பார்க்க பின்னிணைப்பு-1) மேலும் அவர் கூறுவது :

''சிலப்பதிகாரத்தை இவர் 1927ற்குப் பின் பதிப்பிக்கவில்லை; பதிப்பித்திருந்தால் நூல் இன்னமும் எவ்வளவோ சிறப்படைந்திருக்கும்''[5]

''1872இல் தொடங்கி 1937 வரை சிலம்பிற்கு பதின்மூன்று பதிப்புகள் பலவிதமாய் வந்துள்ளன. இவற்றுள் உ.வே.சா. பதிப்பு ஒன்றுதான் மூலபாடத் திறனாய்வு அடிப்படையில் குறிப்பிடத்தக்க ஒன்றாக விளங்குகிறது. (உ.வே.சா வின் பதிப்பிற்குப் பிறகு சிலம்பைப் பதிப்பித்தவர்கள் பலரும் மூலச்சுவடிகளைப் பார்க்காமல் உ.வே.சா

பதிப்பையே முன்மாதிரியாக முடிந்த முடிபாகக் கொண்டுள்ளனர்) ஆனாலும் உ.வே.சா. ஒரு குறிப்பிட்ட அளவில், அகநிலைப் பட்ட தன்மையில்தான் பதிப்பித்துள்ளார். மூலபாடத்தை ஆராயும்போது 'பொருத்தமாக எது இருக்கிறது' என்று தனக்குப் பிடித்தமான ஒரு முறை யிலேயே அவர் முடிவெடுத்திருக்கிறார். ஆகவே சிலம்பில் மூலபாடத் திறனாய்வு மூலம் செப்பம் செய்வதற்கு இன்னும் எவ்வளவோ இடங்கள் இருக்கின்றன என்பது தெளிவாகிறது"[6] என்று க. பஞ்சாங்கம் கூறுவதை நாம் கவனம் கொள்ளவேண்டும்.

"மூல பாட ஆராய்ச்சியினைக் கோட்பாட்டு அடிப்படையில் மேற்கொண்டார் என்று கூறுவதற்கில்லை. மூலபாட ஆராய்ச்சி குறித்து அவரது விவரணங்களும் அவதானிப்புகளும் மிகச் சொற்பமே"[7] என்ற எம்.ஏ. நுஃமானின் கூற்றை நாம் அவ்வளவு எளிதாகப் புறந்தள்ள முடியாது.

உ.வே.சா.வின் சிலப்பதிகாரப் பதிப்பையே முதலும் முடிவும் முழுமையுமான பதிப்பாக நாம் கொண்டுவிட்டோம். பதிப்பின் மீதான திறனாய்வை முறையாக மேற்கொள்ளவில்லை. இந்த வரலாற்றுத் தவறுக்குப் பதினைந்து ஆண்டுகளுக்கு முன்பாகவே நாம் நூற்றாண்டு விழா கொண்டாடி இருக்க வேண்டும்.

"ஓலைச் சுவடியிலிருந்து எடுத்து அச்சிடுவதுதான் பதிப்பு என்னும் மேலோட்டமான பார்வை தமிழ்ச் சமூகத்தில் நிலவி வருவதால் ஐயரின் பதிப்புகள் அடுத்த கட்டத்தில் எப்படி அமையவேண்டும் என்னும் சிந்தனை இங்குத் தோன்றவில்லை ..."

"பதிப்பு என்பது ஒரு கட்டத்தோடு நின்றுவிடும் வேலையன்று. புதிது புதிதாகச் செய்து கொண்டே இருக்கக் காலம் நிர்ப்பந்திக்கிறது"[8] என்ற பெருமாள் முருகனின் கூற்று பதிப்பாசிரியர்களின் ஆய்வு மனத்தைத் தொட வேண்டும்.

எது எப்படி இருப்பினும் உ.வே.சாவின் பதிப்புப்பணி, 'அன்றும் இன்றும் எந்த ஒரு தனி மனிதனின் செயலுடனோ நிறுவனத்தின்

செயலுடனோ ஒப்பிட முடியாதது'.[9] இறுதியாக ஒன்று; இளங்கோ அடிகள் பாடியபடி சிலப்பதிகாரம் நமக்குக் கிடைக்கவில்லை; ஏடுகளில் உள்ளபடியாவது கிடைக்க வேண்டும்.

குறிப்பு :

1. கட்டுரையில் குறிப்பிடும் பக்கங்கள் - உ.வே.சா. சிலப்பதிகாரம் - தஞ்சைப் பல்கலை நிழற்படப் பதிப்பு 1985ல் உள்ளபடி.

சான்றுக் குறிப்புகள் :

1. காலச்சுவடு மார்ச் 2005 பக். 38

2. கா. அப்பாத்துரை, சிலம்பு வழங்கும் செல்வம், 2001, பக். 3

3. உ.வே.சா. - சிலம்பு மூன்றாம் பதிப்பின் முகவுரை, 1985, பக் XII

4. மு.அருணாசலம், தமிழ் இலக்கிய வரலாறு, 2005, பக். 66. தொகுதி 6.

5. மேலது

6. க. பஞ்சாங்கம், சிலப்பதிகாரத் திறனாய்வு ; ஒரு பார்வை, 1993 பக். 11

7. காலச்சுவடு மார்ச் 2005 - பக். 44

8. மேலது பக். 48

9. சு. வெங்கடேசன், உ.வே.சா. சமயம் கடந்த தமிழ், 2005, பக் 22.

பின் இணைப்பு

சிலம்புகாதை எண் காதைப்பெயர்	பாடல்/யாப்பு
1. மங்கல வாழ்த்து பாடல்	இயல் மயங்கிசைச் கொச்சகக்கலி
2-6 மனையறம் ... கடலாடுகாதை	நிலைமண்டில ஆசிரியப்பா
7 கானல் வரி	பல்வேறு இசைப்பாடல்கள்

8 வேனில் காதை	நிலை மண்டில ஆசிரியப்பா
9 கனாத்திறம் உரைத்த காதை	கலிவெண் பாட்டு
10 நாடுகாண் காதை	நிலைமண்டில ஆசிரியப்பா
11 காடுகாண் காதை	பல்தாழிசைக் கொச்சகக்கலி
12 வேட்டுவ வரி	பல்தாழிசைக் கொச்சகக்கலி
13-16 புறஞ்சேரி ...	
கொலைக்களக் காதை	நிலைமண்டில ஆசிரியப்பா
17 ஆய்ச்சியர் குரவை	அயல்மயங்கிசைக் கொச்சகக்கலி
18 துன்ப மாலை	கொச்சக ஒரு போகு கொச்சகக்கலி
19 ஊர்சூழ்வரி	அயல்மயங்கிசைக் கொச்சகக்கலி
20 வழக்குரை காதை	உறழ் கலி
21 வஞ்சின மாலை	கலிவெண்பாட்டு
22-23 அழல்படு ...	
கட்டுரை காதை	நிலைமண்டில ஆசிரியப்பா
24 குன்றக்குரவை	கொச்சக ஒருபோகு
25-28 காட்சி ... நடுகல் காதை	நிலை மண்டில ஆசிரியப்பா
29 வாழ்த்துக் காதை	அயல்மயங்கிசைக் கொரச்சகக்கலி
30 வரந்தரு காதை	நிலைமண்டில ஆசிரியப்பா

அமைதி ஆக்கத்தில் இசையின் பங்களிப்பு

அன்பு

"அறத்திற்கே அன்பு சார்பென்ப அறியார்

மறத்திற்கும் அஃதே துணை

(அன்புடைமை: 76)

என்பது மாபெரும் சிந்தனையாளர் வள்ளுவர் வாக்கு.

அறத்தின் வழிச் சென்றால் அமைதியை அடைகிறோம்; மாறாக மறம் என்ற அன்பின் மாறுதலை நீக்கவும் அன்பே வழியாக அமைகிறது.

வன்முறை

உலகில் 'எதிர்மறை இரட்டை' என்பார்கள். இருமை எதிர்வுகள் *(Binary Opposites)*; இதை சோரோஸ்ட்ரர் என்ற மாபெரும் பாரசீகச் சிந்தனையாளரும், பார்சி மத நிறுவனருமான இந்த ஞானி முதன் முதலில் தத்துவப்படுத்தினார்.

அன்பும் வன்முறையும் எதிர்எதிர் இரட்டையர்கள்; அறமும் மறமும் போல.

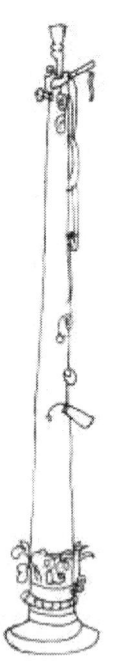

வன்முறைதான் அமைதிக்குத் தலையாய எதிரி. மனத்தில் எழும் பொறாமை, கோபம், பேராசை, பழி உணர்ச்சி, கொலை உணர்வு முதலியன தனிமனிதன் மனத்தில் வன்முறையை விதைத்து வளரச் செய்கின்றன.

இதற்கு ஆட்பட்ட தனிமனிதர்கள் அரசியல் பீடத்திற்கு வரும்பொழுது அதிகார வெறியும் அவர்கள் மனத்தில் ஏறி உலக அமைதிக்கே உலை வைத்து விடுகிறது.

இட்லர், முசோலினி, தைமூர் என்ற எடுத்துக்காட்டுகள் இதற்கு நிறையவே உண்டு. தனிமனித அகங்காரமும், சந்தைத் தேடுதலும், சாம்ராஜ்ஜிய எல்லை விரிப்பும், அதிகார வெறியுமே இரண்டு உலகப் பெரும் போர் களுக்குக் காரணங்களாக அமைந்தன.

நேரடி வன்முறை *(Direct Violence)*

போர், கலவரம், அடக்குமுறை, கொலை, தூக்கு, தேடுதல் வேட்டை என்பவை நேரடி வன்முறைகளாகும்.

இவ்வகை நேரடி வன்முறை மூலம் இதுவரை 10 கோடி பேர் உயிரிழந்துள்ளதாக ஆய்வாளர்கள் கூறுகின்றனர்.

மறைமுக வன்முறை/அமைப்பியல் வன்முறை *(Indirect Violence//structural Violence)*

இவ்வகை வன்முறைகள் வெளிப்படையாக நமக்குத் தெரிவதில்லை. நேரடி வன்முறைபோல் நம் கண்களால் இவற்றைப் பார்க்க முடியாது.

ஆனால் இது நேரடி வன்முறையைவிடக் கொடியது.

பஞ்சம், சுரண்டல், கலாச்சார அழிப்பு, சாதி சமய ஒடுக்குமுறை, நிற, இன, சாதி, சமய, வேற்றுமை, உரிமை மீறல், கல்வி மறுப்பு முதலியன மறைமுக வன்முறைகளில் மிகச்சில.

‘உலகில் இரண்டு வகை வன்முறைகள் உண்டு. ஒன்று நம் சம்மதமின்றி நம்மீது ஏவப்படுவது. இன்னொன்று மறைமுகமாக நம் சம்மதத்தைப் பெற்று நம்மீது ஏவப்படுவது. அதுவே சமயத்தின் மூலமான ஒடுக்குமுறை’ என்கிறார் இத்தாலியப் பொதுவுடைமை மாமேதை அந்தோனியா கிராம்சி.

மறைமுக வன்முறை மூலம் இதுவரை இறந்தவர் எண்ணிக்கை 100 கோடி. ஆனால் நேரடி வன்முறை மூலம் மாண்டவர்கள் 10 கோடியே பேர்களே. இதிலிருந்து மறைமுக வன்முறை மிகக் கொடுமையானது என்பதை நாம் உணரலாம்.

பெரும்பாலும் இந்த இரண்டுவகை வன்முறைகளே உலக அமைதியைக் கெடுக்கின்றன. இதற்கு மூலகாரணம் சில தனி மனிதர்களே.

எனவே தனிமனித அமைதி என்பது மிக இன்றியமையாத ஒன்று. அது இல்லையேல் உலக அமைதி ஒரு கனவே.

எனவேதான் மகாத்மா காந்தியடிகள் தனிமனிதன் அமைதிபெற அக அமைதி பற்றி ஆழமாகக் குறிப்பிடுகிறார்.

அக அமைதி *(Inner Peace / Internal Peace)*

ஒரு மனிதனின் அகத்தில் அமைதி நிலவினால் புறத்தில் அவன் அமைதியை உருவாக்குகிறான். தனி மனிதனின் மனம் அமைதியை இழந்தால் சமூகம் அமைதியை இழக்கிறது.

Peaceless man makes the Society Peaceless

எனவே குடும்ப அமைதி, சமூக அமைதி, தேச அமைதி, நாடுகளிடையே அமைதி, உலக அமைதி என்பன அக அமைதி என்ற தனிமனிதனின் அமைதியிலிருந்தே உருவாகின்றது.

தனிமனிதனின் அக அமைதிக்கு ஞானியரும் சிந்தனையாளரும், தீர்க்கதரிசியரும் பல்வேறு வழிகளைக் கண்டுள்ளனர்.

அக அமைதிக்கான வழிகள்:

யோகம் என்ற தவம், தியானம் *(Meditation),* மூச்சுப் பயிற்சி, ஆசனங்கள், உடற்பயிற்சி, ஆழ்நிலை தியானம் *(Transcendental Meditation)* முதலியன தனிமனிதனிடம் அமைதியைத் தோற்றுவிப்பவையாகும். தனியான இறைப் பிரார்த்தனையும் இதில் அடங்கும். இவை அவரவர் மன நிலையைப் பொறுத்தது.

கோவில் திருவிழாக்களும், பண்பாட்டு நிகழ்ச்சிகளும், அமைதியைத் தோற்றுவிப்பவைதான். விளையாட்டுகளும் போட்டிகளும் கூட மனிதனின் போர்க் குணங்களை மட்டுப்படுத்தும் வடிகால்களாகும்.

ஆனால் விளையாட்டு விளையாட்டாகவே இருந்தால்தான் இது சாத்தியம். *(A Sport should be taken sportively)*

இந்தியா பாகிஸ்தான் பதற்றத்தைத் தணிக்க ‘கிரிக்கெட் உத்தி’ *(Cricket Policy)* மற்றும் சீனா தனது எதிரிநாடுகளுடன் நலுறவை ஏற்படுத்த ‘மேசைப் பந்து உத்தி’ *(Ping-Pong policy)* ஆகியவற்றை இதற்கு நல்ல சான்றாகக் கூறலாம். வீர விளையாட்டு, விளையாட்டு, போட்டி முதலியன குழுக்களுக்கிடையே முரட்டுக் குணங்களை நீக்கி அமைதியை ஏற்படுத்தும் மனமாற்றுக்களாகவே இயல்பாக உள்ளன. (ஆனால் இந்நோக்கம் இன்று சிதறடிக்கப்பட்டு வருவது வேறு விசயம்) இந்தியா பாகிஸ்தானையும், பாகிஸ்தான் இந்தியாவையும் எப்படியாவது கிரிக்கெட்டில் தோற்கடிக்க வேண்டும் என்ற மனப்பாங்கு வளர்க்கப்படுவது இங்கு சிந்தனைக்குரியது.

அக அமைதியில் இசை

தவம், தியானம், இறைப் பிரார்த்தனை வரிசையில் இசையும் அக அமைதியை உருவாக்குகிறது.

இசைப் பாடல்களைப் பாடுவதின் மூலம், இசையைக் கேட்பதின் மூலம் மனம் அமைதி அடைகிறது.

இன்னும் விரிந்த தளத்தில் இசை கற்பது, கற்பிப்பது, இசையைப் பற்றிப் பேசுவது, எழுதுவது, ஆய்வு செய்வது, இசைக்கருவிகள் செய்வது, பழுது பார்ப்பது, இசை அறிஞர்களைச் சந்திப்பது, உரையாடுவது இவைகளாலும் மனம் அமைதி அடைகிறது.

இசையால் இளகாத இதயம் எது?

''இசைக்கு மயங்காத மனிதன் கொலையும் செய்வான்'' என்று சேக்ஸ்பியர் கூறுவார்;

புற அமைதி (External Peace)

அகத்தில் அமைதி அடைந்த மானிடன் புற அமைதிக்குப் பங்களிக்கிறான். புற அமைதி என்பது

1. முன்கூட்டிய தடுப்பு *(Prevention)*
2. ஆறிடச் செய்தல் *(Curative)*
3. மறு கட்டுமானம் *(Re construction)*
4. கட்டுடைப்பு *(Deconstruction)*
5. ஆற்றுப்படுத்துதல் *(Reconciliation)*
6. தொடக்க நிலைக்குத் திரும்பல் *(Reorientation)*

என்று விரிந்த தளத்தில் செயல்படுகிறது.

இசையும் சமூகமும்

சமூகம் என்பது ஒரு சமுதாயத்தின் பல்நிலை மக்கள், பல இனத்தினர், பல மதத்தினர், பல சாதியினர், பல நிறத்தினர் ஆகியோரைக் குறிக்கும்.

சமூகம் கூடிச் செய்கின்ற விழாக்களுக்குக் கோவில் திருவிழா, பண்பாட்டு விழாக்களைச் சான்று கூறலாம்.

அழகர் ஆற்றில் இறங்கும் விழாவில் பெரும்பான்மைச் சமயமான இந்து சமயத்தின் ஆயர் குலத்தினர், முக்குலத்தோர் என்று வேறுபட்ட

சாதியினர் கலந்து கொள்கின்றனர். இவ்விழாவில் வேறுபட்ட சாதியினர் ஒரு சமூகமாகின்றனர். ஏர்வாடி உரூசில் இந்துக்கள், இசுலாமியர் கலந்து கொள்கின்றனர். இங்கு வேறுபட்ட மதத்தினர் ஒரு சமூகமாகின்றனர்.

இங்கு விழாக்கள் அல்லது இறை நம்பிக்கை சமூகத்தைப் பிணைக்கிறது.

இதைப்போல் இசையும் பல்வேறுபட்டவர்களை-சாதியால், மொழியால், நாட்டால் பிரிந்திருப்பவர்களையும் ஒரு சமூகமாகக் கட்டுகிறது.

இந்தவகைக் கட்டமைப்புக்கே மகாத்மா தனது தினசரி மாலை இறை வணக்கத்தில் சர்வ சமயப் பாடல்களைப் பாட ஏற்பாடு செய்தார். சிலப்பதிகாரம் பல தெய்வங்களை வாழ்த்துகிறது.

சர்வசமயப் பிரார்த்தனையில் எல்லா மதத்தினரும் சேர்ந்து பாடும் சர்வ சமயப் பாடல்களே இசை மூலம் சமூகத்தை, மதங்களை இணைக்கிறது. ‘மாணிக்க வீணை ஏந்தும்’, ‘இறைவனிடம் கையேந்துங்கள்’, ‘ஏசுவின் நாமமே’ என்று பல்வேறு மதத்தினரின் பாடல்கள் தனித்தனிப் பாடல்களாக இருக்கலாம். அல்லது ‘இரகுபதி இராகவ’, ‘அல்லா என்பார் சில பேர்கள்’ என்று அனைத்து சமயங்களையும் குறிப்பிடும் பாடலாகவும் இருக்கலாம். எப்படியும் இசையானது வேறுபாட்டைக் கரைத்து இனிய சூழலை உருவாக்குகிறது.

இசையும் பக்தியும்

மனம்உருகி இறைவனைப் பாடும்போது மனிதன் ஒருவகைப் பித்தநிலைக்கு *(Trans Mood)* வருகிறான். அவன் மனத்திலுள்ள வருத்தங்கள், மனஅழுத்தங்கள், மன இறுக்கங்கள் குறைகின்றன. மனக்காயங்கள் ஆறுகின்றன. *Psalms* சபூர்மறை-திருப்பாட்டு தாவீதின் சங்கீதம் - சாலமோனின் சங்கீதம், தாலாட்டு, ஒப்பாரி,

அர்ச்சனை, நாம சங்கீர்த்தனம், ஆரிய வேதம் - சுருதி, குர்-ஆன் - தேவாரம், நாலாயிரப்பாசுரங்கள், திருப்புகழ் *Blank Verse, Rhymed Prose - Unrhymed Poetry* எல்லாமே இசை தான்.

நமது சமூகத்திலுள்ள பிறப்பால் ஒடுக்கல், சாதி சமய வேறுபாடு, தீண்டாமை, வறுமை ஆகிய வேறுபாடுகளையும் தீமைகளையும் களைய பக்தி இயக்கம் *(Cult of Devotion)* துணை செய்தது.

பத்தி இயக்கத்தில் வேற்றுமையில் ஒற்றுமை, ஏற்றத்தாழ்வில் சமநிலை என்ற மலர்மாலையைக் கட்டும் மையச்சரடாக இசை விளங்கி வந்துள்ளதை வரலாறு பதிவு செய்துள்ளது.

கபீர்தாஸ், குருநானக், பாபாபரீத் போன்ற வடநாட்டுச் சித்தர்களுக்கும், அன்னமாச்சாரியார், குதம்பைச் சித்தர், பாம்பாட்டிச் சித்தர் முதல் வள்ளலார் வரைக்கும் இசை ஓர் புதுவகை ஆயுதமாகவே உள்ளது. சித்தர் பரம்பரைக்கும், பக்திக்கால ஞானிகளுக்கும் இது பொருந்தும்.

ஒவ்வொரு சூஃபியும் ஒரு பாட்டுக்காரனாகவே இருந்துள்ளான். கீழக்கரை ஆசியா உம்மா, இளையாங்குடி கச்சுப்பிள்ளையம்மாள், தென்காசி இரசூல் பீவி என்று ஒவ்வொரு பெண்பால் சூஃபியும் கூடத் தம்மை ஒரு பாட்டுக்காரியாகவே அடையாளம் காட்டுகின்றனர்.

எனவே பல்வேறு சாதி, சமய, இன, நிற மக்களைக் கட்டும்/ இணைக்கும் சக்தியாக இசை விளங்குகிறது. அதனால் வேற்றுமைகள் மறையத் தொடங்கு கின்றன. இது இசையின் சமூகப் பங்களிப்பு ஆகும்.

அக அமைதியும் புற அமைதியும்

தனிமனித அமைதி, சமூக அமைதிக்கு அடிப்படையாகிறது.

அதுபோல் சமூக அமைதியும் தனிமனித அமைதிக்குப் பங்களிப்புச் செய்கிறது. புறத்தில், சமூகத்தில், உலகில் அமைதி இல்லையேல் தனிமனிதனிடம் அமைதி தவழாது.

ஏனெனில் மானிடன் சிறிய சமூகம் *(Man is micro society).* சமூகம் பெரிய மானிடன் *(Society is Macroman).*

இசை, சமூக அமைதிக்குப் பங்களிப்பதுபோல் தனிமனித அமைதிக்கும் பங்களிக்கிறது.

தனிமனித அமைதி சமூக அமைதி.

இசையும் இன்பமும்

மெய், வாய், கண், மூக்கு, செவி என்ற ஐம்பொறிகளின் வழி மனம் இன்பத்தை அடைகின்றது.

அன்புடன் குழந்தையைத் தொடும்போது இன்பம் அடைகிறோம். மெய்யின்பம் (ஸ்பரிசம்).

அறுசுவை உணவை உண்ணும்போது இன்பம் அடைகிறோம். சுவை இன்பம்.

வண்ண மலர்த் தோட்டத்தைக் காணும்போது இன்பம் அடைகிறோம். காட்சி இன்பம்.

நறுமணம் கமழும் சந்தனத்தை நுகர்ந்தால் இன்பம் அடைகிறோம். நுகர்வின்பம்.

இனிய இசை கேட்கிறோம். இன்பம் அடைகிறோம். அது இசை இன்பம். செவிச்சுவை.

ஊரே விழாக்கோலம் பூண்டுள்ளது. ஒவ்வொருவர் மனத்திலும் இன்பம் கரை புரண்டு ஓடுகிறது.

இனிய நாகசுர இசை தொடங்குகிறது. விழாவின் இன்பத்தை அந்த இசை மேலும் கூட்டுகிறது.

இசை, இன்பத்தை மேலும் மேலும அதிகரிக்கிறது.

மேற்செம்பாலையும் (கல்யாணி), செம்பாலையும் (அரிகாம்போதி) தன்யாசியும், முல்லைத் தீம்பாணியும் (மோகனம்) மகிழ்ச்சிக்குரிய பண்களாக நமது மரபில் குறிப்பிடப்படுகின்றன.

எந்த ஒன்றை இன்பமாக உணர்கிறதோ அந்த ஒன்றை மேலும் மேலும் சுவைக்க உள்ளம் நாடுகிறது. இன்பம் பெருக்கெடுத்துக் கொண்டே செல்கிறது.

இசையும் சுவையும்

எண்வகைச் சுவையைத் தமிழ் மரபு குறிப்பிடுகின்றது. இன்பச் சுவைக்கு மேற்செம்பாலை (கல்யாணி), தன்யாசி, மோகனம் என்ற பண்கள் உண்டு என்பதை ஏற்கனவே குறிப்பிட்டேன்.

அவலச்சுவைக்கு செவ்வழி, சிவரஞ்சனி, முகாரி போன்ற பண்கள் நம் மரபில் உண்டு.

கம்பீரத்திற்கு தேவகாந்தாரி, நாட்டை, தர்பார், காமரம் (சுத்த தன்யாசி) ஆகிய பண்களை நாம் பாடி வருகிறோம்.

கோபத்தை அடாணா என்ற பண் உருவாக்குகிறது.

தவறு செய்து உள்ளம் வருந்தி முறையிட சகானா, சக்கரவாகப் பண்கள் நம் மரபில் இருக்கின்றன.

பசி வராமல் இருக்க அவலச்சுவை நிறைந்த ஆகிரி உண்டு.

மென்மையுடன் மனத்தை வருடும் பண்களாகப் பூபாளம், மலையமாருதம் நம் உள்ளத்தைத் தொட்டுப் பார்க்கின்றன.

இன்னும் எத்தனையோ உணர்வுகளை எத்தனையோ பண்கள் உருவாக்குகின்றன.

தாளங்களும் சில உணர்வுகளை உருவாக்குகின்றன. நமது பாரம்பரியத்தில் அதிகமாக ஆதிதாளம் பயன்படுத்தப்பட்டு வருகின்றது.

நான்மை நடையில் அமைந்த ஆதிதாளம் குழைவையும், அமைதியையும் உருவாக்குகிறது.

தொட்டிலை ஆட்டும்போதும், தாய் மார்போடு அணைத்துக் கொஞ்சும் போதும் அவளது இதயத் துடிப்பிலும் ஒரு தாளம் உண்டு.

அது ஒன்றன் தாளம் என்ற ஏக தாளமாகும். நமது நாட்டு வாழ்த்து (ஜனகணமன அதி), இத்தாளத்தில்தான் அமைக்கப்பட்டுள்ளது.

உலகெங்கும் இயற்கையில் உள்ளது இந்த ஏகதாளம். அணுத்திரண்ம *(Molecular Vibration)* அசைவில் ஏகதாளம் உள்ளது.

இசையும் இயற்கையும்

உலகம் தோன்றியபோது பயிர்கள் இல்லை; பறவைகள் இல்லை; புழுக்கள் இல்லை; பூச்சிகள் இல்லை.

உயிரினங்கள் தோன்றாத அந்நிலையிலும், காட்டாற்றின் சீற்றம் இருந்தது. கடலின் ஆர்ப்பரிப்பு இருந்தது. எனவே உலகில் எங்கும் இசையின் முதல் தொடக்கமான கேள்வி என்ற சுருதி இருந்தது. இயற்கையின் ஒவ்வொரு ஓசையுடனும் அது ஒத்துப் போனதால் அந்த சுருதியை நம் முன்னோர் 'ஒத்து' என்றனர்.

அதற்கு முன்பே உலகில் அசைவு *(Motion)* இருந்ததால் அங்கே தாளமும் இருந்தது.

சுருதியும் தாளமும் பிறந்துவிட்டது. மனிதனும் பறவைகளும், விலங்குகளும் உருவாவதற்கு முன்பே இசை உருவாகிவிட்டது. மனிதன் தோன்றுகிறான். பறவைகளின் இனிய கூவலில் இசை இருப்பதை மானிடன் உணர்கிறான். அதை 'அகவல் ஓசை' என்றான். வண்டின் ரீங்காரம் ஓர் இசையை மனிதனுக்குக் கற்றுத் தருகிறது.

இசையை இயற்கையிலிருந்து மனிதன் கற்றுக் கொள்கிறான்.

அருவியின் இம்மென்ற ஓசை, கடலின் ஓங்காரம் அவனுக்கு அடிப்படைக் குரலை, சுருதியைக் கற்றுத் தருகின்றன.

பறவைகளின் ஆட்டத்தில், விலங்குகளின் விளையாட்டில், மானின் துள்ளலில், அன்னத்தின் ஒய்யார நடையில் ஒருதாளம் இருப்பதை மானிடன் அறிகிறான். இவ்வாறு இயற்கை எங்கும் இசை நிறைந்திருப்பதை மனிதன் அறிந்து கொள்கிறான்.

இசை மானிடனின் புத்தம்புதுக் கண்டுபிடிப்பன்று *(Not Invention)*. இயற்கையிலிருந்து தாளத்தையும், பண்ணையும் மானிடன் கண்டுபிடிக்கிறான் *(Discovery)*.

இன்பம், துன்பம், பெருமிதம், கம்பீரம், காதல் என்று வரும் பல்வேறு உணர்வு நிலைகளை வெளிப்படுத்த ஒவ்வொரு முறையிலும் பாடுகிறான். வெவ்வேறு பண்கள் பிறக்கின்றன.

இயற்கையின் அருங்கொடையான தாளமும், பண்ணும் மானிடனுக்கு இன்பத்தையும் அமைதியையும் அளிக்கின்றன.

இசையும் துன்பமும்

இசை இன்பத்தை உருவாக்குகிறது. அதிகரிக்கிறது. எனவே அது துன்பத்தை நீக்குவதும் அதனூடே நிகழ்வதை அறிகிறோம்.

இசை, இன்பத்தை அதிகரிக்கிறது. துன்பத்தைக் குறைக்கிறது. இசையின் இருவழிப் பயன் *(Binary Result)* என்று இதைக் கூறலாம்.

மனத் துன்பத்தைக் குறைக்க நம்மிடம் பற்பல பண்கள் உண்டு. முகாரி, நாத நாமக்கிரியா, சிவரஞ்சனி, அம்சாநந்தி, ஆகிரி போன்ற பண்கள் நம்மிடம் இதற்காகவே உருவாகியுள்ளன.

இன்பத்தை உருவாக்கும் பண் மேற்செம்பாலை என்ற கல்யாணி. அது இன்ப உலகமான மருத நிலத்திற்கு உரியது.

ஆனால் இன்பம் விளைவிக்கும் கல்யாணிப் பண்ணிலே சோக உணர்வு மேலோங்கிய சூழலில் சோக இழை ததும்ப இசை அமைத்துப் பாடிய வரலாறும் உண்டு.

'துணிந்த பின் மனமே துயரம் கொள்ளாதே' என்ற தேவதாஸ் படப் பாடலைக் குறிப்பிடலாம். இது கல்யாணிப் பண்ணில் அமைந்தது.

பிறருக்குத் துன்பம், கொடுமை, துரோகம் செய்துவிட்டு மனம் திருந்திய *(Confession)* நிலையில் பாட நம் மரபில் இரண்டு பண்கள் உண்டு. சகானா, சக்கரவாகம் எனும் பண்களே அவை.

‘பாவி என்னை மறுபடியும் பிறக்க வைக்காதே’ என்ற ‘என்னதான் முடிவு’ திரைப்படப் பாடல் சகானா பண்ணில் அமைந்தது.

வஞ்சகத்தால் கர்ணன் கொலை செய்யப்பட்ட பின் ‘உள்ளத்தில் நல்ல உள்ளம் உறங்காதடா’ என்று கிருஷ்ணன் பாடும் கர்ணன் படப்பாடல் சக்கரவாகப் பண்ணில் அமைந்தது.

இவ்வாறு அவலச்சுவை, இரங்கற் சுவைப் பண்கள் துன்பச் சுவையில் பாடப் பட்டாலும், அவை துன்பத்தைக் குறைத்து மனதில் அமைதியைத் தோற்றுவிக்கின்றன.

இசையும் வன்முறையும்

இனிக்கும் கரும்பை நிலத்தில் விளைவிக்கலாம். கசக்கும் பாகற்காயும் அதே நிலத்தில் விளைகிறது. அது நிலத்தின் தன்மை அல்ல. விளையும் பொருளின் தன்மை.

கத்தி கொலைகாரன் கையில் உள்ளது. மருத்துவரின் கையிலும் உள்ளது. நோக்கங்கள் வேறானவை. உயிரை வாழவைக்கவும், உயிரைப் போக்கவும் அதுவே துணையாகிறது. பயன்படுத்துபவனைப் பொருத்துப் பயன்பாடு வேறுபடுகிறது.

இசையையும் வன்முறைக்குப் பயன்படுத்தலாம்.

‘ஹிட்லரை உருவாக்கியதில் நீட்சேயின் அராஜகத் தத்துவத்திற்கு எந்த அளவு பங்களிப்பு உண்டோ அதே அளவு பீத்தோவனின் சிம்பொனிக்கும் உண்டு என்று கூறுவார்கள்.

இந்தியாவின் வளங்களையும், அழகையும் புகழ்ந்து பாடிய கவிஞர் இக்பாலின் பாடலான,

‘சாரே சஹான் சே அச்சா’ என்பது இன்று இராணுவத்திற்குப பயன்படுத்தப் படுகிறது. அந்தப் பாடல் இன்று போர்க்குணம், மூர்க்கக் குணங்களுக்காகப் பயன்படுத்தப்படுகிறது.

நம்மிடமுள்ள கம்பீர நாட்டை என்ற பண் போர்க்குணத்தைத் தூண்டவல்லது.

அகங்காரத்தை உருவாக்கும் தர்பார் என்ற பண் நம்மிடம் உள்ளது.

மேலை இசையில் (திசுர நடை) மும்மை நடைத் தாளங்கள் அதிகமுண்டு.

அது போர்க்குணத்தை உருவாக்கவல்லது. நம்மிடம் மும்மை நடைப் பாடல்கள் குறைவு. அமைதியை உருவாக்கும் நான்மை நடை ஏகதாள மற்றும் ஆதிதாளப் பாடல்களே அதிகம்.

ஆனால் எதுவும் நாம் பயன்படுத்துவதிலேயே உள்ளது. மகாத்மா கூறியதைப்போல் வழிமுறை நன்றாக இருந்தால் அடையும் பயனும் நல்லதாகவே இருக்கும்.

இனக்குழு அழிப்பின் காலமாகிய சங்க காலத்தில் போர், கலவரம், சூறை, கொலை, கொள்ளை முதலியன சமூக அங்கீகாரம் பெற்ற நடைமுறை களாகவே கருதப்பட்டன. எனவே அக்காலத்திய இசையும் போரைப் பற்றிய இசையாகவே இருந்துள்ளது. புறநானூற்றில் பறை, முழவு, முரசு பற்றிய செய்திகளே அதிகமுண்டு. அகப்பாடல்களில் யாழும் குழலும் மிகுதியும் பேசப்படுகின்றன.

சிலப்பதிகார காலத்திலிருந்து இசை, அமைதி இசையாக உருமலர்ச்சி பெற்று வந்துள்ளது. பின்பக்திக் காலத்தில், சித்தர்கள் காலத்தில் மென்மை பெற்று வளர்கிறது நம் இசை.

இசையும் அறமும்

அறுத்தல் என்றால் வழிசெய்தல் : அறு-ஆறு; இராஜதரங்கிணி என்றால் மன்னர்களின் ஆறு. அதாவது மன்னர்களின் வழி (வரலாறு) என்று பொருள்.

அறுத்தல் வழி செய்தல் ; மக்கள் நடக்க வழி செய்தல் ; அதுவே அறம்; அறம் எனில் எண்ணம், சொல், செயலில் தூய்மை வேண்டும். அதுவே உண்மை, வாய்மை, மெய்ம்மை எனப்படும்.

"அறத்தான் வருவதே இன்பம்" என்றார் வள்ளுவப் பேராசான்.

"மனித மனம் இன்பத்தை நாடுகிறது" என்பார் ஜெர்மனியின் பென்தாம்.

"எல்லா உயிர்க்கும் இன்பம் என்பதுதான் அமர்ந்து வரூஉம் மேவற்றாகும்" என்பார் தொல்காப்பியர். அறம், ஒழுக்கம் மூலம் அடைவதே இன்பம். தூய இசை மூலமே இன்பம் அடைகிறோம். அது தூய இன்பம். அது அற இன்பம். எனவே இசை ஓர் அறமாகிறது.

கலைகள் இன்பத்திற்காகவே. எனவே கலைகள் அறமாகின்றன.

அறம் என்பது அறிவை அடிப்படையாகக் கொண்டது.

அறிவு - அறம்

உணர்வு - இசை (கலை)

எனவே அறிவுக்கும் உணர்வுக்கும் ஓர் இணைவு ஏற்படுகின்றது.

மானிடன் அறிவாலும் உணர்வாலும் ஆளப்படுகிறான். இசை மானிடனை வாழ்விப்பதில் பெரும்பங்கு வகிக்கின்றது. இசையில் அறிவும் உண்டு. உணர்வும் உண்டு. இசை ஓர் அறிவியல் மற்றும் கலையும்கூட.

இசையும் மொழியும்

எல்லா மொழிகளும்போல, நம் தமிழ் மொழிக்கும் இசை தேவைப்படுகிறது.

அது இசைத்தமிழ். மொழிக்கும் இசை தேவை. இசை மொழியின் தாய். ஆனால் இசைக்கு மொழி தேவையில்லை.

எந்தக் கலைக்கும் மொழி தேவையில்லை.

தாஜ்மகாலின் அழகை ஆராதிக்க எந்த மொழியும் தேவையில்லை.

மோனாலிசா ஓவியத்தைச் சுவைக்க எந்த மொழியும் தேவையில்லை.

அதுபோல் இசைக்கு மொழி தேவையில்லை. (அதாவது ஆலாபனை இசைக்கு மட்டும்) பொருளை நோக்கமாகக் கொண்ட பாடலை இசைப்பதற்கு மொழி இன்றியமையாத் தேவையே என்பதில் கருத்து வேறுபாடு கொள்ள முடியாது.

தமிழ் இசையின் ஒப்பற்ற சிறப்பு அதன் பண் விரிவாக்கம் (Elaboration) என்ற ஆலாபனை முறை. அந்த ஆலாபனைக்கு மொழி தேவை இல்லை. இதனைப் பழந்தமிழ் நூல்கள் ஆளத்தி என்று குறிப்பிடும்.

மணிக்கணக்கில், நாள் கணக்கில் ஒரு பண்ணை ஆளத்தி செய்வதற்கு அதாவது விரிவாக்கம் செய்வதற்கு மொழி தேவையில்லை. ஏனென்றால் மொழிக்கு முன்பே இசை தோன்றிவிட்டது. எழுத்து தோன்றுவதற்கு முன்பு தோன்றியதே மொழி. மொழி பேசப்பட்டு, நெடுங்காலத்திற்குப் பின்பே எழுத்து தோன்றுகிறது.

எழுதா மொழிகள் உலகில் இன்றும் பலப்பல உண்டு.

வேதங்கள் கூட ஓதப்பட்டதாலேயே சுருதி எனப்படுகிறது.

குர்-ஆனும் ஓதப்பட்டதே (Recited); அது எழுதிய பின் படிக்கப்பட்டதல்ல.

நாம் பேசுவதை அப்படியே எழுதவும் முடியும் என்று செங்கிஸ்கான் அறிந்தபோது மிக்க வியப்பும் மகிழ்ச்சியும் அடைந்தான் என்று வரலாறு கூறுகிறது.

இசையும் அதுபோலவே முதலில் பாடப்படுவது. மானிடன் இயற்கையிலிருந்து இசையைக் கற்று முதலில் பாடியிருப்பான்.

அதன்பின்பே சுரக்கூட்டங்கள் (Chords) அடுத்து சுரங்கள் என்பதை மானிடன் அறிகிறான்.

ஆனால், இன்று இசை கற்பதில் சுரங்களைப் படித்து, சுரக்கூட்டங்களைப் படித்து (சண்டை வரிசை தாட்டு வரிசை என) பின்பே பாடலைக் கற்கிறோம். இது ஒரு தலைகீழ் முறை. இயற்கையான முறை அன்று.

மொழியையும் தலைகீழாகவே கற்கிறோம். முதலில் எழுத்து ; பிறகு சொற்கள் ; அடுத்து வாக்கியம் என்ற வரிசையில் மொழியைக் கற்கிறோம்.

அதுவும் இயற்கையான முறை அன்று.

மொழியை - பேச்சை வடிவப்படுத்துதலில் மொழியின் எழுத்துகள் துணை புரிகின்றன.

அதுபோல் இசையை வடிவப்படுத்த சுரங்கள் மூலம், பாடல் மூலம் அல்லது குறியீட்டின் மூலம் மொழி துணை புரிகின்றது.

தமிழ் முத்தமிழாகவே பேசப்படுகின்றது. இதில் நடுவண் நாயகமாக என்றும் நின்று வருவது இசைத்தமிழே.

இசையும் தத்துவமும்

"நாம் எல்லாவற்றையும் தத்துவப்படுத்த வேண்டுமா? என்பதை முதலில் தத்துவப்படுத்த வேண்டும்" என்பார் அரிஸ்டாட்டில்.

இசை, அழகியல் (aesthetics) சார்ந்தது. கலைத்தத்துவம் (Philosophy of Art) என்ற தத்துவப் பிரிவில் அடங்குவது இசைத் தத்துவம்.

ஜெர்மனியின் இமானுவேல் காண்ட் போன்ற மேலைநாட்டு, தத்துவ இயலாளர் பலர் கலைத்தத்துவம் குறித்து ஆய்வு செய்துள்ளனர்; சிந்தித்துள்ளனர். உலகிலுள்ள தொன்மையான இனங்களில் தமிழ் இனமும் ஒன்று. மரபார்ந்த இனமாதலால் தமிழர்கள் தங்களுக்குள்

தொன்மையான ஆடல், இசை என்ற கலை மரபுகளைக் காலங்காலமாக வளர்த்துப் பேணிக் கொண்டார்கள்.

தொன்மையான தமிழிசையையும் தத்துவப்படுத்த வேண்டும். தமிழிசைத் தத்துவம் நம் இலக்கியங்களில் நிறைந்து குவிந்துள்ளது.

இந்தியத் தத்துவமானது ஆன்மா, கடவுள், உயிர், கர்மா, மறுபிறப்பு, சொர்க்கம் என்ற கட்டுக்குள்ளேயே சுற்றிச் சுற்றி வருவதாக மேலை நாட்டுத் தத்துவ ஞானிகள் குறை கூறுவார்கள்.

நம்மிடம் தொன்மையான மரபுகள் ஏராளம் உண்டு. அதிலும் இசை மரபு மிகமிகத் தொன்மை உடையது. தமிழ் மொழியை விடத் தமிழ் இசை தொன்மையானது.

தமிழர் வாழ்வியல் நிலம் சார்ந்தது. நால்வகை நிலம் அதற்குரிய பண், பண்ணிசைக் கருவி என்று வகைப்படுத்தி வாழ்ந்தவர் தமிழர்.

சான்றாக நெய்தல் நிலத்தை எடுத்துக் கொண்டால் இரங்கலும், இரங்கல் நிமித்தமும் நெய்தல் நிலத்தின் உரிப்பொருளாகும்.

நெய்தல் நில மக்கள் பரதவர். கடலில் சென்று கடல்வாழ் மீன், சங்கு, முத்து என்று வாழ்பவர்.

கட்டுமரம் கட்டி, கடலில் சென்று கரை திரும்பாத கணவரை நினைத்து காரிகையர் இரங்கிப் பாடும் இரங்கற் பாடல்கள் இந்தளப் பண்ணிலும், ஏழ்பெரும் பண்ணில் தோடியாகவும் உள்ளன. இரண்டு பண்களும் அவலச் சுவை நிறைந்தவை.

"நுளையர் விளரி நொடி தரும் தீம்பாலை" என்று விளரிப் பாலையை (தோடி) நொடி தரும், துன்பம் தரும் பண்ணாகவே அதாவது இரங்கற்சுவைப் பண் என்றே இளங்கோ அடிகள் கூறுவார்.

கோவைகளில் சிறியது, பெரியது உண்டு, ரி[1], ரி[2] என்பதைப் போல; நமது இலக்கியங்கள் வன்சுரம் மென்சுரம் என்றெல்லாம் பேசும். நிறை, குறை, கோமளம், தீவிரம் என்றும் சொல்வார்கள்.

இனி நெய்தல் நிலத்திற்குரிய பண்களாக இந்தளம், மற்றும் தோடிப் பண்களை பழந்தமிழர் வகுத்தனர். சிலம்பில் கானல் வரியில் இளங்கோ இப்பண் வருமுறை கூறுவார்.

அவைகளில் சுர நிரல்களாவன ;

இந்தளம் : ச க^1 ம^1 த^1 நி^{1}

தோடி : ச ரி^{1} க^1 ம^1 ப த^1 நி^{1}

இந்த இரண்டு பண்களிலும் உள்ள சுரங்கள் மென்சுரங்கள்.

மென்சுரங்கள் இரங்கற்சுவையைத் தருவன. நெய்தல் நிலத்திற்கு உரிய உரிப் பொருளான இரங்கலுக்கு இரங்கற் பண்களை தமிழர் வகுத்துள்ளனர். நிலத்திற்கான உரிப்பொருளும் நிலத்திற்கான இசையும் ஒத்துச் செல்கிற மாண்பு வியப்பிற்குரியது.

தமிழரின் இந்த இசை அழகை (Musical Aesthetics) நாம் தத்துவப்படுத்த வேண்டும்.

நம் இசைமரபில் இசைச் சிந்தனை நெடுகவே நிறைந்துள்ளது. அவற்றைத் தேர்ந்து தத்துவப்படுத்தினால் தமிழன்னைக்கோர் புதிய அணிகலன் கிடைக்கும். எதிர்காலச் சந்ததியினருக்கு - வளமான சிந்தனைக்கு அது ஊற்றுக் கண்ணாக விளங்குவதுடன் நமது வேர்களும் தெரியவரும். எனவே புதிய பூக்களும் மலரும்.

இசையும் மருத்துவமும்

மானிடர்க்குத் துன்பம் விளைவிப்பதில் நோய் தலையாய ஒன்று. நோயற்ற வாழ்வே குறைவற்ற செல்வம். மருந்து மருத்துவம், ரெய்கி, பிரானிக்கல் மருத்துவம் போன்று இன்று இசை மருத்துவமும் முன்னிலை பெற்று வருகிறது. குறிப்பாக மனநல மருத்துவத்தில் இசை பெரும்பங்காற்றி வருகிறது. தூக்கம் நோயாளியின் கண்களைத் தழுவினால் அவன் நோய் நீங்கப் பெறுகிறான். நோயாளிகளின் மனம் அமைதி பெற்று நோய் நீங்க சாவேரிப் பண் முக்கியப் பங்கு வகிக்கிறது.

நோய்வாய்ப்பட்ட தன்னுடைய தந்தையாருக்கு இந்தப் பண் பாடி மருத்துவ நலமளித்ததாக குன்னக்குடி வைத்தியநாதன் என்ற வயலின் இசைமேதை குறிப்பிடுகிறார்.

ஆனந்தபைரவிப்பண் இரத்த அழுத்தத்தைக் குறைப்பது அறியப்பட்டுள்ளது.

தீபக் பண் பாடி அக்பரின் மகளுக்கு வெப்ப நோயைத் தீர்த்த, அக்பரின் அவைக்களப்புலவர் தான்சேன், தானே அந்த நோயால் தாக்கப்பட்டார்.

அப்போது அவரது மகன் பிலாஸ்கான் சுரமல்கார் என்ற துர்கா (சுத்த சாவேரி - பழந்தக்கராகம்) பண் பாடி தான்சேனின் வெப்ப நோயைத் தீர்த்து வைத்தார்.

இவ்வாறு, நமது சுத்த சாவேரிக்கு உடலின் வெப்பத்தைத் தணிக்கும் தன்மை உண்டு என்று அறிந்துள்ளனர்.

செந்திறம் என்ற மத்யமாவதிப்பண் உணர்வுகளின் ஏற்ற இறக்கத்தைச் சமன்படுத்தி உள்ளத்தில் சமநிலை *(Normalcy)* உணர்வை உருவாக்கும். இசை நிகழ்ச்சியில் ஏதாவது ஒரு சுவை (வீரம், சோகம்) கூடுதலாக இருந்திருக்கலாம். அதைச் சமன் செய்ய இறுதியில் மத்யமாவதிப் பண் பாடப்படுகின்றது.

இவ்வாறு இசை மானிடனின் நோயைக் குணமாக்கி மன அமைதியையும், உடல் அமைதியையும் உருவாக்குவதில் பெரும்பங்கு வகித்து வருகிறது.

நமது ஏழிசையில் பாலை நிலத்திற்கான பண் மருவின்பாலை, நடுவண்பாலை என்று பெயர் பெறும் அரும்பாலை என்ற சங்கராபரணம் ஆகும்.

இந்தப் பண்ணின் உயர்தனிச் சிறப்பைச் சங்கச் சித்திரம் ஒன்று நமக்கு அளிக்கிறது ஒளிப்படம் போல்:

'ஆறலைகள்வர் படைவிட அருளின்

மாறுதலைப் பெயர்க்கும் மருவின்பாலை''

-பொருநராற்றுப்படை அடி 21.

பாலைநிலத்தின் ஆறலைக்கள்வர் கொள்ளை அடிக்க முயற்சித்து, கொலை வாளுடன் நின்றபோது பாணர் சங்கராபரணப் பண்ணைப் பாடுகின்றனர். கொடுமனக் கள்வர் கொலைக்கருவிகளைக் கீழே போட்டு விடுகின்றனர். மறம் என்ற கொடும் செயலையும் மாற்றும் பண்பு இந்தப் பண்ணுக்கு உண்டு என்பதே இச்சான்றோர் பாடல் நமக்கு அளிக்கும் செய்தி.

ஆயகலைகள் அறுபத்து நான்கில் நுண்கலைகள் அய்ந்து. இசை, நாட்டியம், கட்டிடக்கலை, சிற்பக்கலை, சித்திரக்கலை. அவற்றில் தலையாயது இசைக்கலை. அறுபத்து நான்கு கலைகளிலும் முதன்மையானது, முதலாவதாகக் குறிப்பிடப்படுவது இசைக் கலையே.

5000 ஆண்டுகாலத் தொன்மையுடையது நமது இசைப் பாரம்பரியம்.

மானிடச் சமூகத்தைச் செம்மைப்படுத்தி அற வழியில் செயல்பட வைத்து தனிமனித அமைதியையும் சமூக அமைதியையும் ஏற்படுத்துவதில் நம் இசை மிகப் பெரிய பங்களிப்பைச் செய்து வருகிறது.

நேர்காணல்

கர்நாடக இசை, தமிழிசை என்று எதிரும், புதிருமான ஒரு நிலைப்பாடு இருக்கு. இப்போ தமிழிசை அதைப்பற்றிச் சொல்றதுக்கு முன்னாடி, கர்நாடக இசை பெயர்க் காரணம் என்ன? அதைப்பற்றிச் சொல்லிட்டா நல்லா இருக்கும். அதைப் பற்றிக் கொஞ்சம் விரிவா சொல்லுங்கய்யா?

இந்த கர்நாடக இசை அப்படிங்கறது 'கர்நாடக சங்கீதம்'; 'கர்நாடகம்' அப்பிடிங்கறதெல்லாம் அண்மைக் காலத்துல ஏற்பட்ட ஒரு பேர். ஒரு முந்நூறு ஆண்டுகளுக்குள் ஏற்பட்ட ஒரு சொல்லாடல் அது. பெயர்க் காரணம் என்னண்ணு பார்த்தீங்கன்னா ரெண்டு காரணம் சொல்றாங்க. 1. விந்திய மலைக்குத் தெற்கிலுள்ள பகுதியான தென்னிந்தியா முழுக்க கர்நாடகம்னு ஒரு பேர் இருந்திருக்கு. ஆற்காட்டுல நடந்த போரைக்கூட வெள்ளையர்கள் கர்நாடக யுத்தம்ன்னு சொல்லுவாங்க.

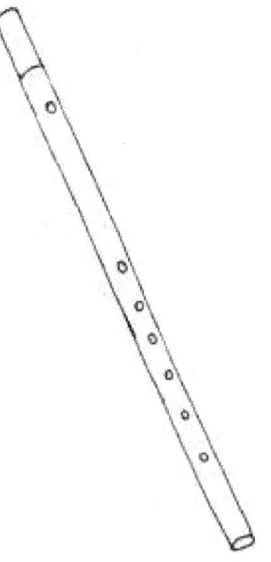

ஆற்காடு நவாப்பைக்கூட கர்நாடக நவாப்புன்னுதான் சொல்றாங்க. இன்னொரு காரணம் கர்நாடகம்னா பழமையானது. கிராமப்புறங்கள்ல பார்த்தீங்கன்னா சுத்த கர்நாடகமா இருக்கானேன்னு சொல்லுவாங்க. ஒரு பழமையான ஆளுஙங்கறத அப்படி சொல்றது. இந்தச் சொல்லைப் பத்தி நாம இன்னும் சில ஆய்வுகள் பண்ணோம்னா ஒரு முந்நூறு ஆண்டுகளுக்குள்ளதான் இந்தக் கர்நாடக இசைங்கற பேரே நம்முடைய இசைக்கு ஏற்பட்டிருக்கு; அதுக்கு முன்னால பார்த்தீங்கன்னா நம்ம இசைக்கு பேரே இன்னிசைங்கறதுதான். 'நாளும் இன்னிசையால் தமிழ் பரப்பும்', நம்ம சங்க இலக்கியம், தேவாரம் எல்லாத்துலேயும் இன்னிசைன்னுதான் இருக்கு. ஒரு சில நூல்கள்ல நாம் பார்த்தோம்னா 'சுரமேள கலாநிதி' ராமமாத்தியர் எழுதினது 1550ல் எழுதுறாரு. அந்த நூல்ல கர்நாடக சங்கீதம், என்கிற ஒரு சொல் கிடையாது. ராகவிபோதம் சோமநாதர் எழுதினது, 1609ல். அதுல அந்த மாதிரி ஒரு சொல் இல்ல. 'சங்கீத சுதா' கோவிந்த தீட்சிதரு எழுபத்திரண்டு மேளகர்த்தா ராகப் பெயர்களுக்கு மூலமாக இருந்தவரு. 1614ல் அந்த நூல்ல இந்த கர்நாடக இசை பத்தியெல்லாம் இல்லை. சதுர்தண்டி பிரகாசிகை வேங்கடமகி எழுதினது. 72 மேளகர்த்தா திட்டத்தைக் கொண்டுவந்தவர். அதுலேயும் கர்நாடக இசைங்கற தனிப்பட்ட வார்த்தை எல்லாம் இல்லை. ஆனா, இவங்க எல்லாம் ரொம்ப நாளா சொன்னது என்னன்னா ரெண்டு சான்று சொல்றாங்க; அதுக்கு முதல்ல ஒரு சான்று சோமேஸமல்லர் என்ற ஒரு மன்னர் விந்திய மலைப்பகுதிகளில் ஆண்டதாக ஒரு வரலாறு இருக்கு. அவர் 1131-ல் மானச சொல்லேசம் அப்படின்னு ஒரு நூல் எழுதியிருக்காரு. அதுல கர்நாடக சங்கீதம்ங்கறது வருதுன்னு அவங்க சொல்றாங்க. ஆனா அவர் அந்தப் பகுதிக்கு கர்நாடகம் என்று சொல்றாரே தவிர இசைக்கு கர்நாடகம்னு சொல்லல. அடுத்து பார்த்தீங்கன்னா ஹரிபாலர் சங்கீத சுதாகரம் 1309ல் எழுதினது. கிட்டத்தட்ட 14ஆம் நூற்றாண்டு. அந்த நூல்ல கர்நாடகம்னு ஒரு சொல் இருக்குன்னு ரொம்ப நாளா ஒரு ஸ்லோகத்தை சொல்லிக்கிட்டிருந்தாங்க. இது பற்றி ஆய்வு பண்ணி

சென்னை மியூசிக் அகாதெமியில் டில்லி வானொலி நிலையத்தைச் சேர்ந்த இராமச்சந்திரன்ங்கற ஒருத்தர் கட்டுரை வாசிக்கிறார். இது 27ஆவது கான்ப்ரன்ஸ்ல நூலா வந்திருக்கு. அதுல 91ஆவது பக்கத்துல இருந்து 93ஆவது பக்கம் வரை கட்டுரையா வந்திருக்கு. அவருடைய கண்டுபிடிப்பு என்னன்னா ரொம்ப நாளா ஹரிபாலர் எழுதிய சங்கீத சுதாகரம்ங்கற நூல்ல இருக்கிற ஸ்லோகத்துல கர்நாடகம்ங்கற வார்த்தை இருக்குன்னு சொல்லிக்கிட்டிருந்தாங்களேஅந்த ஸ்லோகம் இடைச் செருகல் என்று கண்டுபிடிச்சு அவர் கட்டுரை வாசிக்காரு. இதுலே இருந்து என்ன தெரியுதுன்னா கர்நாடக சங்கீதம் என்பது ரொம்ப பழமையானதுங்கறத காட்டுறதுக்காக. அண்மைக் காலத்துல தான் சில பிரயத்தனங்களல்லாம் நடந்துருக்கு. ஆனா சுமார் ஒரு முந்நூறு ஆண்டுக்கு உட்பட்டுதான் இந்தப் பெயர் வந்திருக்கு நம் இசைக்கு.

தமிழிசைதான் கர்நாடக இசை - அதில் சந்தேகமில்லை. உங்கள் கூற்றுப்படி; பொதுவாக என்னுடைய கருத்தும் அதுதான். ஆனால் கர்நாடக இசைக்கும் தமிழிசைக்கும் ஏதாவது வேறுபாடு உண்டா?

பெயர் மட்டும்தான் மாறிப்போயிருக்கு. பிற்காலத்துல வடமொழியாக்கம்னு ஒண்ணு நடந்துருக்கு. எல்லாப் பெயர்களையும் வடமொழிக்கு மாத்றது. நம்மளோட ஊர்ப்பேரு. நீங்க பாத்தீங்கன்னா திருமறைக்காடு, வேதாரண்யமானது ; குரங்காடுதுறை கபிஸ்தலமானது. இப்படி எல்லாம் மாற்றியிருக்காங்க. இப்ப திருவையாறு, தியாகபிரம்மம் அவருடைய திருவையாற்றைக்கூடப் பஞ்சநதீஸ்வரம்னு மாற்ற யாழ்ப்பாணத்தை - வீணாகானபுரம் என்றெல்லாம் மாற்ற முயற்சியெல்லாம் நடந்தது. ஆனா அது நிலைக்கல. இப்படி ஊர்ப் பேரெல்லாம் கூட வடமொழிக்கு மாத்தினாங்க ; சாமி பேரக்கூட மாத்தினாங்க. அங்கயற்கண்ணிங்கறதை மீனாட்சின்னு மாத்தறது. இப்படியெல்லாம் வட மொழியாக்கம் நடந்தது. அதுல வந்து தமிழிசைங்கற அடையாளத்தை அழிப்பதற்காகக் கண்டுப்பிடிச்ச ஒரு சொல்தான் கர்நாடக சங்கீதம்

அப்படிங்கறது. இன்னைக்கு வந்து எதிரும் புதிருமான ஒரு பார்வை இருக்கு. இரண்டு இசையும் ஒண்ணுதான். பெயர் மட்டும்தான் மாறியிருக்கு. பெயர் மாறி இருக்கறதுனால ஊர் மாறிப்போறது இல்ல. சாமி மாறப்போறது இல்ல. ஊர் அப்படியேதான் இருக்கு. ஆறு அப்படியேதான் இருக்கு. சாமி அப்படியேதான் இருக்கு. பேர் மட்டும்தான் மாறியிருக்கு. இந்த அடிப்படையைப் புரிஞ்சிக்கணும். அடுத்து இந்தத் தமிழிசை அதன் தொன்மை எல்லாமே எல்லாருமே சொல்றாங்க. அத ஏத்துக்கொள்ளக்கூடிய ஒரு மனப்பக்குவம் வேணும். சங்கீத விமர்சன சக்கரவர்த்தி சுப்புடு ஒருமுறை சொல்லும்போது சொல்றாரு, 'ஒன்று நிதர்சனம் ஆகிறது. தென்னாட்டு இசை எந்த இசையாக இருப்பினும் அது தமிழிசை இலக்கணத்தை அடிப்படையாகக் கொண்டது என்பது நிச்சயம்' என்று.

நம்ம செம்மங்குடி சொல்வது, ''தமிழக இசை மரபு மூவாயிரம் ஆண்டு பழமை உடையது. இது சங்க காலம் தொடங்கி இன்றுவரை பலவாறு வளர்ந்து செழுமை அடைந்துள்ளது''. இந்திய இசைக் கருவூலம் திரு. பக்கிரிசாமி பாரதி எழுதினது. அவர் இசைக் கல்லூரி முதல்வரா இருக்காரு. அவருடைய நூல்ல இந்தச் செய்திய ரெண்டு கடிதமாக அவங்க எழுதியிருக்காங்க. இதுலே இருந்து பார்த்தீங்கன்னா கர்நாடக இசை விற்பன்னர்கள், மேதைகள் இவங்க எல்லாருமே இதை ஒத்துக்கறாங்க. ஆனா சில கர்நாடக இசைக்காரங்க என்ன பண்றாங்கன்னா தமிழ் அடையாளமே இருக்கக்கூடாதுங்கறதுக்காக ஏற்கனவே சொன்ன மாதிரி யாழ்ங்கற ஒண்ணு இருந்தது. அது ஏற்கனவே மறைந்துவிட்டது. வீணை அது வேதத்துலேயிருந்து வந்ததுங்கற ஒரு கருத்து மாதிரி தமிழிசைங்கறது மறைஞ்சிபோச்சு; இன்னைக்கு இருக்கிறது கர்நாடக இசை ; அதை உருவாக்குனவங்க எல்லாம் புரந்தரதாசர், அன்னமாச்சாரியர் ; கர்நாடக இசை மும்மூர்த்திகள் அப்படின்னு ஒரு பார்வையைக் கொண்டு வந்து மக்கள் மத்தியில் ஊடகத்தின் வாயிலாக வலிமையாக ஒரு பிரச்சாரம்

நடந்துக்கிட்டிருக்கு. இப்ப தமிழிசைக்காரர்கள் அவர்களை எதிர்ப்பதற்கு இதுதான் காரணம். ஆக எதிரும் புதிருமான ஒரு பார்வை இருக்கு. புரிதல் வேணும். தொடக்கத்திலேயே சொன்னேன். தமிழிசையும், கர்நாடக இசையும் ஒண்ணுதான்னு. இப்போ இதைக் கர்நாடக இசையிலேயிருந்து வேறுபட்டது தமிழ் இசைன்னு காட்டறதுக்காக சில வேலைகளெல்லாம் நடந்திருக்கு. இதை ஒரு இயல்பா நடந்ததுன்னு நாம எடுத்துக்க முடியாது. இது ஓர் இசை அரசியல்.

பன்னிரெண்டு சுரங்கள்தான் தான சுரங்கள். ஏழு சுரங்கள்னு சொல்லுவோம் இசைக்கு. அதுல சட்சம், பஞ்சமம் அசல சுரங்கள் என்பாங்க. மீதி இருக்கக் கூடிய ஐந்து சுரங்களுக்கும் ரெண்டு ரெண்டு வகைகள் இருக்கும். வன்மை, மென்மை அப்படிங்கறது. காந்தாரத்த எடுத்துக்கிட்டோம்னா சாதாரண காந்தாரம், அந்தர காந்தாரம்னு ரெண்டு இருக்கும். ஆக மொத்தத்துல பன்னிரெண்டு சுரஸ்தானங்கள் ஐரோப்பிய இசையிலும் இந்துஸ்தானி இசையிலும் இப்படியே ; உலகமெங்கும் பார்த்தீங்கன்னா இதே முறைதான்.

இன்னைக்கு ஆர்மோனியத்துல, கீ போர்டுல பார்த்தோம்னா 12 சுரக் கட்டைகள்தான் இருக்கும். கோவிந்தாச்சாரி, வேங்கிடமகி இந்த மாதிரி ஆட்களெல்லாம் என்ன பண்ணாங்கன்னா ஒரு காந்தாரம்னா அதை மூணாப் பிரிக்கிறது. ஒரு ரிஷபம்னா அதை மூணாப் பிரிக்கிறது. இந்த மாதிரி வேலைகளைப் பண்ணி பதினாறு தான சுரங்களா முதல்ல பண்ணாங்க. அதுலேருந்து எழுபத்திரண்டு மேளகர்த்தா திட்டம் ஒண்ணைப் புதுசா உருவாக்கினாங்க. ஆனா, தமிழிசையில் பன்னிரு கால் திரிக்கப் பன்னிரு பாலை வரும்ங்கிறது அடியார்க்கு நல்லார் கூற்று. இது உலகெங்கும் இருக்கக் கூடியதுதான். இவங்க இதைப் புதுசா பதினாறா ஆக்குறாங்க. ஆனா ஆக்கிட்டு இன்னொன்னும் சொல்றாங்க. சட்சுருதிரிசபம், சுத்த காந்தாரம் ஒண்ணுதான்னு சொல்லுவாங்க. இதான் வேடிக்கையான ஒரு விஷயம். இதை பி.சி. தேவான்னு வடநாட்டு இசை மேதை, ரொம்ப கிண்டலா நக்கல் பண்ணி

எழுதியிருப்பாரு. வெறும் பேர வச்சே குழப்பறாங்கன்னு சொல்லுவாரு. ரெண்டுமே ஒண்ணுதான். ஆனா ரெண்டும் வெவ்வேறு சுரங்கள்னு சொல்றது எப்படின்னா? கிராமத்துல ஒரு பழமொழி சொல்வாங்க. ஆல இலை எப்படி இருக்கும்னா? புளிய இலை மாதிரி வேலியில் படர்ந்திருக்கும்னு சொன்னான் ஒருத்தன், அந்த மாதிரி ஒரு செயற்கையாகச் செய்த முறை, அந்த மாதிரி எழுபத்திரண்டு மேளகர்த்தா திட்டத்தை உருவாக்கி இந்த எழுபத்திரண்டு மேளகர்த்தாவையும் வலிமையா அவங்க பிரயோகம் பண்ணி இதுலேயிருந்துதான் எல்லா இசையும் உருவாகுதுன்னு சொல்லிச் செயற்கையா ஒரு முறையைச் சொல்லிக்கிட்டிருக்காங்க, பதினாறு சுரங்களாக்கலாம், முப்பத்திரெண்டு சுரங்களாக்கலாம். ஆனா அதெல்லாம் தியரிதானே தவிர பிராக்டிகல் ஆகாது. ஒண்ண மட்டும் நாம புரிஞ்சிக்கணும், இசை என்பது நுண்கலைகளில் தலையான நுண்கலை ; ஒரு நுண்கலை அப்படின்னா அத சிரமப்பட்டுத்தான் ரசிக்க முடியும். இன்னும் மேலே அதுல சிரமத்த உண்டு பண்ணோம்னா அந்த இசையிலேயிருந்தே ரொம்ப பேர் ஓடிப் போயிடுவாங்க.

இன்னிக்கு கர்நாடக இசைக்கு ஆள் கிடைக்கலேன்னு சொல்றாங்க. நீங்க மதுரையில் வந்து பாருங்க. மதுரை மாநகராட்சிக்குள்ள பதினைந்து லட்சம் பேர் இருக்காங்க. இங்க ஒரு கர்நாடக இசைக் கச்சேரி நடக்கட்டும். ஐம்பது பேருக்கு மேல ஆள் இருக்கமாட்டாங்க. அதே நேரத்துல ஒரு எஸ்.பி. பாலசுப்ரமணியமோ, ஒரு கங்கை அமரனோ அல்லது இளையராஜாவோட கச்சேரி இருந்ததுன்னா பத்தாயிரம் பேர் வராங்க. மக்கள் வந்து அவங்களோட இசை எதுங்கறதை நல்லா தெரிஞ்சி வச்சிருக்காங்க. நம் இசையில் செயற்கையான ஒரு முறையை உருவாக்கினதால் அது மக்களைச் சென்றடைய முடியவில்லை. கர்நாடக சங்கீதத்தின் பின்னடைவுக்கு இது ஒரு காரணம். இப்படி எல்லாம் சிலத உருவாக்கி வச்சிக்கிட்டு இது தான் கர்நாடக இசை, தமிழிசையிலேருந்து இது வேறுபட்டது அப்படின்னு சொல்றாங்க.

ஐயா, கர்நாடக இசையில நீங்க குறிப்பிட்டது போல எழுபத்தி ரெண்டு மேளகர்த்தா மட்டும் இல்லாம இன்னும் இந்த பஞ்சமத்தை அடிப்படையா வைத்து அச்சுத பஞ்சமத்தை உண்டாக்கினாங்க, அறிமுகப்படுத்தினாங்க அது பத்தி ... உங்க கருத்து என்ன?

72 மேளகர்த்தாவில் பஞ்சமத்தை எடுத்துட்டு ரெண்டு மத்திமத்தை வச்சு இன்னும் 36 ராகங்களை உருவாக்கலாம். பேக்கட மத்திமம்னு இன்னொரு 3ஆவது மத்திமத்த சொல்றாங்க. அதாவது திஸ்சுருதி மத்திமம்னு சொல்வாங்க. இப்ப இன்னொரு முறையில பிரதி மத்திமம் திஸ்ருதி மத்திமமும் வச்சு இன்னொரு 36 இப்படி நாம பெருக்கிக்கிட்டே போகலாம். ஆனால், இசை என்பது ஒரு நிகழ்கலை என்பதை நாம் மறக்கவே கூடாது. வெறும் தியரியை மட்டும் வச்சிக்கிட்டு நிகழ்கலையை நிகழ்த்திக் காட்ட முடியாது; இசைங்கறது பாடிக் காட்டணும்.

பேக்கட மத்திமம்னு ஒண்ணு கிடையாது. அதெல்லாம் கிரேஸ் *(GRACE)* நோட்டு; கமகச்சுரம்தான் அதெல்லாம். கால்சுரம் அரைக்கால் சுரம் மாதிரி. நான் ஒண்ணு கேக்கறேன். நீங்க கரகரப்ரியா, காந்தாரத்தச் சொல்லிக் கொடுக்கும்போது தோடியினுடைய காந்தாரம் வேறு. கரகரப்ரியாவோட காந்தாரம் வேறு; கரகரப்பிரியா காந்தாரத்தை விட தோடி காந்தாரத்தை இன்னும் கொஞ்சம் மென்மையா பிடிக்கணுன்னு சொல்வாங்க. என்ன காரணம்னா தோடி காந்தாரத்தின் வைப்ரேஷன்லேயிருந்து கரகரப்பிரியா காந்தாரத்தின் வைப்ரேஷன் கொஞ்சம் கூடுதல். ஆனா, தியரியா சொல்லும்போது சாதாரண காந்தாரம்னு சொல்லுவாங்க. இப்ப இதவச்சிக்கிட்டு பேக்கட மத்திமம் மாதிரி தோடிக் காந்தாரம், கரகரப்ரியா காந்தாரம் வச்சுக்கிட்டு அத ஒரு 36 ராகமா நாம உருவாக்க முடியுமா? இதெல்லாம் தியரியா எழுதி நாம புத்தகத்துல வச்சிக்கலாமே தவிர பிராக்டிக்கலா நாம பண்ண முடியாது.

இப்ப இராகங்கள்னு எடுத்துக்கிட்டோம்னா கோடிக்கணக்குல இராகங்கள் உருவாக்கலாம். ஆனா வெறும் ஆரோகணம்,

அவரோகணம் எழுதிக்கிட்டிருக்கிறது மட்டும் இசையில்ல. பாடறதுக்கு இனிமையா இருக்கணும். பாட முடியணும். கேட்பதற்கு சுவையா இருக்கணும். அதான் ரொம்ப முக்கியமானது. அதனால பேக்கட மத்திமம் அப்படி இப்படியெல்லாம் புதுசு புதுசா சொல்றதெல்லாம் ஒண்ணும் கிடையாது. அதெல்லாம் கிரேஸ் நோட்ஸ்தான். கமகங்கள், தமிழ் இலக்கியங்களில் இந்த கமகங்களை, இசை எழால்கள் என்று கூறியுள்ளனர்.

கர்நாடக இசை மும்மூர்த்திகளில் ஒருவரான தியாகராசரை ஒரு சாரார் மிக உயர்த்திப் பிடிச்சிட்டு இருக்காங்க இல்லியா? அவரப் பத்தி கொஞ்சம் விளக்கமாகச் சொல்லுங்க?

தியாகராஜருடைய வாழ்க்கையை நாம் பாத்தோம்னா மிக உயர்ந்த மனிதர். அதில் எந்தவித சந்தேகமும் இல்லை. நல்ல தாய்மொழிப்பற்று உடையவரு. அவரு தமிழ்நாட்டுல இருந்தாலும் அவர் பாடினது எல்லாம் தெலுங்கில், அவர் தாய்மொழியில்தான். அந்தத் தாய்மொழிப் பற்று ஒவ்வொரு தமிழனுக்கும் வந்தாச்சுனா இந்தத் தமிழிசை தமிழிசைன்னு நாங்க சொல்லிக்கிட்டிருக்க வேண்டிய அவசியமே ஏற்படாது.

அடுத்துப் பாத்தீங்கன்னா அவரு உஞ்சவிருத்தி செஞ்சுதான் அவருடைய வாழ்க்கையைக் கழிச்சிருக்காரு. அவரு பணத்துக்கு எல்லாம் ஆசைப்படல. மிக உயர்ந்த ஆனால் எளிமையான வாழ்க்கையை மேற்கொண்ட பெரியவர். அவருடைய 'எந்நாளு திரிகேதி'ங்கற மாளவ ஸ்ரீராகப் பாடல்லயே பார்த்தா உப்பு, கற்பூரம் கூட உஞ்ச விருத்தி மூலம்தான் அவர் வாங்கியிருக்காரு. எவ்வளவு எளிமையான வாழ்க்கை! அதே நேரத்துல அவரை தஞ்சை சரபோஜி மன்னர் அரண்மனைக்குப் பாடக் கூப்பிடறாங்க. எல்லாரும் போறாங்க. பெரிய சன்மானம் எல்லாம் கிடைக்கும். வாழ்க்கை ரொம்ப வளமா இருக்கும்னு எல்லாம் சொல்றாங்க. ஆனா அவர் அதையெல்லாம் விரும்பல. விரும்பாம நான் அரண்மனைக்கெல்லாம் வரமுடியாதுன்னு

சொல்லிட்டு, 'நிதிசால சுகமா'ன்னு கல்யாணியில உருப்படி பாடியிருக்காரு. அதாவது வாழ்க்கைக்கு பொன், பொருள் இவைமட்டும் சுகத்தைத் தரக்கூடியவை இல்லன்னு பாடறாரு. இப்படியெல்லாம் ஒரு எளிமையான வாழ்க்கை மேற்கொண்ட பெரிய மகான் அவர்.

அடுத்து மிகச் சிறப்பாக இசைக் கலைஞர்களைப் பாராட்டக்கூடிய மனப்பக்குவம் அவர்கிட்ட இருந்தது. அவர் காலத்துல சட்கால கோவிந்தமாரார்னு ஒருத்தர் வராரு. பழைய பாணர் மரபில் வந்தவர். சோபான இசை பாடுகிறவர். அவரு கேரளத்துலேயிருந்து வராரு. நம் இசையில் பார்த்தீங்கன்னா ரெண்டு காலம் பாடறது இல்லன்னா மூணு காலம் பாடறது. ஆனா சட்கால கோவிந்த மாரார்ங்கறவரு ஆறு காலத்துல பாடக் கூடியவரு. தியாகராஜர் வீட்டுக்கு வந்து பாடுறாரு. தியாகராஜருக்கே பெரிய ஆச்சர்யம். அவருடைய இசை காலக் கணக்கு, தாளக்கட்டெல்லாம் கொஞ்சம்கூட பிசகாம இருக்குன்னு ரொம்ப மகிழ்ச்சியா இருக்கு. அப்ப தியாகராசர் ஒரு பாடல் பாடுவாரு. 'எந்தரோ மகானு பாவுலு'ன்னு ; ஸ்ரீராகத்துல, அவர பாராட்டுறாரு. சமகால இசை அறிஞர் ஒருவடைய திறமையைப் பார்த்து வியந்து பாராட்டக்கூடிய ஒரு மனப்பக்குவம் இருந்தது.

அடுத்து சியாமா சாஸ்திரியினுடைய ஒரு மாணவர் தாசரின்னு ஒரு நாகசுரக் கலைஞர் இருக்காரு. சியாமா சாஸ்திரி பார்த்தீங்கன்னா அவர் இசை கத்துக்கிட்டதெல்லாம் நாகசுரக் கலைஞர்களிடத்துல தான். அவருடைய சீடர்கள் பெரும்பாலும் நாகசுரக் கலைஞர்களாகத்தான் இருந்தாங்க. சியாமா சாஸ்திரியினுடைய கீர்த்தனைகள்ளாம் சேகரிச்சு அதை வெளியிட்டு பத்திரப்படுத்தறது எல்லாம் இந்த நாகசுர கலைஞர்கள்தான் செய்றாங்க. அப்ப அவருடைய சீடர் நம்ம தாசரி, அவர் பாடும்போது சுத்த சாவேரி ராகத்தை (துர்கா) அதனுடைய அழகு எல்லாத்தையும் கொட்டி முழக்கிப் பாடுறாரு. தியாகராஜருக்கு வீட்ல இருக்க முடியல. வெளியில வந்து அவர்ட்ட கேக்கறாரு ''நீ இவ்வளவு அருமையா பாடுறியேப்பா நீ பின்னால ஒரு பெரிய நாகசுர

வித்துவானா வருவே''ன்னு பாராட்டுறாரு. அப்ப அந்த தாசரிங்கறவரு பாடியது சுத்த சாவேரி இராகம். 'தாரிணி தெலுசு கொண்டி'ன்னு. மிகச் சிக்கலான ராகம் அது. சிக்கலான பாடலும் அது. அத அற்புதமா அந்த நாகசுரக் கலைஞர் பாடுறாரு. தியாகராசருக்கு ரொம்ப வியப்பா இருந்தது. நாகசுரக்காரரை ரொம்பவே பாராட்டுகிறார். இப்படி ஒரு மனப்பக்குவம் அவரிடம் இருந்தது.

அவர் காலத்துல இருக்கக்கூடிய இருநூறு பண்களைப் பாடிப் பதிவுப் பண்ணியிருக்காரு. இன்னைக்கு ஏதவாது ஒரு இராகம் எப்படி இருக்குன்னு பார்க்கணும்னா தியாகராஜர் பாடலைத்தான் நாம் பாக்கவேண்டியிருக்கு. இதெல்லாம் ரொம்ப பெரிய விஷயங்கள்; அப்படியான உண்மையான பெருமைகளையெல்லாம் விட்டுட்டு இந்த கர்நாடக இசைக்காரர்களெல்லாம் சங்கீத மும்மூர்த்தி, அதுல மூத்தவர் வந்து தியாகராஜர் அப்படின்னு சொல்லி, என்னவோ இந்த இசையையே அவர்தான் கண்டுபிடிச்ச மாதிரியும், அவருக்கு முன்னாடி இசையே இல்லாத மாதிரியும் ஒரு பொய்யான, ஒரு மாயமான தோற்றத்தை உண்டு பண்ணி அவருடைய பெருமைக்குப் பெருமை சேர்ப்பதா நினைச்சி அவ்வளவு பெரிய மகானுக்குச் சிறுமை பண்ணிக்கிட்டிருக்காங்க.

சங்கீத மும்மூர்த்திகள் தியாகராஜர், முத்துசாமி தீட்சிதர், ஷியாமா சாஸ்திரி போல இதற்கு முன்பாக இந்த இசைக்குப் பாடுபட்ட பெரியவர்கள் இருக்காங்களா?

தியாகராஜருடைய தாயார் சீத்தம்மா, தமிழ்நாட்டுல ஆண்களுக்குப் பாடத் தெரியுமோ தெரியாதோ பெண்கள் நல்லாப் பாடுவாங்க. தாலாட்டுங்கறது தொன்றுதொட்டு நம்ம தாய்மார்கள் பாடக்கூடியது. தியாகராஜர் குழந்தையா இருந்தபோது சீத்தம்மா தியாகராஜரைத் தொட்டிலிலிட்டு தாலாட்டுப் பாடியிருப்பாங்க. அது வந்து என்ன இசைன்னு நாம பார்க்கணும். சீதம்மாவினுடைய அப்பா காளகஸ்தி ஐயர்; அவர் தஞ்சை அரண்மனை வீணை வித்வான். அவரிடமிருந்து

சீதம்மா இசையைக் கத்துக்கிட்டிருக்காங்க. தியாகராஜர் சீதம்மாட்டேயிருந்து இசையைக் கத்துக்கிட்டிருக்கார். நாகசுரக் கலைஞர்களிடம் இருந்து எல்லாம் அவர் இசையைக் கத்துக்குறாரு. இதெல்லாம் வரலாற்றுல மறைக்கப்பட்ட உண்மைகள். ஆனா, தனது தாய்கிட்ட இசையைக் கத்துக்கிட்டவர், அவர்தான் கர்நாடக இசையை உருவாக்கினவருன்னு ஒரு தோற்றத்தை உருவாக்குகிறார்களே, நான் கேட்கிற ஒரு கேள்வி, அவங்க அம்மா தாலாட்டுப் பாடியது எந்த இசை? சீதம்மாவினுடைய அப்பா காளகஸ்தி ஐயர் வீணை இசைத்தது எந்த இசை?

நீங்க பார்த்தீங்கன்னா, தியாகராஜருக்கு முந்தி ஒரு வளமான இசைப் பாரம்பரியம் நம்மகிட்ட இருந்தது. அந்த இசை மரபை உள்வாங்கி அவர் வந்து பாடறாரு. அவருடைய தாய்மொழி தெலுங்குல பாடறாரு. மொழி தெலுங்காக இருந்தாலும் அதுல இருக்கக்கூடிய இசை மரபு அப்படிங்கறது தமிழிசை தான். நீங்க அதுக்கு முன்னாடி பார்த்தீங்கன்னா நிறைய நாகசுரக்காரங்க எல்லாம் இருக்காங்க. புகழ்பெற்ற நாகசுர மேதை எல்லாம் இருந்திருக்காங்க. தேவார இசை பாடிய ஓதுவார்கள், பிடாரர்கள் அவர்களெல்லாம் இருந்திருக்காங்க. ஆழ்வார்களுடைய பாசுரம் பாடக்கூடிய அரையர்கள் இருந்திருக்காங்க. அதற்கு முன்பு பாணர்கள் இருந்திருக்காங்க. வழிவழியாக வந்த ஒரு இசை மரபு தியாகராஜருக்கு முன்னாலேயே, கர்நாடக சங்கீத மும்மூர்த்திகளுக்கு முன்னாலயே இருந்திருக்கு. அந்த இசை மரபைத்தான் இவங்க உள்வாங்கி சிலர் சமஸ்கிருதத்துல பாடியிருக்காங்க. சிலர் தெலுங்குல பாடியிருக்காங்க. சிலபேர் மணிப்பிரவாளம் கலந்த தமிழ்லேயும் பாடியிருக்காங்க.

சியாமா சாஸ்திரி, கௌளி பந்துவில் 'தருணம் இதம்மா'ன்னு பாடியிருக்காரு. இது வந்து தமிழும் வடமொழியும் கலந்த மணிப்பிரவாளம். இப்படியெல்லாம் பாடியிருந்தாலும் மொழிகள்

வெவ்வேறா இருந்தாலும் அதனுடைய இசை தமிழிசைதான். இன்னொரு விசயம் சொல்றேன். மாணிக்கவாசகருடைய தமிழ்ப் பாடலை எடுத்து இளையராஜா சிம்பொனி பண்ணியிருக்காரு. பாடல் தமிழா இருந்தாலும் அதுல இருக்கிற இசை ஐரோப்பிய இசை. அதே மாதிரி தியாகராஜர் இவர்களுடைய பாடல்கள் தெலுங்கில் இருந்தாலும் அதிலிருக்கக் கூடிய இசை தமிழிசைதான்.

இப்ப நீங்கள் சொல்லக்கூடிய பிடாரர்கள், பறையர்கள், விறலியர்கள், பாணர்கள் இந்தப் பரம்பரையினர் இன்னைக்கு எங்கு இருக்காங்கையா?

இப்ப கேரளாவுலயும் தமிழகத்திலயும் இந்த பாணர் பரம்பரை இன்னும் இருக்கு. நம்ம சங்க இலக்கியங்களிலேயே பாணர்கள் மீன் பிடித்தொழில் செய்ததாக இருக்கு. அந்தப் பாணர் குடிப்பெண்கள் மீன் விற்றதாகவும் செய்திகள் வருது. இன்னைக்கும் அவர்கள் கேரளத்துல மீன்பிடித் தொழில்ல இருக்காங்க. பிற்காலத்துல நாவிதர்களாகவும், சலவைக்காரர்களாகவும் கேரளாவுல மாறியிருக்காங்க. தமிழ் நாட்டுலேயும் சில பகுதிகள்ல இன்னும் நமக்கு ஆய்வுகள் செய்ய வேண்டிய பகுதிகள் இருக்கு. பாணர் மரபு தமிழ் நாட்டுல இருக்கறதா சில செய்திகள் வருது.

ஆனா ஒரு சில ஆய்வாளர்கள் என்ன சொல்றாங்கன்னா, இந்தப் பாணர் மரபுதான் இசை வேளாளர் என்ற நாகசுரக் கலைஞர்களாக பின்னால வந்து மாறியிருக்குங்கறாங்க. அந்த விறலியர் மரபு பின்னாடி கணிகையர், அப்புறம் சதிராட்டம் ஆடக்கூடிய அந்தப் பெண்கள் என்று மரபு மாறியதாகச் சொல்கிறார்கள். இன்னும் தமிழகத்தில் பாணர்கள் தையல்காரர், மேஸ்திரிகளாக மாறியிருக்கிறார்கள். செம்படவர்கள் (சவளக்காரர்கள்) என்ற பிரிவாகப் பாணர் மாறியிருக்கிறார்கள். நெல்லை மாவட்ட கடையநல்லூர் நாகசுர மேதை மறைந்த சண்முக சுந்தரம் இந்தப் பிரிவைச் சேர்ந்தவரே! இவை, ஆய்வு செய்யக்கூடிய முக்கியமான இடங்கள்தான்.

சங்கீத மும்மூர்த்திகள் தவிர அதற்கு முன்பாக இசைக்குப் பாடுபட்டவர்கள்?

இப்ப நம்ம தமிழ் இசைல சொல்லும்போது தமிழிசை ஆதி மும்மூர்த்திகள் அப்படின்னு நாம சொல்றோம். முத்துத் தாண்டவர், மாரிமுத்தாப் பிள்ளை, அருணாச்சலக் கவிராயர். முத்துத் தாண்டவரெல்லாம் 18 ஆம் நூற்றாண்டு. தியாகராஜருக்கு 200 ஆண்டு முற்பட்டவர் முத்துத்தாண்டவர். இன்னைக்கு கீர்த்தனை, கிருதி தெலுங்குக் கீர்த்தனை எல்லாம் பாடிக்கிட்டிருக்காங்க. ஆனா இவங்களுக்கு முன்பு முதல்ல முத்துத்தாண்டவர்தான் தமிழில் கீர்த்தனை பாடியிருக்கிறார்.

கீர்த்தனை வரலாறு எடுத்துக்கிட்டோம்னா, முதலில் கீர்த்தனை பாடியவர் ஆதிமூர்த்திகள்ல மூத்தவர் முத்துத்தாண்டவர்தான். அதுமட்டுமல்ல, தமிழ்ல முதல் முதலில் பதம் பாடியவரும் அவர்தான். இன்னைக்கு நாட்டிய அரங்குல பார்த்தீங்கன்னா, பதம்ங்கறது நாட்டியம் ஆடுவதற்கு மிக முக்கியமான ஒன்று. அகப்பாடல். நாட்டியத்துக்கான ஒரு பதம் பாடியவர் முத்துத் தாண்டவர்தான். இந்தப் பரம்பரையெல்லாம் வந்து தியாகராஜருக்கு 200 ஆண்டுகளுக்கு முன்னாடியே தமிழ்ல இருக்கு. நீங்க அதுக்கு முன்னாடி பார்த்தீங்கன்னா 15 ஆம் நூற்றாண்டு அருணகிரி நாதர் திருப்புகழ் பாடியவர். அவரைச் சொல்லலாம். அதுக்கு முன்னாடி நீங்க 5ஆம் நூற்றாண்டுலயிருந்து ஒரு பத்தாம் நூற்றாண்டு வரை பக்திக்காலம்னு சொல்றது. அது ஒரு மிகப் பெரிய எழுச்சி. அதுல தேவாரம், திருவாசகம் முதலிய பன்னிரு திருமுறைகள் ; பின்னர் ஆழ்வாருடைய பாசுரங்கள் எல்லாமே இசைப்பாடல்கள்தான். நம்முடைய இசை மரபுகள், செய்திகள் எல்லாமே அதில் நிறைய இருக்கு. 5ஆம் நூற்றாண்டுல காரைக்கால் அம்மையார் மூத்த திருப்பதிகம், அற்புதத் திருவந்தாதி அதெல்லாம் பாடினது. முதல் முதல்ல பக்தி காலத்தைத் தொடங்கி வைக்கிறது அவங்கதான். அதுலே மூத்த திருப்பதிகம் அவங்கபாடும்

போது, நைவளம்னு ஒரு பண்ணில் பாடி இருக்காங்க. இந்த நைவளங்கறது நாட்டையாக நம்ம ஆய்வுல நாம கண்டுபிடிச்சிருக்கோம். உரையாசிரியர்கள் வந்து நைவளங்கறதை நட்டப்பாடைன்னு சொல்றாங்க. இது 5 ஆம் நூற்றாண்டு, அப்பறம் மூத்த திருப்பதிகத்தில் இன்னொரு பதிகம் இந்தளப் பண்ணுல பாடியிருக்காங்க. இன்னைக்கு இந்தோளம்னு நாம அத சொல்றோம். தமிழ்ல இந்தளம், இது 5 ஆம் நூற்றாண்டுச் செய்தி.

அதுக்கு முன்னால இரட்டைக் காப்பியங்கள் மணிமேகலை, சிலப்பதிகாரம். சிலப்பதிகாரம்தான் நம் தமிழிசையில் இருக்கிற நிறைய செய்திகளைத் தருவது. சிலப்பதிகாரம் இல்லை என்றால் தமிழ் இசை என்றால் நமக்கு என்னன்னே தெரியாமப் போயிருக்கும். அதுக்கு முன்னாடி சங்க இலக்கியங்கள், சங்க இலக்கிய காலம் வந்து 2000 ஆண்டுகள்னு சொல்லலாம். அதுக்கு முன்னாடி தொல்காப்பியம் 2500லேந்து 2700ன்னு நாம சொல்றோம். தொல்காப்பியத்துல 60க்கு மேற்பட்ட இசைக் குறிப்புகள் இருக்கு. அது ஒரு மொழி இலக்கணமா இருந்தாலும் இயற்றமிழுக்கு இலக்கணம் வகுக்கும்போது இசைத் தமிழுக்கும் சேர்த்தே இலக்கணம் வகுக்க வேண்டிய ஒரு கட்டாயம் ஏற்படுது. அதுல அடிப்படையான விஷயங்கள்லாம் சொல்றாரு அவரு. 'அளபிறந்து உயிர்த்தலும் ஒற்றிசை நீடலும் உளவென மொழிப' என்கிற சூத்திரத்துல நரம்பின் மறை அப்படிங்கிறார். இந்த நரம்பின் மறை அப்படிங்கறது இசை நூல், 2500 ஆண்டுகளுக்கு முன்னால தொல்காப்பியம் எழுதும்போது என்மனார் புலவர், என்ப, மொழிபன்னு அதுக்கு முன்னுக்கூட்டி இருந்ததச் சொல்றார் அவர். அப்ப தமிழிசையின் தொன்மைங்கறது, 5000 வருஷத்துக்கு முந்திப்போகிறது. அப்படியெல்லாம் இருக்க... அந்த மரபை எல்லாம் மாற்றியமைக்கும், புரட்டிப் போடும் முகமாக, மறைக்கும் முகமாக கர்நாடக இசைன்னு ஒரு புதிய இசை மரபு அப்படின்னு சொல்றதெல்லாம் ஒரு திரிபு வாதம்னுதான் நாம சொல்லணும்.

நமது இசை தமிழிசையா தான் இருந்ததாய்யா?

இது நல்ல கேள்வி, நம்முடைய இசையைக் குறிப்பிடும்போது இன்னிசைன்னுதான் சொல்லுவாங்க. ஒரு காலத்துல இந்தியா முழுமைக்குமாக ஓரே இசை மரபுதான் இருந்துருக்கு. அத வந்து தமிழிசைன்னுதான் நாம சொல்லணும்.

இசை ஆய்வில் பெரும் பேராசிரியர் சாம்பமூர்த்தியார்; வீணை வித்துவான், பாடக்கூடியவரு. அவருடைய இசைநூல்கள் எல்லாம் 15ஆவது 16வது பதிப்பெல்லாம் வெளிவந்திருக்கு. அவ்வளவு பெரிய இசை மேதை. அவர் தன்னுடைய இசை நூல்களுக்குப் பெயர் வைக்கும்போது கர்நாடிக் மியூஸிக்னு பேர் வைக்கல. சௌத் இன்டியன் மியூசிக்னு பேர் வைக்கிறாரு. அது மாதிரி அருட்தந்தை பி.டி.செல்லத்துரை, அவரும் ஒரு பெரிய இசைமேதை. அவர் தன்னுடைய இசை நூலுக்கு தென்னக இசை இயல்னுதான் பேர் வைக்கிறாரு. நம்முடைய இசைக் கல்லூரி முதலவர் பக்கிரிசாமி பாரதி பேர் வைக்கும் போது இந்திய இசைக் கருவூலம்னு பேர் வைக்கிறாரு. ஆக நீங்க ஒரு காலத்துல பார்த்தீங்கன்னா இந்தியா முழுக்க வழங்கிய இசை தமிழிசைதான் ; மொகலாய மன்னர்கள் காலத்துலேயிருந்துதான் ஒரு புதிய இசை மரபு என்பதாக வருகிறது ; அதையும் நாம புதிய இசை மரபுன்னுலாம் சொல்ல முடியாது. அதாவது ஒரு ஸ்கூல் அப்படிங்கறது இல்ல அது, ஸ்டைல் ஆப் மியூக்கின்னுதான் சொல்லணும். தொடக்கத்துல அமீர் குஸ்ரூ; அவருடைய இசை முறைக்குச் சொல்லும்போது துருபத் காயகின்னு பேர் வைக்கிறாரு. காயகின்னா பாணி அந்த மாதிரி. ஆனா, அவர் என்ன சொல்றாருன்னா ஏற்கனவே இருக்கும் இசை மரபு எதையும் நான் மாற்றவில்லை. மேலோட்டமாக சில மாற்றங்கள் மட்டும் ஏற்பட்டிருக்கு என்கிறார். 12ஆம் நூற்றாண்டுக்குப் பிறகு அந்த ஹிந்துஸ்தானி இசைங்கறது மொகலாய மன்னர்களுடைய அரண்மனை இசையாக வளர்ச்சி பெற்றது. அது என்ன அப்படின்னா, இந்திய இசையில் அராபிய இசையெல்லாம்

அதாவது பாரசீக இசை, எகிப்து இசையெல்லாம் வந்து கொஞ்சம் கொஞ்சம் கலக்க ஆரம்பிக்குது. இரண்டு பண்பாட்டு இனங்கள் சந்திக்கும்போது முதல்ல கலப்பு வருவது பண்பாட்டுலதான் ஏற்படும். பண்பாட்டிலேயே முதலாவது கலைகளில்தான் ஏற்படும். கலைஞர்கள்தான் என்னைக்குமே திறந்த மனதோட கொடுக்கல் வாங்கல் செய்யக் கூடியவங்க. ஒருத்தர்ட்ட போய் நாம, ஐயா அந்த ராகம் எப்படியிருக்கும்னா உடனே பாடிக்காட்டி இத இப்படி பாடணும்னு சொல்லக்கூடிய மனப்பக்குவம்லாம் அவங்கக்கிட்டதான் இருக்கும். மற்ற அறிஞர்கள்கிட்ட பாத்தீங்கன்னா அதை மறைக்கக் கூடிய தன்மைகள் இருக்கும். அப்ப கலைகள்லதான் முதல்ல அந்த கொடுக்கல் வாங்கல் நடைபெறும். ஆக இந்தத் தமிழக இசை, இந்திய இசையில் பாரசீக இசை இதெல்லாம் வந்து, கலப்பு ஏற்படும்போது ஹிந்துஸ்தானி இசைங்கறது வருது. இதற்கு இலக்கணம் வகுத்தவர் முதல்ல பண்டிதர் ஜி.என்.பத்கண்டேன்னு ஒருத்தரு. இலட்சிய சங்கீதம்னு ஒரு நூல். அதுதான் ஹிந்துஸ்தானி இசை பற்றி எழுதப்பட்ட முதல் நூல், பதினெட்டாம் நூற்றாண்டுலதான் அந்த நூல் எழுதறாங்க, 12 ஆம் நூற்றாண்டுலேயிருந்து அந்த ஹிந்துஸ்தானி இசை ஏற்பட்டதா நமக்கு இருக்கு. அதுக்கு முன்னாடி என்ன இசை இருந்தது இந்தியா முழுக்க அப்படின்னா அது நம்முடைய தமிழிசைதான். அதாவது பண்இசை; ஆலாபனை இசை.

இப்படிச் சொன்னா சில பேர், இது தமிழ்ப்பற்று, தமிழ் வெறின்னு சொல்லுவாங்க. ஆனா, சான்று சொல்றேன் அதுக்கு. இன்னைக்கு பத்து 'தாட்' என்று சொல்லுவாங்க ஹிந்துஸ்தானி இசையில். அது பூரா நம்ம தமிழ் இசையில நாம் ஏற்கனவே 2000 ஆண்டுகளாகப் பாடிப்பாடிப் பழகிய இராகங்களாகத்தான் இருக்கு பேர் மட்டும் தான் மாறியிருக்கு, சிலப்பதிகார காலத்துல அரும்பாலைன்னு ஒரு ராகத்தோட பேர். அதுக்கு பேர் வந்தது. இன்னைக்கு நாம அதை சங்கராபரணம்னு சொல்றோம். இத ஹிந்துஸ்தானி இசையில் பிலாவல் என்று சொல்லுவாங்க. இப்ப நாம கரகரப்ரியான்னு சொல்றோம். அத மருத

யாழ்னு சங்க இலக்கியங்கள்ல சொன்னாங்க. சிலப்பதிகாரத்துல கோடிப்பாலைன்னு நாம சொன்னோம். இத காப்பின்னு சொல்றாங்க ஹிந்துஸ்தானி இசையில். பேர் மட்டும்தான் மாறியிருக்கே தவிர இந்த பண் முறைகள் எல்லாம் ஹிந்துஸ்தானி இசையில் ஒரே மாதிரிதான் இருக்கு. அதே மாதிரி தாள முறைகள் இருக்கு. மிக அற்புதமா ஹிந்துஸ்தானி இசையில் செய்யறாங்க. நம்மகிட்ட இருக்கிற நிறைய இசை மரபுகள அவங்க எடுத்துக்கிட்டாங்க. எடுத்து ரொம்ப நல்லா வளர்த்துக் கொண்டு வந்துருக்காங்க; இப்படி ஹிந்துஸ்தானி இசைங்கறதைப் பார்த்தீங்கன்னா அது நம்முடைய இசைதான். ஒரு காலத்துல இந்தியா முழுக்க தமிழிசைதான் இருந்திருக்கு. வடநாட்டில் தேவாரம் பாடியிருக்காங்க. ஆக இந்தியாவில் தொன்மையான ஒரு இசை மரபுங்கறது தமிழிசைதான்.

சங்கீத மும்மூர்த்திகள் தியாகராஜர், முத்துசாமி தீட்சிதர், சியாமா சாஸ்திரிகள் போல இருந்து பாடுபட்ட அந்தத் தமிழிசை மும்மூர்த்திகள் யாரு?

வரலாற்றுப் பதிவென்பது நமக்கு ரொம்பக்குறைவு, நம்ம தமிழர்களுக்கு ரொம்ப ரொம்ப குறைவுன்னு சொல்லுவாங்க. அவருடைய பிறப்பு இறப்புங்கறது முத்துத் தாண்டவருக்குச் சொல்ல முடியல. 16ஆம் நூற்றாண்டு அருணகிரி நாதருக்குப் பிந்திய மரபு; நமக்கு நல்லா தெரியுது. ஏன்னா அருணகிரி நாதர் பாடிய மரபுல கீர்த்தனை மரபு இல்ல. முதல் முதல்ல கீர்த்தனை மரபு வரும்போது அது 16ஆம் நூற்றாண்டு. ஆனால் நமது அருணாச்சல கவிராயர், மாரி முத்தா பிள்ளை இரண்டு பேருமே சம காலத்தவர்கள். ஒருத்தருக்கொருத்தர் சந்திச்சிருக்காங்க. இந்த இசை கொடுக்கல் வாங்கல்லாம் அவங்களுக்குள்ள இருந்திருக்கு. இவர்கள் 16 ஆம் நூற்றாண்டு அல்லது 17 ஆம் நூற்றாண்டைச் சேர்ந்தவங்க. அதனாலதான் அவர்களைத் தமிழிசையின் ஆதிமூர்த்திகள்னு நாம சொல்றோம்.

ஐயா, ஆனா ஒரு விஷயம் கர்நாடக இசை, தமிழிசைன்னு சொல்லி நிறைய ஆதாரங்கள்ளாம் சொல்லியிருக்கீங்க. அப்படி இருந்தும் கூட இந்த டிசம்பர் கச்சேரி சீசன்ல பார்த்தீங்கன்னா, முழுக்க தியாகய்யர் பாடல்களை முன்னிருத்தி அப்புறம் கர்நாடக சங்கீதத்த வலியுறுத்தி, ஒரு சாரார் பண்ணிக்கிட்டிருக்கறதுக்குக் காரணம் என்னங்கைய்யா? அதுல ஏதாவது அந்தரங்கம் இருக்கக் கூடுமா?

ஐயா, இன்னைக்கு ஒருத்தர்கிட்ட ஒரு இரண்டு மீட்டர் சட்டைத் துணியக் குடுத்து, இத வெட்டி நல்லா தச்சு பித்தான்லாம் வச்சு அயர்ன் பண்ணி போட்டுக்கிட்டு வாங்கன்னா ஒரு தயக்கம் ஏற்படும். இத எப்படி வெட்டறது, தைக்கறது, பித்தான் தைக்கத் தெரியாதே? இந்த வேலை எல்லாம் யார் செய்யறது, அப்படின்னுட்டுப் போயிடுவான். ஆனா, பாடிப்பாடி 150 ஆண்டுகாலமாக மெருகேற்றி வைத்திருக்கிற பாடல் ரெடிமேடாக தியாகராஜர் பாடல் கையில இருக்கு. அதனால உடனடியா அத பாடிட முடியுது. ஆனா, புதுசா ஒரு பாட்டெழுதி மெட்டுப்போட்டு தாளம் போட்டு இசையமைக்கறதுங்கறது நம்ம இசைக்காரங்களுக்கு முடியாத ஒரு வேலை. திரும்பத் திரும்ப தியாகராஜர் பாடல்கள் பாடறதுக்கு இது ஒரு காரணம்னு சொல்வேன். பல காரணங்கள், அவை மிகச்சிறந்த பாடல்கள். அதுல மாற்றுக் கருத்து இல்ல. இன்னோரு காரணம் என்னன்னா நம்ம இசைக்கலைஞர்களோட சோம்பேறித்தனம்னு சொல்வேன். புதுசா பாடல்கள் எழுதி இசை அமைக்கறதெல்லாம் ஆனா, நாட்டுப்புற பாடல்கள்ல பார்த்தீங்கன்னா இயல்பாகவே புதுசு புதுசா பாடுவாங்க.

கொஞ்ச நாட்களுக்கு முன்னாடி என்னோட நண்பர் வெங்கடாஜலபதி முச்சந்தி இலக்கியம்னு ஒரு மிகச் சிறந்த ஆய்வு நூல் எழுதியிருக்காரு, அதுல அவரு குறிப்பிடும்போது கொலைச்சிந்துன்னு நம்மக்கிட்ட ஒரு இசைவகை இருந்தது என்கிறார். எங்கயாவது ஒரு கொலை நடந்ததுன்னு வச்சிக்கோங்க. உடனே மறுநாள் கவிதையா பாடி ஒரு பாட்டெழுதி அதை கொலைச் சிந்துன்னு சொல்லி இன்னாருடைய கொலைச் சிந்துன்னு புத்தகமா போட்டு விற்ற காலம்

எல்லாம் நம்மகிட்ட இருந்தது. நம் நாட்டுப்புற இசை மரபுல பாத்தீங்கன்னா உடனே பாட்டெழுதி அதுக்கு மெட்டுப் போட்டுப் பாடுகின்ற முறைகள் அல்லது இயல்பாகவே வந்துபாடுகின்ற முறைகள்ளாம் நாட்டுப்புற இசையாளர்கள் கிட்ட உண்டு. பெண்களிடம் உண்டு. நாத்து நடுறவங்க தொழில் செய்யறவங்க ஏற்றப்பாட்டு, ஓடப்பாட்டுன்னு இயல்பாகவே பாடிக்கிட்டு இருப்பாங்க. நம்ம கொல்லங்குடி கருப்பாயி, பரவை முனியம்மா இவங்களுக்கெல்லாலம் எழுதப் படிக்கவெல்லாம் தெரியாது. இந்த முறைகள்லாம் இந்த கர்நாடக இசை க் கலைஞர்களுக்குக் கிடையாது. இயல்பா பாடக்கூடிய திறமை கிடையாது. ஒரு பாட்டுக்கு இசைமைச்சு நாமா பாடணுங்கற எண்ணமெல்லாம் அவங்களுக்குக் கிடையாது. ரெடிமேடு சட்டை போடற மாதிரி அதப் பாடிடறது.

அடுத்து இன்னொரு காரணம் என்னன்னா மிக முக்கியமான காரணம். இன்னைக்கு தமிழ் நாட்டுல பார்த்தீங்கன்னா சில கிறிஸ்தவர்கள் சில இஸ்லாமியர்களுக்குத் தங்களுடைய தாய்மொழி தமிழ் இல்லைங்கற உணர்வு இருக்கு. நம் சமூகத்துல இது ஒரு கசப்பான உண்மைதான். ஆங்கிலத்தைப் போற்றக் கூடிய அளவிற்குத் தமிழைப் போற்றாத கிறிஸ்தவர்களை எனக்குத் தெரியும். அதே மாதிரி தமிழைப் போற்றாமல் அராபிய மொழியை போற்றக் கூடிய இஸ்லாமியர்களை நாம் பார்க்கிறோம்.

இதே மாதிரி கர்நாடக இசை பாடுகின்ற மரபில் உள்ளவர்களுக்கு தமிழ்ப்பற்று துளிக்கூட கிடையாது. தமிழ்ல பேசுவாங்க, தமிழ் நாட்டுல இருப்பாங்க. வாழ்வது எல்லாம் தமிழில், ஆனா எண்ணமெல்லாம் பார்த்தீங்கன்னா சமஸ்கிருதத்து மேல ஒரு பெரிய நாட்டம் இருக்கும். அவர்கள் தமிழைத் தங்கள் தாய்மொழியாக உள்ளூர நினைத்ததே இல்லை. ஒண்ணு தாய்மொழியா நினைக்கலன்னா இசைமொழியா எப்படி அவங்க நினைக்க முடியும். அவங்க கச்சேரிக்கு நீங்க போய்ப் பார்த்தீங்கன்னா, மராட்டிய மொழியில் இருக்கிற அபங்கு பாடுவாங்க.

ஜெயதேவருடைய அஷ்டபதி பாடுவாங்க. புரந்தரதாசருடைய கன்னடப்பாடல் பாடுவாங்க. அன்னமாச்சாருடைய தெலுங்குப் பாடல்கள் பாடுவாங்க, கபீர்தாசருடைய ஹிந்துஸ்தானி இசை பாடுவாங்க. ஆனா தமிழ்ப் பாடல் பாடறதுங்கறது அவங்களுக்கு வேப்பங்காயாய் கசக்கும். ஆனா ஒரு சில பாடகர்கள் இப்ப புதுசா வரக்கூடிய பாடகர்கள் ஒரு சில பாடல்கள் தமிழ் பாடல்கள் பாடறாங்க. அது வந்து விதிவிலக்கு, அவங்கள உளமாரப் பாராட்டணும், வரவேற்கணும். ஆனால் பெரும்பாலானவர்களுக்கு இந்த ஒரு போலியான எண்ணமும், மனமயக்கங்களும் இருக்கு. இதெல்லாம்தான் அவங்க தமிழ்ப்பாடல் பாடாததுக்குக் காரணம்.

ஐயா ஒரு கச்சேரியில் நான் கேட்டேன். அது சௌராஷ்ட்ரா சமூகத்தாரால் நடத்தக் கூடிய ஓர் அரங்கம்; இசை அரங்கம், அதன் ஒரு தலைவராக இருந்தவர், நடன கோபால நாயகி சாமிகளின் சௌராஷ்ட்ர மொழிப் பாடல்களை பாட வேண்டும் என்றார். அது தவறாகுமா?

தியாகராஜர் பாடல் பாடுவது தவறுன்னு நான் சொல்ல வரல பாடலாம். ஆனா பாரதியார் சொல்றாரு, ''தமிழ்ச் சபைகளிலே எப்போதும் அர்த்தம் தெரியாத பிறபாஷைகளில் பழம் பாட்டுக்களை மீண்டும் மீண்டும் சொல்லுதல் நியாயமில்லை. இன்னொன்னு சொல்றாரு, அந்தப் பாடகர்களே பொருள் தெரியாம பாடறாங்க. அதைப்பற்றி சொல்லும்போது பாடல்களுக்கே பொருள் தெரியாதவர்களுக்கு ரசம் எங்கே தெரியப் போகிறது? வாய்ப்பில்லைங்கறார். நான் உங்களுக்கு ஒண்ணு சொல்றேன். நம்முடைய அரிச்சந்திரா மயான காண்டத்துல உடையப்பா ஆடக் கூடியவரு. மயான காண்டத்துல சந்திரமதி ஒப்பாரி வச்சு பாடி அழும்போது அதில் நடிக்கும் நடிகர்களுக்கு பயிற்சி கொடுப்பாராம். அவங்க ஒப்பாரி வச்சு அழும்போது முன்னாடி இருக்கறவங்க கண்ணீர் விட்டு அழுதுடுவாங்க. அப்படி கண்ணீர்விட்டு அழலன்னா நீ இன்னும் நல்லா பாடலன்னு சொல்லுவாரு. என்ன அப்படின்னா, அந்த

சோகச்சுவைங்கறது கேட்கக் கூடிய அந்த ரசிகனைப் போய் சேரணும். அதான் முக்கியமானது, பொருளும் தெரியல, மொழியும் தெரியல அந்த இசையை வந்து நாம எப்படி சுவைக்க முடியும்? முடியாது. அந்த ராகபாவத்த மட்டும்தான் நாம தெரிஞ்சிக்கிட முடியும், பாரதியார் இந்த சங்கீத விஷயங்கள் பத்தி நிறைய சொல்றார். அவர் ஒரு இடத்துல சொல்லும்போது, வித்வான்கள் பழைய கீர்த்தனைகளைப் பாடம்பண்ணிப் புராதன வழிகளைத் தெரிந்து கொள்ளுதல் அவசியம் அப்படிங்கறார்.

இன்னைக்கு நான் சொல்லுவேன், தியாகராஜர் பாடல் அவர் பாடிய முறையிலேயே நமக்குக் கிடைக்கல. இந்த உண்மையை நாம ஒத்துக்கணும். சிலப்பதிகாரம் எழுதப்பட்ட வடிவிலேயே நமக்கு இன்னைக்கு கிடைச்சிருக்கான்னா கிடைக்கல, 2000 வருடம் பழைமை உடையது. ஏடெடுத்து எழுதுகையில எழுதினவனுடைய சொந்தச் சரக்குகளெல்லாம் அதுல சிலத வச்சிருப்பான். இப்படி வந்து நம்ம முன்னோர்களுடைய நூல்கள் எல்லாம் அவங்க எழுதின வடிவத்திலேயே கிடைக்கல; இசையும் அவங்க பாடின வடிவத்திலேயே நமக்குக் கிடைச்சிருக்குன்னு நாம சொல்ல முடியாது. ஒரு சான்று சொல்லணும்னா, மகாபாரதம் வந்து தொடக்கத்துல வெறும் 10,000 சுலோகங்கள்தான் இருந்ததாம். அதுக்கு முன்பு வெறும் கதைப்பாடல்களா இருந்திருக்கு; அதுக்கப்புறம் 25,000, 40,000 சுலோகங்கள் அப்புறம் 50,000, 60,000 அப்படின்னு இன்னைக்கு 1லட்சத்துக்கு மேல சுலோகங்கள் இருக்கு. என்னன்னா வழிவழியா அதுல சேர்க்கறது. கிளைக்கதைகளா வந்து நிறைய இருக்கும். அதெல்லாம் சேர்க்கணும். இப்படித்தான் காப்பியங்கள், இதிகாசங்கள் எல்லாம் உருவாகிறது.

இதைத் தான் மார்கழி முடிஞ்சா மழையில்லை மகாபாரதம் முடிஞ்சா கதையில்லைனு சொல்லுவாங்க. அத்தனை கதைகள் அதுல அடக்கம்.

இது மாதிரிதான், இன்னைக்கு இருக்கிற தியாகராஜர் பாடல்

'நகுமோமு'ங்கற ஒரு கீர்த்தனை; உண்மையிலேயே தியாகராஜர் வந்து இப்படி பாடிருப்பாரான்னா இல்ல. என்னுடைய ஆசிரியர், வீ.ப.கா.சுந்தரம் அய்யா சொல்லுவாரு, அவருடைய ஆய்வுக்காகத் திருவையாறு போயிருந்தாராம். 70 வயசு 80 வயசு ஆளுகள கூப்பிட்டுக் கேட்கும்போது, 'அய்யா இப்ப பாடிக்கிட்டிருக்கற மாதிரி சங்கதி போட்டு முன்னாடி பாடமாட்டாங்க'ன்னு சொல்லியிருக்காங்க. தியாகராசர் பாடினது பஜனைப் பாடல்கள்; நாமாவளிப் பாடல்கள்தான். அதுல போயி சங்கதி எல்லாமே போட்டுப் பாடுனாங்க, வச்சாங்கன்னு சொல்ல முடியாது. பிற்காலத்தவர்கள் என்ன பண்ணிருக்காங்கன்னா நிறைய அவங்க சொந்தச்சரக்கைச் சேர்த்து- பிற்காலத்தவர்களுடைய இசை முறைகளும் இசைக் கைங்கரியங்களும் தியாகராசருடைய பாடல்கள்ல இன்னைக்கு இருக்கு. நாம என்ன செய்யணும்னா அந்தப் பாடல் முறைகள் எல்லாத்தையும் எடுத்துக்கணும்; எடுத்துக்கிட்டு என்ன செய்யணும்னா புதிய பாடல்கள் நாம பாடணும். பாரதியார் சொல்றார் இல்லியா? சுவை புதிது, பொருள் புதிது, வளம் புதிது, சொல் புதிது சோதி மிக்க நவ கவிதை எந்நாளும் அழியாத மாகவிதைன்னு; பாடல், கவிதை, இசை அப்படிங்கறதெல்லாத்திலேயும் ஒரு புதுமை வந்துக்கிட்டே இருக்கணும்.

சின்ன வயசுல நான் பார்த்தப்ப தில்லானா மோகனாம்பாள் படத்தின் டைட்டில் மியூசிக்ல, நாகசுரத்தில மேலை இசை இசைப்பாங்க, அது எவ்வளவு மாற்றம்?

மாற்றங்கள் இருக்கு, இந்த மாற்றங்கள்லாம் எடுத்து முன்னோர்கள் செய்தது அதற்குப்பின் வந்தவர்கள் சேர்த்தது. அந்தப் புதிய வடிவங்களில் பாடக் கூடியதெல்லாம் நாம எடுத்துக்கிட்டு நம்முடைய மொழியில அதெல்லாம் நாம பாடணும். அதுதான் இப்ப நாம செய்ய வேண்டியது, பாரதியாரிலிருந்து வழக்கமா நமக்கு எல்லாரும் சொல்லக் கூடியது, அர்த்தம் தெரியாத பிறபாஷைகளில் பழைய

பாட்டுகளை மீண்டும் மீண்டும் சொல்லுதல் நியாயமில்லை. அதனால் நமது ஜாதி சங்கீத ஞானத்தை இழந்து போய்விட நேரிடும். அப்பிடின்னு 85 வருடத்துக்கு முன்னாடி பாரதியார் சொன்னது. ஆனா, நிலமை இன்னைக்கு வரைக்கும் அப்படியேதான் இருந்துக்கிட்டிருக்கு.

நீங்க சொல்ற இந்த ஒரு விசயத்த வச்சிப் பாக்கும்போது தியாகராஜரை நாம ஒரு செவ்வியல்காரராகத்தான் பாக்க முடியுமா?

செவ்வியல்ங்கறதே நாட்டுப்புறவியல்லேயிருந்து வந்ததுதான், செவ்வியல் இசைக்கு அடிப்படையாக இருப்பது நாட்டுப்புற இசைதான், விருதுப்பட்டிதானே விருதுநகரா மாறியிருக்கு. இப்ப சென்னைங்கறதே எத்தனையோ குப்பங்கள் சேர்ந்ததுதானே. எல்லாம் சேர்ந்து ஒரு பெரிய நகரமாயிருக்கு. அதுபோல முதல்ல நாட்டுப்புற மக்களிடையே எளிய இசையா இருந்ததுதான் பின்னாடி செவ்வியல் இசையா மாறுது. முதல் முதல்ல பார்த்தீங்கன்னா தியாகராஜர் முதல்ல இயற்றிய பாடல் 'நமோ நமோ ராகவாய'ன்னு புன்னாகவராளி ராகத்துலதான் அவர் பாடறாரு. புன்னாகவராளி உங்களுக்கு எளிதாகத் தெரியும். மகுடியில மிக எளிதாக வாசிக்கக் கூடிய ஒரு சாமன்ய மக்களுடைய நாட்டார் இசை, இன்னும் அவர் பாடியிருக்கிற நாட்டக்குறிஞ்சி, நவரோசு, குறிஞ்சி இதெல்லாம் நாட்டார் இசைதான். ஆக, அவர் தொடக்கத்திலிருந்தே புன்னாகவராளி பாடுறார்ன்னா அவர் நாட்டுப்புற மக்களின் எளிய வடிவங்களை எடுத்துப் பாடியிருக்கார். இன்றைய காலகட்டத்தில் அவர் செவ்வியல் இசைக்காரராகக் காட்டப்பட்டாலும் அவர் தொடக்கக் காலத்திலிருந்து நாட்டார் இசையைத்தான் முதன் முதல்ல பாடினது. அப்புறம் நாட்டுப்புற இசை வடிவங்கள், பண்கள் நிறைய எடுத்து பழிமொழிகள்லாம் பயன்படுத்தியிருக்காரு, நாட்டார் கூறுகள்லாம் பயன்படுத்தியிருக்காரு. ஆனா, என்னன்னா ஒரு செவ்வியல் இசைக்காரர்ங்கற ஒரு தோற்றத்தை நாம உருவாக்கிட்டோம்.

இப்போ நம்முடையது அதிகப்படியானது நாட்டார் இசைதானய்யா?

ஆமா, நாட்டார் இசைதான், அண்மையில் திருநெல்வேலியில புனித சேவியர் கல்லூரியில என்னுடைய ஒரு சொற்பொழிவில், ஒரு தாயின் தாலாட்டுக் கண்ணியிலிருந்து நம்முடைய ஆசிரியப்பா, வெண்பா எப்படியெல்லாம் வந்தது என்பது பற்றி நான் பேசினேன். அந்தக் கண்ணிகள்தான் கும்மிச் சிந்து கண்ணிகளா இருக்கும், ஒப்பாரிக் கண்ணிகளா இருக்கும். தாலாட்டுக் கண்ணிகளா இருக்கும், ஹிந்துஸ்தானியில இருக்கக்கூடிய கசல் அப்படிங்கறது கண்ணிதான், ஆங்கிலத்தில் கப்லெட்ம்பாங்க. *(COUPLET)* எல்லா நாட்டு இசை வடிவங்களிலும் தொடக்க காலங்கறது கண்ணிதான், இந்த கண்ணிகள்தான் பிற்காலத்துல பல்லவியா மாறியிருக்கு ''மாயவித்தை செய்கின்றானே அம்பலவாணன் மாயவித்தை செய்கின்றானே'' அப்படிங்கறது ஒரு கண்ணி, ரெண்டு வரி இருக்கும். கூடவே ஒரு தனிச்சொல் இருக்கும். அந்த வரியையே மீண்டும் பாடியிருப்பாங்க, கண்ணி அமைப்பு இது. இது பல்லவியா மாறுது. ஆக நாட்டுப்புற மக்களுடைய அந்த எளிமையான கண்ணி வடிவம், தாலாட்டு ஒப்பாரிகளிலிருந்து தொடங்கிய அந்தக் கண்ணி வடிவம் செவ்வியல் இசையில் பல்லவியா மாறுது.

அண்மைக் காலத்துல வந்த கவிஞர் தாமரையின் ''பார்த்த முதல் நாளே உன்னைப் பார்த்த முதல் நாளே'' பாடல் தொடக்கமே கண்ணிதான். அந்த நாட்டுப்புற இசை வடிவத்துல இருந்துதான் எல்லா விதமான செவ்வியல் வடிவங்களும் வந்துருக்கு. 'மாயவித்தை செய்கிறானே'ங்கற கீர்த்தனை ஒரு செவ்வியல் வடிவம்னுகூட சொல்லலாம். ஆனா அது ஒரு கண்ணிதான். ஆக, அந்த நாட்டுப்புற இசையிலேயிருந்துதான் செவ்வியல் வந்திருக்கு. செவ்வியலுக்கு நாட்டுப்புற இசை அடிப்படை; நாட்டுப்புற இசைக்கு செவ்வியல் துணை புரியும்; ஆனால் நாட்டுப்புற இசை இல்லாமல் செவ்வியல் இசை இல்லை.

நாட்டுப்புற இசையை இசை வடிவங்களின் தாய் என்று சொல்லலாமோ?

சொல்லலாம், தாய் வடிவம்னு சொல்லலாம்.

ஏன்னா நாட்டுப்புற இசையில் இருந்து செவ்வியல் இசை மட்டுமல்ல; புலவர் பாடல்களாக இருக்கக்கூடிய இயலும் அதில்தான் பிறந்திருக்கிறது.

ஆமாம், ஒரு வெண்பாவை எடுத்துக்கிட்டீங்கன்னா, புகழேந்தியினுடைய நள வெண்பாவிலிருந்து ஒரு பாடல் சொல்றேன்.

''வண்டார் வளவயல் சூழ் மள்ளுவ நாட்டெங்கோமான் தண்டார்புனை சந்திரன் சுவர்க்கி கொண்டாடும்''

இது ஒரு கண்ணி.

பழைய கண்ணியிலிருந்து அப்படியே வந்து வெண்பாவினுடைய முதல் ரெண்டடி வந்துடுது. அதுல, இது ஓரடிக்கண்ணி, ஒரு தாய் பாடும்போது பார்த்தீங்கன்னா,

ஆராரோ ஆரிரரோ - என் கண்ணே நீ

ஆரிரரோ ஆராரோ - இது ஒரு கண்ணி.

இது அப்படியே புலவருடைய வெண்பாவின் முதல் ரெண்டடியாயிடுது, அதுக்கு அடுத்தது குறள் வெண்பா, 'பாவலன் பால் நின்ற பசிபோல் நீங்கிற்றே காவலன் பால் நின்ற கலி' இது ஒரு குறள். ஆக ஒரு கண்ணியும் ஒரு குறள் வெண்பாவும் சேர்ந்ததுதான் ஒரு வெண்பா. இது ரெண்டு கண்ணிகள்னு சொல்லலாம். புலவர் மரபு ஆக்கிக் கொண்ட ஆசிரியப்பா, வெண்பா, கலிப்பா இதெல்லாம் பார்த்தீங்கன்னா நாட்டுப்புற எளிய வடிவத்தில் இருந்துதான் ஆக்கிக் கொண்டிருக்காங்க. நீங்க சொன்ன மாதிரி செவ்வியல் வடிவத்துக்குத் தாய் நாட்டார் இசை. புலவர் மரபான வெண்பா ஆசிரியப்பாவுக்கும் தாய் நாட்டார் இசை.

அந்த இசைக்குத் தாய், கூத்து என்று எடுத்துக் கொள்ளலாமாய்யா?

ஆமா, என்னுடைய 'தமிழ் இசைத் தளிர்கள்'னு ஒரு நூல்ல முதல் கட்டுரையே 'கூத்து என்னும் முதல் மொழி' அப்படிங்கறது. இயல், இசை, நாடகம், நாடகம்ங்கறது தான் கூத்து, ஆனால் நாடகம், இசை, இயல்; (கூத்து, இசை, இயல்.) அதாவது இயல் தோன்றாத ஒரு காலத்துல மக்கள்கிட்ட வந்த ஒரு நாட்டியம், நடனம், ஒரு கூத்து, ஒரு போலச் செய்தல் எல்லாம் இருந்தது. கலைங்கறதே ஒரு போலச் செய்தல்தான். ஒரு இமிடேஷன்தான், அதுல கூடுதலாக ஒரு புனைவும் இருக்கும். இன்னைக்கு ஒருத்தர் நீங்களே ஆடறீங்க வள்ளித் திருமணத்துல முருகன் போல பேசறீங்க. முருகன்போல பாடறீங்க. அப்ப, கலைங்கறது ஒரு போலச் செய்தல்; அப்ப முதல்முதல்ல இருந்த வேட்டைக்கார சமூகத்திலிருந்து வேட்டையாடின விவரங்களை வந்து அவன் வீட்டில இருக்கறவங்கக்கிட்ட சொல்லுவான். நடிச்சுக் காட்டுவான், இதற்கும் முன்பு என்ன செய்வான்னா சாமியக் கொண்டாடறது. தன்னுடைய குழுத்தலைவனைக் கொண்டாடறது. முன்னோர்களுடைய ஆவியைக் கொண்டாடறது, இதுக்கெல்லாம் ஒரு ஆட்டம் ஆடியிருக்காங்க, அப்ப மொழியே இருந்திருக்காது, ஆட்டம் மட்டும் இருந்திருக்கும், அதுதான் கூத்து, இந்த கூத்துதான் முதல்ல இருந்தது, நம்ம முதல்வர் கலைஞர் கூட சரியா சொல்லி இருந்தாரு, கூத்துதான் முன்னாடி இருந்ததுன்னு, கூத்து இசை இயல், ஏன்னா இசை மட்டும் தன்னுடைய இடத்தை ஆதியிலிருந்தே நடுவுக்குத் தக்க வைத்துக் கொண்டது, அப்படிங்கறது.

ஐயா, அப்புறம் பாரதியினுடைய இசை குறித்து உங்களுடைய கருத்தைச் சொல்லுங்க

பாரதியினுடைய காலம் வரைக்கும் பார்த்தீங்கன்னா, தமிழ்ல வித்வான் மரபுதான் இருந்தது. புலவர் மரபு, புலவருடைய பாடல்கள்லாம் பாத்தீங்கன்னா ரொம்பக் கடினமான பாடல்களா இருக்கும், பொது மக்களால் எளிதாகப் புரிஞ்சுக்க முடியாது. பாஞ்சாலி சபதம் முன்னுரையிலேயே பாரதியார் சொல்லும்போது ஒரு முகவுரை

கொடுக்கிறார்: ''எளிய பதங்கள், எளிய நடை, எளிதில் அறிந்துக் கொள்ளக்கூடிய சந்தம், பொது ஜனங்கள் விரும்பும் மெட்டு இவற்றினையுடைய காவியம் ஒன்று தற்காலத்திலே செய்து தருவோன், நமது தாய் மொழிக்குப் புதிய உயிர் தருவோன் ஆகின்றான்''. அவருடைய காலத்துக்கு முன்னால் புலவர் மரபெல்லாம் பாத்தீங்கன்னா செய்யுள்னு சொல்லணும். மக்களுக்குப் புரியாது, ஒரு புலவர் எழுதினா இன்னொரு புலவருக்குத்தான் புரியும். ஒரு வித்துவான் எழுதினா இன்னொரு வித்துவானுக்குத்தான் புரியும். அப்படித்தான் இருந்தது. அதாவது மக்களைச் சென்றடையாத செய்யுள்கள்.

இந்த மரபை முதல்-முதலா உடைக்கக் கூடிய ஒரு மாபெரும் கவிஞன் வந்தான்; ஒரு யுகப்புரட்சின்னு சொல்லணும் பாரதியை; அவனை எங்களைச் சேர்ந்தவன், உங்களைச் சேர்ந்தவன்னு ஒரு சிறிய கூண்டுல எல்லாம் அடைச்சிட முடியாது. அவன் ஒரு புதிய கவிதைச் சாதியைச் சேர்ந்தவன், இசைச் சாதியைச் சேர்ந்தவன்னு சொல்லணும். முதல் முதல்ல எளிய மக்கள் இசை என்ற நாட்டுப்புற இசையை பதிவு பண்றது நம் சிலப்பதிகாரத்துலதான் வருது. அப்புறம் மாணிக்கவாசகர் பதிவு பண்றார். நாட்டுப்புற மக்களுடைய திருஅம்மானை, திருச்சாழல், திருத்தோள் நோக்கம் இதெல்லாம் மாணிக்கவாசகர் பதிவு பண்றார். அப்புறமா இந்த மரபுகள்லாம் ரொம்பக் குறைஞ்சிடுது. பாரதிதான் அந்த மரபை மீண்டும் கையிலெடுக்கிறான்.

நாட்டுப்புற மக்களுடைய எளிய வடிவம் கும்மிச் சிந்து, செந்தமிழ் நாடெனும் போதினிலேங்கறதெல்லாம் கும்மிச் சிந்து. அப்புறம் அதே மாதிரி பாஞ்சாலி சபதம் முழுக்க நொண்டிச் சிந்து, இப்படியாக தன்னுடைய கவிதைகளை இசைப்பாடல்களாகவே, நாட்டார் இசை வடிவிலேயே பெரும்பாலும் பாடி இருக்கிறார்.

பாரதி ஒரு மரபுக் கவிஞர். மரபு என்பது கலைஞர்களுக்கு, படைப்பாளிகளுக்கு ஒரு சுமையா? என்பதைப் பற்றிக் கூறுங்கள்.

பாஞ்சாலி சபதம்ங்கற ஒரு காவியத்தை இசைப் பாடலாகவே பாடியிருப்பான் நம் பாரதி, சிந்து அதாவது இத்தனை வகை சிந்துகளை பாரதி போல் கையாண்டவர்களை நாம பார்க்கவே முடியாது. பாவேந்தர் சாமான்ய மனுஷன் இல்ல, அவர்ட்ட பாராட்டு பெறுவது என்பது மிகமிக கடினம், அவரே பாடறார்; பாரதியை சிந்துக்குத் தந்தை என்று; தமிழரிடம் ஒரு நீண்ட மயக்கம், தூக்கம் இருந்தது, நீடுதுயில் நீக்கப்பாடி வந்த நிலா அப்படின்னு பாடறார். ஒரு புதிய மரபையே ஏற்படுத்திய ஒரு கவிஞன் பாரதி. இன்னைக்கு இருக்கக்கூடிய புதுக் கவிஞர்களாகட்டும் யாரா இருக்கட்டும்; அவர்களுடைய மூலம் பார்த்தீங்கன்னா பாரதியார்; பாரதியார் தன்னுடைய மூலத்தை எங்கே தேடிக் கொள்கிறார்னா, சித்தர்களிடமும், இராமலிங்க அடிகளாரிடமும். சித்தர் மரபுலேயிருந்து எல்லாத்தையும் எடுத்துக்கறார் பாரதி. ஆக, ஒரு மரபா வரக்கூடிய அந்த மரபையெல்லாம் அவர் கைக்கொள்கிறார்.

இன்னைக்கு சில புதுக்கவிஞர்களெல்லாம் இந்த மரபு ஒரு சுமையா இருக்குதுன்னுல்லாம் பேசறாங்க. மரபுன்னா என்னெல்லாம்னு தெரியாம இருக்காங்க. பாரதியார் அப்படில்ல, நெஞ்சை அள்ளும் சிலப்பதிகாரம் என்றுபாடி, கம்பனைப் பற்றி பாடுறாரு, திருவள்ளுவரப் பத்திப் பாடறாரு, சித்தர்களப் பத்திப் பாடறாரு, அதெல்லாம் அவரு படிச்சிருக்காரு, அந்த சாரத்தை எல்லாம் உள்வாங்கிக் கொண்டுதான் ஒரு மகாகவியா ஒரு நூற்றாண்டுக்குப் பிறகும் நினைக்கக்கூடிய கவிஞனாக இருக்கார்; அப்படின்னா அந்த முன்னோர்கள்கிட்ட இருந்த அறிவுச் செல்வத்தை எல்லாம் உள்வாங்கிக்கொண்ட ஒரு கவிஞனா இருக்கார்.

இதுலேயிருந்து நம்ம புதுக்கவிஞர்களுக்கெல்லாம் ஒரு செய்தி இருக்கு. முதல்ல நம்ம மரபு என்னன்னு தெரிஞ்சிக்கணும்; அந்த மரபுச் செல்வங்களை எல்லாம் நாம கைக்கொண்டாதான் நாம புதிய செல்வங்களை எல்லாம் படைக்க முடியும், அந்த எண்ணம்

இருக்கணும், மரபு மீறல்ங்கறது எல்லாம் இருக்க வேண்டியதுதான், வரவேற்க வேண்டியதுதான், மரபு மீறல் இருக்கத்தான் வேண்டும், அப்படி மீறினா புதுசா வரக்கூடிய ஒன்று ஒரு புதிய மரபா மாறும். நாம பாடிக்கிட்டிருந்த ஒரே ஆசிரியப்பா வெண்பா எல்லாம் இப்ப பாடிக்கிட்டா இருக்கறோம். புதுக்கவிதை இப்ப பாடிக்கிட்டிருக்கோம் இல்லியா? இது ஒரு புதிய மரபு. இந்த மாதிரி மரபுகளைத் தோற்றுவிக்க முடியும். அதுக்கொரு சான்று நம்முடைய பாரதி. அந்தப் புலவர் மரபுலேயிருந்து மீண்டும் அந்தப் பாணர் மரபு, அந்த இசைப்பாடல் மரபு, அந்தக் கூத்து இசை மரபுக்கு நாம் தற்போது வந்திருக்கிறோம் இல்லையா!

ஆமாம்! அது ஒரு பெரிய புரட்சி தான்

ஆமாம் ஆமாம்! ‘ஆடுவோமே பள்ளுப் பாடுவோமே’ இதிலெல்லாம் பாடல் மட்டுமல்ல; இசை மட்டுமல்ல; இசையோடு ஒரு ஆடலும் இருக்கு. சமூகப் பின்புலமும் இருக்கு, இப்ப நாட்டார் இசைன்னு பார்த்தோம்னா, நம்முடைய நாட்டார் இசைப்பாடல்கள் வெறும் இசை வடிவமா இருக்காது. ஆடலுடன் பாடல் அப்படிங்கறது தான் அது, தேவாரம் பாடி ஆடும் மரபு நம் மரபு, தேவாரப் பாடலைப் பாடி ஆடியிருக்காங்க. அதற்கான பதிவுகள் இருக்கு, அது மாதிரி காவடிச் சிந்துன்னு சொல்றோம், ஆனா, கிராமப்புறங்கள்ல போயி பார்த்தீங்கன்னா காவடி ஆட்டம்னு தான் சொல்லுவாங்க, நாம கரகச் சிந்துன்னு சொல்றோம், கரகாட்டக்காரன்னுதான் நாம பேர் எல்லாம் வைக்கிறோம், ஆக நீங்க பார்த்தீங்கன்னா கரகச் சிந்து பாடும்போது அந்த ஒரு ஆட்டமும் இருக்கு. காவடிச் சிந்து பாடும்போது ஒரு ஆட்டமும் இருக்கு. கும்மிப்பாட்ட எடுத்துக்கோங்க; இரு நிகழ்வு இருக்கும் அதுல, அதுமாதிரி தொழிலாளர் பாட்டு, ஏற்றப்பாட்டு, ஓடப்பாட்டு எல்லாம் பார்த்தீங்கன்னா ஒரு இயக்கமாகவே இருக்கும். அதில் ஒரு ஆட்டம் இருக்கும், ஒழுங்கு இருக்கும், ஒரு அபிநயம் இருக்கும். நாட்டார் இசைங்கறதே இது மாதிரி உள்ளதுதான், இந்த மரபுகளை எல்லாம் பாரதி மீட்டுக் கொண்டு வந்தவன்.

ஐயா இந்த சங்கீத சபாக்கள் குறித்து...

இன்னைக்கு இசைச் சேவையில் நமது சங்கீத சபாக்கள் முன்னெடுத்துச் செய்யக் கூடிய பணி நாம பாராட்டக் கூடியது. ஆனா, பொதுமக்களும் சரி, இசை ஆர்வலர்களும் சரி எதிர்பார்க்கறது என்னன்னா... செவ்வியல் பாடல், செவ்வியல் இசை மட்டுமே நம்முடைய இசை இல்ல. நம்முடைய நாட்டார் இசை வடிவங்கள்னு பாத்தீங்கன்னா அளவிட முடியாத வடிவங்கள் இருக்கு. நம்முடைய தமிழிசை பற்றிச் சொன்னோம்னா அதனுடைய வகைமைகளைச் சொல்லிக்கிட்டே போகலாம். நாட்டார் இசை, நாடக இசை, நாட்டிய இசை, செவ்வியல் இசை,பக்தி இசை, மெல்லிசை, திரை இசை இப்படி நம்ம இசை வகைகளை பெரிய பட்டியல் போட்டுக்கொண்டே போகலாம். அத்தனை இசை வகைகள் நம்ம தமிழ் இசையில் இருக்கு, உங்களுடைய ஆஸ்தான பாடகர், நம்முடைய பேட்டியாளரா இருக்காரே ராஜா முகம்மது. இவரும் நானும் மதுரை அமெரிக்கன் கல்லூரியில் நாட்டார் இசைன்னு ஒரு நிகழ்ச்சி கொடுத்தோம். மாணவர்கள், வந்திருந்த பொதுமக்கள் எல்லாரும் அதை ரொம்ப ரசிச்சாங்க. அந்த பாடல்கள் அதுல ஒரு எட்டு வடிவங்கள்தான் நாங்க எடுத்து செய்யறோம். ஆனா, நாட்டார் இசை வடிவங்கள்னு பார்த்தீங்கன்னா கணக்கில் அடங்காத வடிவங்கள் இருக்கு. அதுல தாலாட்டு, தெம்மாங்கு, கரகச் சிந்து, ஒப்பாரி, சிங்கன் சிங்கிப்பாட்டு, கும்மிச் சிந்து, கண்ணி, காவடிச் சிந்து, ஏர்மங்கலப் பாட்டு, முகவைப்பாட்டு, ஊஞ்சல் பாட்டு, வழி நடைச் சிந்து, நொண்டிச் சிந்து, பள்ளியெழுச்சி, கதைப் பாடல்னு சொல்லிக்கிட்டே போகலாம். இத்தனை வடிவங்கள் நாட்டுப்புறவியல் வடிவங்களா இருக்கு. இந்த ஒவ்வொரு வடிவங்கள்ல இருந்துதான் நமக்கு செவ்வியல் வடிவாக்கம் அப்படிங்கறதெல்லாம்.

இன்னிக்கு நீங்க பார்த்தீங்கன்னா காவடிச் சிந்துங்கறது ஒரு நாட்டார் இசை வடிவம். இன்னிக்கு செவ்வியல் இசை அரங்கத்துல அதப்பாடறாங்க, இதே மாதிரி நொண்டிச் சிந்து, கும்மிச் சிந்து, கரகச்

சிந்து, காவடிச் சிந்துக்கு எந்த விதத்துலேயும் குறைந்தது இல்ல. அவ்வாறு நாட்டுப்புற இசையையும் கொஞ்சம் கொஞ்சம் எடுத்து சபாக்கள்ல பாடணும். அதுக்கு அவங்கள ஊக்கப்படுத்தணும். அதுக்காக தப்பாட்டம் ஆடணும்னு அதிரடிப் புரட்சி எல்லாம் செய்யணும்னு நான் சொல்ல வரவில்லை. இது மாதிரி நாட்டார் இசை கொஞ்சம் சபாக்களில் பாடலாம். அப்புறம் கூத்து இசைன்னு இருக்கு. நம்ம நாடக மேடை இசைன்னு இருக்கு, அது தனியானது.

நானும் பேட்டியாளர் ராஜா முகம்மது அவர்களும் டெல்லி தமிழ்ச் சங்கத்துல அதைச் செய்து காட்டினோம். ஆரபி ராகத்துல ஒரு மெல்லிசைப் பாடல் எப்படி இருக்கும், நாடக இசையில நாடக மேடையில பாடும்போது எப்படி இருக்கும்னு ரெண்டையும் வேறு படுத்தி அவர் பாடிக் காட்டினாரு. எங்கள முழுக்க மெல்லிசை நாடக இசை என்பதாக ஒரு கச்சேரி பண்ணனும். இதே மாதிரின்னு டெல்லிக்கு வரணும்னு சொல்லியிருக்காங்க. மெல்லிசை,நாடக இசை இதை ரெண்டையும் வேறுபடுத்திக் காட்டி ஒரு மூணு மணிநேரம் இசை நிகழ்ச்சி கொடுக்கணும்ட்டு மீண்டும் வரச் சொல்லியிருக்காங்க. அவ்வளவு விஷயங்கள் இருக்கு. நமது நாடக இசையை சபாக்கள்ல வரவேற்கணும், பாடகர்கள் வந்து நாடகப் பாடல்களை எடுத்துப்பாடச் சொல்லணும்.

சங்கரதாஸ் ஸ்வாமிகள் மாதிரி நிறைய பேர் நாடக இசைப் பாடல்கள் எழுதியிருக்காங்க, என்னுடைய நண்பர் அரிமளம் பத்மநாபன் இது பற்றி ஆய்வு பண்ணி நிறைய எழுதியிருக்காரு. அப்படி அதச் செய்யச் சொல்லணும். அடுத்து சிந்துங்கறது நமக்கு ஒரு மிகப் பெரிய இசை வடிவம். நான் ஏற்கனவே சொன்னமாதிரி பாரதியார் அத்தனை சிந்துக்கள் பாடியிருக்காரு, நம்முடைய கர்நாடக இசைப் பாடகர்கள் ஒரு கும்மிச் சிந்தை, கொலைச் சிந்தை எடுத்துப் பாடணும். அப்பத்தான் மக்களிடம் போய் நம் இசை சேரும், கீர்த்தனைகள், பதங்கள், கீதங்களுக்கு தலையை மட்டும் ஆட்டிக்கிட்டு கேட்டுக்கிட்டிருப்பான். நீங்க காவடி சிந்து பாடும்போது பார்த்தீங்கன்னா அவனோட உடலே

ஆடும். அதாவது ஒரு செவ்வியல் இசைங்கறது உள்ளத்தை மட்டும் சென்றடைவது. ஒரு நாட்டுப்புற இசைங்கறது உள்ளத்தையும், உயிரையும், உடலையும் சென்றடைவது. அவ்வளவு பெரிய உயர்ந்த இசைக்கு அவங்க சபாக்களில் இடங்கொடுக்கணும், சிந்து பாடல்கள்லாம் பாடறதுக்குக் கொஞ்சம் ஊக்கப்படுத்தணும்.

நாட்டுப்புற இசை பல வடிவங்கள் இருக்கிற மாதிரி செவ்வியல் இசையில் உயர் செவ்வியல் இசைன்னு சொல்றாங்களே 'ஆலாபனை' பாடுவது. அது தமிழில் எங்கயாவது பாடப்பட்டுள்ளதா?

இது நல்ல கேள்வி, தமிழிசைதான் கர்நாடக இசைங்கறதுக்கு நாம நிறைய சான்றுகள் சொல்ல முடியும். நமது பண்களைச் சொல்லலாம். அன்னைக்கு இருந்த பண்கள்தான் இன்னைக்கு பெயர் மாறியிருக்கே தவிர அதையேதான் நாம பாடிக்கிட்டிருக்கோம். இந்த ஏழு பெரும் பாலைகள்னு நாம சொல்லிக்கிட்டிருக்கறதெல்லாம் நான்கு (பின் ஐந்து) நிலப் பண்கள்; அப்புறம் பதினாறு; அப்புறம் வல்உழைப் பண்கள் (பிரதி மத்திம) பதினாறு பண்கள். பதினாறும் சேர்ந்து 32 தான் நம்முடைய தாய் இராகங்கள்னு சொல்றது. இந்த வளர்ச்சி எல்லாம் பார்த்தீங்கன்னா காலம்காலமா வளர்ந்த வளர்ச்சி, அந்த பண்களத்தான் இன்னைக்கு நாம ராகம்னு சொல்றோம். இந்த முறை ஒரு 3000 ஆண்டுகளுக்கு முன்னாடி உள்ள தொன்மையான வரலாறு. இன்னைக்குத் தாளம்னு எடுத்துக்கிட்டோம்னா ஏக தாளம்னு. உரையாசிரியர்கள் சொல்றாங்க. இன்னும் தேவாரப்பாடல்களுக்கு இசை அமைக்கும் போது பண் மட்டும்தான் வகுத்திருக்கிறோம். அதுக்கேத்த தாளம் வகுக்கல, ஆழ்வார்கள் பாசுரத்துக்குப் பண் வகுத்ததோட தாளமும் வகுத்திருக்காங்க, ஒரொத்துடைத் தடாரம்னு அதுல வருது, ஒரொத்துடைத் தடாரம்ங்கறது ஏக தாளம்.

ஆக தாளத்த ப்பத்தி ஒரு 3000 ஆண்டுகளுக்கு முன்னாடியே நமக்கு செய்தி இருக்கு. இன்னைக்கு இருக்கிற அந்த கர்நாடக இசையில் அந்தப் பண்களை ராகம்னு சொல்றோம். தாளம், இதுக்கு வெவ்வேறு பேர்

வச்சிருக்கோம். அலகுங்கறத லகுன்னு சொல்றோம். இம்மாதிரி துரிதம்ங்கறத த்ருதம்னு சொல்கிறோம். பெயர்களை மாத்தி வச்சி நாம சொல்லியிருக்கோம். ஆனால் பழைய, பாரம்பரிய முறைகள்தான் இவை.

இப்ப கேட்ட கேள்வி இந்த ராகம், தானம், பல்லவி பாடறது பத்தி கேட்டாரு, ஆளத்தின்னு நம்மக்கிட்ட ஒரு சொல் இருந்துருக்கு. அதுதான் ஆலாபனை அப்படிங்கறது, ஆளத்தியில் பல வகைகளை நம் முன்னோர் சொல்லுவாங்க, காட்டாளத்தி, நிற ஆளத்தி, அச்சாளத்தி, பண்ணாளத்தி என்றெல்லாம் சிலப்பதிகாரத்தில் வருகிறது. அப்புறம் இந்த ஆளத்தி செய்யறதுலேயே உட்பகுப்பு முறைகள் சொல்றாங்க. இசைக் கரணங்கள் அப்படின்னு சொல்றாங்க, இசை எழால்கள்னு இப்படி நிறைய செய்திகள். ஆளத்தி பாடுவதில் தாளத்த ஆளத்தி பண்றதெல்லாம் பண்ணியிருக்காங்க. இன்னைக்கு பிரஸ்தாரம் பண்றது, தாளப்பின்னல் பண்றது இதெல்லாம் அந்தக் காலத்துலேயே இருந்திருக்கு. இந்தப் பல்லவிங்கற பேர் கொடுத்ததெல்லாம் பிற்காலத்துல உள்ளது.

சித்தர் பாடல்கள்ல பார்த்தீங்கன்னா எடுப்புன்னு சொல்வாங்க, தமிழ் முறையில சொல்லும்போது பல்லவி, அனுபல்லவி, சரணம்னு சொல்வதை எடுப்பு, தொடுப்பு, முடிப்புன்னு சொல்லுவாங்க. இன்னும் பழைய பாடல்களுக்கு நிறைய பாடல்களுக்கு பார்த்தீங்கன்னா பல்லவி, சரணம் மட்டும்தான் இருக்கும். அனுபல்லவி இருக்காது, அனுபல்லவில்லாம் மிக பிற்காலத்துல வந்ததுன்னு சொல்றாங்க. நீங்க பாரதியாரோட பாடல்களைப் பார்த்தீங்கன்னா, அவர் அனுபல்லவி இல்லாத பாடல்கள் பாடியிருக்காரு. வெறும் பல்லவி சரணம் மட்டும் இருக்கு, சக்தி கூத்துப் பாட்டுத் தெரியும்ல ''தகத் தகத் தகவென்று ஆடோமோ... சிவ சக்தி சக்தி சக்தி சக்தி என்று பாடோமோ...'' இந்தப் பாட்டுல இதுதான் பல்லவி; அடுத்து வெறும் சரணங்கள்தான் இருக்கு; நான்கு சரணங்கள் பாடியிருக்காரு. இப்படிப் பாரதியாரோட நிறைய

பாடல்கள் பார்த்தீங்கன்னா பல்லவி, சரணம்தான் இருக்கும்; அனுபல்லவி இருக்காது, இதெல்லாம் பிற்காலத்துல ஏற்பட்ட மரபு. ஆனா, நம்மகிட்ட மகுடம் பாடுதல்னு ஒண்ணு இருந்துருக்கு. அதாவது பாட்டில் தேர்ந்த இரண்டு வரி, மையப் பொருளைக் கொண்ட இரண்டு வரிகள் எடுத்து மீண்டும், மீண்டும் பல்வேறு முறைகள்ல அதப் பாடுறது. நம்முடைய பாடகர்கள் சொல்லும்போது சங்கரதாஸ் ஸ்வாமிகள் அவங்களுடைய பாடலெல்லாம் நாடகத்துல மகுடமா பாடியிருக்காங்க. அந்தக் காலத்துல அப்படிப் பாடும்போது 100 மகுடங்கள் வைத்துப் பாடின நாடகக்காரங்கள் எல்லாம் நம்மக்கிட்ட இருந்துருக்காங்க.

''வெண்ணீறு அணிந்ததென்ன... வேலைப் பிடித்ததென்ன'' ங்கறதெல்லாம் அந்த ஒரே வரியை மீண்டும் மீண்டும் பாடுறது. ஆனால் தற்காலத்துல ஏழெட்டு முறைகள்ல பாடுறாங்க. இதுதான் பல்லவி பாடறதுங்கறது ஒருசில தேர்ந்த வரிகளை எடுத்துக்கிட்டு பாடறது. ஒரு பாடலோட திரண்ட கருத்தையே பல்லவியில சொல்லிடுவாங்க. இராகம் பாடறதுங்கறது இராகத்தோட சொரூபங்களை எல்லாம் காட்டக் கூடியது. தானம் பாடறதுங்கறது என்ன எழுத்துன்னே நம்மக்கிட்ட இருக்கு. அப்ப தானம் பாடறதுங்கறது மிகப் பழமையான மரபுதான்.

மிகச் சிறந்த இளம் பாடகர்களெல்லாம் இன்னைக்கு நிறையப் பேர் வந்துக்கிட்டிருக்காங்கைய்யா, மிகச் சிறந்த தளம் அவங்களுக்காக உருவாகிட்டிருக்கு. காட்டாற்றுவெள்ளம் போலப் புகுந்துட்டிருக்காங்க. நீங்க அவங்களுக்கு என்ன சொல்லப் போறீங்க?

இதழ்கள், வானொலி, தொலைக்காட்சி, வலைத்தளம் போன்ற ஊடகங்களோட பணி இதுல ரொம்ப சிறப்பா இருக்கு நல்லா பாடக் கூடியவர்கள் ஒரு நல்ல மேடையோ, ஊடகமோ கிடைக்காமல் மிகச் சிரமத்துல இருந்தாங்க. ஆனா, இன்னைக்கு நம் ஊடகங்கள், இதழ்கள் எல்லாம் ரொம்ப சிறப்பா செஞ்சு, எழுதி அதை வெளியே கொண்டு வந்திருக்காங்க.

இந்த இளம் பாடகர்களுக்குச் சொல்லக் கூடிய செய்தி என்னன்னா... இளம் பாடகர்கள் முதல்ல குரல் வளத்தப் பெருக்கணும். அது ரொம்ப முக்கியமானது. *VOICE CULTURE* ஹிந்துஸ்தானி இசையில அதுக்கு ரொம்ப முக்கிய இடம் கொடுப்பாங்க, தென்னாட்டுப் பாடகர்களைப் பற்றி வடநாட்டுப் பாடகர்கள் ரொம்ப இளக்காரமா சொல்லுவாங்க. சாரீர வளம் தென்னாட்டுக்காரங்களுக்குக் கிடையாதுன்னு. இதுல உண்மையில்லாம இல்ல, முழுக்க முழுக்க யாரும் பொய்னு சொல்ல முடியாது. சாரீர வளத்த நாம பெறணும். அது ரொம்ப முக்கியமானது.

என்னுடைய கல்லூரி ஆங்கிலப் பேராசிரியர் ஃபிரான்ஸிஸ் லாரன்ஸ்னு பேரு. நான் மதுரை காமராஜர் பல்கலைக்கழகத்துல *Spoken English* படிக்கப் போகும்போது அதற்கும் அவர் பேராசிரியரா வந்தாரு. அவரு சொல்ல வந்த முதல் செய்தி என்னன்னா? ஆங்கிலம் எப்படிப் பேசக் கற்றுக் கொள்ளனும்னா *'TRY TO SPEAK THROUGH YOUR EARS'* அப்படிம்பார். ‘‘காது வழியாக ஆங்கிலம் பேசக் கற்றுக் கொள்ளுங்கள்’’ அப்படின்னா முதல்ல பேசறதுக்கு முந்தி நிறைய செவி வழியா நாம கேக்கணும். ஆங்கிலப் பேச்சைக் கேக்கணும். அப்படி கேட்டாத்தான் ஆங்கிலத்தை எப்படி பேசறாங்கண்ணு தெரிஞ்சிக்க முடியும். பிறகு நாம் பேச முடியும், இளம் பாடகர்களுக்கு நான் சொல்லக்கூடியது என்னன்னா *'TRY TO SING THROUGH YOUR EARS'* உங்களுடைய காதுகளின் வழியாக இசையைப் பாட முயற்சி செய்யுங்கள் என்கிறேன். முதல்ல நாம் நிறைய இசை கேட்க வேண்டும். பழைய பாடகர்கள் பெரிய பெரிய பாடகர்களுடைய இசை எல்லாம் இருக்கு. பி.யு.சின்னப்பா, எம்.கே.தியாகராஜபாகவதர், எம்.எஸ்.சுப்புலட்சுமி, எம்.எல்.வசந்தகுமாரி, பட்டம்மாள். அதுக்குப் பின்னால் டி.எம்.சௌந்தர்ராஜன், டி.ஆர்.மகாலிங்கம். இப்ப அண்மைக் காலத்துல எஸ்.பி.பாலசுப்ரமணியம், பி.சுசிலா, ஜானகி, அருணா சாய்ராம், உன்னிகிருஷ்ணன், சுதா ரகுநாதன். பாம்பே ஜெயஸ்ரீ. இப்பப் புதிதா வரக்கூடிய ரஞ்சனி காயத்திரி, புஷ்பவனம் குப்புசாமி மற்றும் கானாப் பாடல்களை எல்லாம் இளைஞர்கள்

கேட்கணும். சீன இசை, ஐரோப்பிய இசை, ஜாஸ், ராப், இந்துஸ்தானி, அரபிய இசை எதையும் ஒதுக்கக் கூடாது. அப்படி கேக்கும்போதுதான் அவங்க ஒரு இசைப்பகுதியை எடுத்து அதனுடைய அழகுகளை எல்லாம் எப்படி வெளிய கொண்டு வராங்கன்னு கத்துக்கிட முடியும். அடுத்து அவங்க செய்யக் கூடிய கமகங்கள் எல்லாம் எப்படி பண்றாங்க. அப்புறம் ஆலாபனை பண்ணும்போது எப்படி பாடறாங்க. இதை எல்லாம் கேட்டுக் கேட்டுத்தான் ஆலாபனை பண்ண முடியும். ஆலாபனைங்கறதை ஒரு ஆளுகிட்ட போய் நாம கத்துக்கிட முடியாது. ஆலாபனைங்கறது நாம கேட்டுக் கேட்டு செய்யறதுதான். அப்படி கேட்டாத்தான் நாம மனசுல உள்வாங்கி ஆலாபனை பண்ண முடியும். அதக் கேட்டுக் கேட்டுத்தான் நாம பண்ண முடியும்.

அடுத்து இன்னைக்கு ஒரு பாட்டு பாடறோம்னா பாட்டுத் தொடக்கத்திலிருந்து பாட்டை முடிக்கும்வரை உள்ள கடைசி சுரம் வரைக்கும் முக்கியமானது. அதச் சொல்லும்போது இன்னைக்கு சுதா ரகுநாதன் ஜெயா டிவியில் ஒரு பேட்டியில் சொன்னாங்க. அதாவது பாட்டைக் கடைசியா முடிக்கும்போது, கடைசி சுரம் வரைக்கும் அதே சுருதியோடு அதைப் பாடணும். ஏனோ தானோன்னு பாடக் கூடாது. சில இடங்கள்ல நாம பாடும்போது கவனம் இல்லாம பாடிட்டோம்னா சுருதி விலகிரும், இளைஞர்கள் எல்லாம் பாடும்போது அந்தப் பாடலை இசையில சுருதிக்கு நின்றே, அழுத்தமாகப் பண்ணனும். அது ரொம்ப முக்கியமானது, அடுத்து, பெண்கள் எல்லாம் ஸ்ருதிக்கு நின்னு அருமையாப் பாடறாங்க. நாம பார்க்கக் கூடிய நிகழ்ச்சிகள்ல, தொலைக்காட்சி பாடல்கள்ல, சிடியில எல்லாம் பார்த்தீங்கன்னா நமது பெண்கள்லாம் ஸ்ருதியில மிக எளிதாகப் பாடிடறாங்க. ஆனா ஆண்களுக்கு ஸ்ருதி விலகுது. ஸ்ருதியில நின்னு பாட மாட்டங்கறாங்க, இந்தக் குறைகள்லாம் இருக்கு, நம்ம இளம் பாடகர்கள்லாம அதப் பார்த்துக்கணும். நிறைய பேர் பாட வராங்க, மிக எளிதாக கஷ்டமான பாடலைக் கூட பாடறங்க, அதெல்லாம் ரொம்ப நல்லா இருந்தது - இன்னைக்கு ரெண்டு பேர் பாடினாங்க. பார்த்த முதல் நாளாய்ங்கற

பாடல் அது. அதாவது உன்னிமேனன் மேலே போய் கீழே இறங்குவது போல் இன்னிக்குப் பாடுன பையன் அப்படியே பாடிக் காட்டினான். அருமையான அந்த இடத்தை அவர மாதிரியே பாடிக் காட்டினான். இன்னைக்குத் திறமையான இளைஞர்கள் இசையில வந்துக்கிட்ருக்காங்க. இதெல்லாம் அவங்க கவனத்துல வச்சிக்கணும். அப்பத் தான் பின்னாடி நல்லா வளரலாம். ஒரு குரல் இனிமையப் பாதுகாத்தது, ஒரு குரல் வளத்தப் பாதுகாத்தது, அதனாலதான் ஒரு சுசிலாம்மா, ஒரு டி.எம்.எஸ்லாம் 50 ஆண்டு காலமாக நிக்க முடிஞ்சிது. சில பாடல்கள் கேட்கறோம், 50 ஆண்டு காலத்துக்கு முந்தி உள்ள பாடல்லாம் மிக இனிமையா இருக்குது. 'நான் பெற்ற செல்வம்' பாடல்லாம் பல வருஷத்துக்கு முந்தி பாடினது இல்லியா? என்ன காரணம்னா அந்த குரல் வளம், அந்த இனிமை, அந்த அழுத்தம், பாடுவதில் ஓர் அர்ப்பணிப்பு இதெல்லாம் அவங்க தேடிப் பாடினது. ஒவ்வொரு பாட்டையும் ஒவ்வொரு வரியையும், ஒரு கான்ஸென்ட்ரேஷனோட அவங்க பாடினாங்க. இப்ப இருக்கிற தொழில் நுட்பமெல்லாம் அந்தக் காலத்துல இல்ல. இருந்தும் அவ்வளவு இனிமையா பாடி நமக்குக் கொடுத்துருக்காங்க. அதெல்லாம் பயன்படுத்தி இன்னைக்கு இருக்கிற இளைஞர்கள், இப்ப இருக்கிற தொழில் நுட்ப உதவியோடு நல்ல பாடல்களை நமக்குத் தரணும். நிச்சயமாக செய்வாங்க. நமக்கு எதிர்பார்ப்பு இருக்கு, செய்யக் கூடிய திறமை அவங்களுக்கு இருக்கு.

அப்புறம் பேட்டியில இறுதியா ஒரு கேள்வி, தமிழிசை அறக்கட்டளை தொடங்கி நிறைய முயற்சிகள் எடுத்துக்கிட்டிருக்கீங்க, தமிழிசைய வளர்க்கணுங்கற முயற்சியில அதுல என்ன எதிர்பார்ப்பு இருக்கு? எந்த அளவுல இருக்கு?

பெரும் பேராசிரியர்கள், 'மிகச் சிறிந்த தமிழக அறிஞர்கள் கலைஞர்கள் எல்லாம் இதுல எனக்கு கருத்துகள் வழங்கிட்டிருக்காங்க. நம்முடைய 5000 ஆண்டு கால இசை மரபுக்கு, நம்மகிட்ட இசை

அகராதி இல்லை. அது ஒரு பெரிய குறையா இருந்தது, என்னுடைய ஆசிரியர் வீ.ப.கா.சுந்தரம் இசைக்கான ஒரு கலைக் களஞ்சியம் எழுதியிருக்காரு, ஆனா அகராதிங்கறதே நம்மகிட்ட இல்லை. அவரும் நானும் ஏற்கனவே அந்த அகராதி தொகுப்புப் பணியில் ஈடுபட்டு, அதத் தொடங்குன ஒரு வாரத்துல அவர் தவறிப் போயிட்டாரு. அந்தப் பணியை இன்னைக்கு எனக்கு தியாகராஜ கல்லூரி பேராசியர் ஞானசம்பந்தையா அவருடைய ஒருங்கிணைப்புல அமெரிக்கத் தொழில் அதிபர் பால் பாண்டியன் அவருடைய உதவிகளைக் கொண்டு இந்தத் தமிழிசைப் பேரகராதி வேலைகளை நான் முழு நேரப்பணியாக செய்திருக்கிறேன். பணிமுடிந்து அகராதி வெளி வந்துள்ளது இன்னிசை அறக்கட்டளையின் மூலம் எனக்கு நிறைய நண்பர்கள் இருக்காங்க. இந்தப் பேட்டி எடுக்கக் கூடிய உங்களுடைய பங்களிப்பு, அது மாதிரி ஒப்புரவு பாலசுப்பிரமணியம் அவருடைய பங்களிப்பு, முனைவர் பட்ட ஆய்வு செய்து வரும் மகளின் பங்களிப்பு என தமிழ்நாட்டில் இருக்கக்கூடிய ஒவ்வொருவருடைய பங்களிப்பும் அதில் இருக்கு. இசையைப் பற்றின நூல் எழுதினவங்க, பாடுறவங்க, எல்லாவித நாட்டுபுற இசையும் பாடுறவங்கன்னு எல்லாருடைய பங்களிப்பும் அதுல இருக்கு. ஒரு தொகுப்ப நான் செய்துகிட்டிருக்கேன். அது 3 அல்லது 4 தொகுதிகளாக் கொண்டு வரலாம்னு இருக்கேன். முதல்ல சொல் களஞ்சியம். தமிழிசைச் சொற்களுக்கு மட்டும் ஒரு தொகுப்பு. அடுத்துப் பண் களஞ்சியம். நம்மக்கிட்ட இருக்கிற 200-க்கும் மேற்பட்ட பண்கள் - இராகங்கள்ல பாடிட்டு போயிருக்காங்க. அந்த 200 வடிவங்களும் எங்க இருக்குன்னு கண்டுபிடிக்கணும்னா இன்னைக்கு சிரமம். அத எப்படிப் பாடியிருக்காரு... அந்தப்பாட்டு, எப்படி இருக்கும்னா இன்னைக்கு சிரமம். நம் இசை வரலாற்றில் பின்னாலும் முன்னாலும் நிறைய பேர் புதிய புதிய பண்களிலெல்லாம் பாடி இருக்காங்க, அதெல்லாம் ஒரு தொகுப்பாப் பண்ணணும். ஒரு பண் களஞ்சியம்; அப்புறம் தாளக் களஞ்சியம்னு ஒன்று கொண்டுவர்றது

இந்தியாவுலதான உலகத்திலேயே அதிகமான இசைக் கருவிகள் இருந்திருக்கு. 500-க்கு அதிகமான கருவிகள் இருக்கு. இதுல 300 கருவிகள் தமிழகத்துல இருக்கு. அந்தக் கருவிங்களப் பத்தின வரலாறு. அந்தக் கருவிய வாசிச்சவங்களோட வரலாறு. அதெல்லாம் பற்றி ஒரு தொகுப்பு நாம எழுத வேண்டி இருக்கு. அது இசைக் கருவிகளின் களஞ்சியம் இப்படி அதத் தொடர்ச்சியா நூலாக்க நாங்க வேலை செய்துகிட்டிருக்கோம். ஆய்வுக் கட்டுரைகள் நிறைய குடுத்துக்கிட்டிருக்கோம். இசை நிகழ்ச்சிகள் நடத்திக்கிட்டிருக்கோம். பயிற்சிப் பட்டறைகள் செய்யறோம். எளிய முறையில் இசை கற்றுக் கொள்வது எப்படின்னு சில நூல்களெல்லாம் திட்டமிட்டிருக்கோம். எளிதா பாடக்கூடிய பாடல்களையெல்லாம் இசை அமைச்சி, பாட வேண்டிய முறைகள்ல பாடிப் பெரிய பெரிய முறைகள்ல பாடி ஆய்வு செய்யும் மாணவர்கள் உருவாகணும்னு செயல்பட்டிருக்கிறோம். இப்படி பல்வேறு முயற்சிகள்ல எங்களது இன்னிசை அறக்கட்டளையை நாங்க செயல்படுத்திக்கிட்டிருக்கோம்.

இன்னைக்கு இயல் தமிழ் நல்ல நிலைமையில் இருக்கு. இசைத் தமிழ் அதைவிடக் குறைஞ்சிருக்கு: கூத்துத்தமிழ் சவலை பாஞ்சமாதிரி இருக்கு, இந்த இரண்டும் தமிழ்ல வளர்ச்சி பெறாம முத்தமிழ்னு நாம சொல்றதுல அர்த்தம் இல்லை, அது பொருளே இல்லாம இருக்கு. அதனால இசைத் தமிழுக்கு செய்யக்கூடிய பணிகளை நாங்க முன்னெடுத்துச் செய்துகிட்டிருக்கோம்.

நன்றி

அம்ருதா

ஜூலை, 2007.